இந்தியா ஏமாற்றப்படுகிறது

# இந்தியா ஏமாற்றப்படுகிறது

**தொகுப்பு**

பிரதீக் சின்ஹா

டாக்டர். சுமையா ஷேக்

அர்ஜூன் சித்தார்த்

தமிழில்

இ.பா. சிந்தன்

எதிர் வெளியீடு

**இந்தியா ஏமாற்றப்படுகிறது**

பிரதீக் சின்ஹா/ டாக்டர். சுமையா ஷேக்/ அர்ஜுன் சித்தார்த்
தமிழில்: இ.பா. சிந்தன்

முதல் பதிப்பு: ஜனவரி 2020
எதிர் வெளியீடு,
96, நியூ ஸ்கீம் ரோடு, பொள்ளாச்சி – 642 002
தொலைபேசி: 04259 226012, 99425 11302

**விலை: ரூ.399**

**India Misinformed: The True Story**

Pratik Sinha, Dr Sumaiya Shaikh, Arjun Sidharth


Copyright © Pratik Sinha, Dr Sumaiya Shaikh, Arjun Sidharth 2019

First Published in Tamil by Ethir Veliyeedu
By arrangement with HarperCollins Publishers India Private Limited
©Alt News

Translated by EP. Chinthan
First Edition: January 2020
Published by
Ethir Veliyeedu, 96, New Scheme Road, Pollachi- 642 002
email: ethirveliyedu@gmail.com
www.ethirveliyeedu.com

ISBN: 978-93-87333-79-6
Cover Design: Santhosh Narayanan
Printed at Jothy Enterprises, Chennai.

All rights reserved. No part of this book may be reprinted or reproduced or utilised in any form or by any electronic, mechanical or other means, now known or hereafter invented, including photocopying and recording, or in any information storage or retrieval system, without permission in writing from the Publisher.

## பொருளடக்கம்

| | |
|---|---|
| முகவுரை – இரவிஷ் குமார் | 13 |
| முன்னுரை – பிரதீக் சின்ஹா | 19 |
| அறிவியல் பகுதிக்கான முன்னுரை | 27 |

### மதவெறியைப் பரப்புதல்

1. அமிர்தசரசு இரயில் விபத்தை ஒரு முஸ்லிம் ஓட்டுநர் "இரயில் ஜிகாதி"யாக நடத்தினார் — 43
2. கொடூரமாகத் தாக்கிக் கொல்லப்பட்ட இந்து இளைஞர் பரேஷ் மேஸ்தா — 46
3. 2017 ஆம் ஆண்டு பசிரத் கலவரத்தில் தாக்கப்பட்ட இந்துக்கள் — 49
4. தாக்கப்பட்ட இந்து குடும்பம் — 51
5. மேற்குவங்கத்தில் முஸ்லிம்களால் 'கும்பல் கொலை' செய்யப்பட்ட இந்து இளைஞர் — 53
6. 'இது அல்லாவின் வெற்றி, இராமனின் தோல்வி' — 55
7. செய்தித்தாளின் தலைப்பு: முஸ்லிம் ஆண் ஒருவரால் ஒரு இந்துப்பெண் கத்தியால் குத்தப்பட்டார் — 57
8. கர்நாடகாவில் ஒரு மசூதியை இடிக்கும்போது, அங்கே ஒரு இந்து கோயில் இருந்தது கண்டுபிடிக்கப்பட்டது — 59
9. இந்தியாவில் சட்டவிரோதமாகக் குடியேறியிருக்கும் பதினோரு கோடி ரோஹிங்க்யா முஸ்லிம்களும், எட்டு கோடி வங்காளதேச முஸ்லிம்களும் — 61
10. இந்துக்களின் சதைகளை உண்ணும் ரோஹிங்க்யா அகதிகள் — 63
11. ரோஹிங்க்யா சமூகத்து சிறுமிகளின் கருத்தரிப்பும், கவலையளிக்கும் அவர்களின் மக்கள்தொகை அதிகரிப்பும் — 66

| | | |
|---|---|---|
| 12. | சுவாமி விவேகானந்தர் சிலையை சேதப்படுத்திய முஸ்லிம்கள் | 69 |
| 13. | சமண மதத்துறவியைத் தாக்கிய முஸ்லிம்கள் | 71 |
| 14. | வன்புணர்வுக் குற்றவாளியை விடுதலை செய்யக்கோரி முஸ்லிம்கள் ஊர்வலம் | 73 |
| 15. | 2016 இல் இந்தியாவில் நடந்த 95% பாலியல் வன்புணர்வுகளுக்கு முஸ்லிம்களே காரணம் | 76 |
| 16. | முஸ்லிமல்லாத பெண்களைக் கவர்ந்து லவ்ஜிகாத் செய்பவர்களுக்காக அறிவிக்கப்பட்ட பரிசுப்பட்டியல் | 78 |
| 17. | பாகிஸ்தானின் கிரிக்கெட் வெற்றியைக் கொண்டாடும் இந்திய முஸ்லிம்கள் | 81 |

## வளர்த்தெடுக்கப்படும் மோடியென்கிற மாய பிம்பம்

| | | |
|---|---|---|
| 18. | சர்வதேசத் தலைவர்கள் மோடியைப் புகழ்வதைப் போன்ற மேற்கோள்கள் | 85 |
| 19. | ஜி20 மாநாட்டில் உலகத்தலைவர்களின் கவனம் மோடியையே சுற்றியிருப்பதைப் போன்ற புகைப்படம் | 88 |
| 20. | இந்தியாவின் முதல் கடல்விமானத்தில் பயணித்த முதல் பயணி நரேந்திர மோடி | 91 |
| 21. | ஒரு நாளைக்கு 18 முதல் 20 மணி நேரம்வரை மோடி உழைப்பதாகத் தகவல் வெளியிட்ட ஓய்வுபெற்ற அரசு உயரதிகாரி | 94 |
| 22. | பாஜக, ரிச்சர்ட் தாலர் மற்றும் பணமதிப்பிழப்பு | 96 |
| 23. | 'உலகிலேயே நம்பிக்கையான அரசு' என்று மோடி அரசை அறிவித்த போர்ப்ஸ் நிறுவனம் | 98 |
| 24. | மோடி அரசில் ஒரே ஒரு ரூபாய் அளவிற்கு மட்டும்தான் இந்திய ரூபாயின் மதிப்பு சரிவு | 102 |

## எதிர்க்கட்சியினரை இந்து விரோதிகளாகச் சித்தரித்தல்

25. மாணவர்களுக்கு குரான் வரிகளை போதிக்கும் கர்நாடக மாநிலப் பள்ளிகள் 107

26. சபரிமலை பக்தரை காவல்துறை கடுமையாகத் தாக்கியது போன்று வெளியான புகைப்படம் 109

27. இந்தியாவில் பாகிஸ்தான் கொடி கண்டெடுக்கப்பட்ட சந்தர்ப்பங்களின் பட்டியல் 112

## ராகுல் காந்தி - திட்டமிட்ட பொய்ப்பிரச்சாரகர்களின் விருப்பமான தலைவர்

28. ராகுல் காந்தியும் உருளைக்கிழங்கு தொழிற்சாலையும் 121

29. தானொரு 'இந்து அல்லாதவன்' என்று சோம்நாத் கோவிலில் கையெழுத்திட்ட ராகுல்காந்தி 123

30. நீச்சலுடை அணிந்திருந்த பெண்ணின் புகைப்படத்தை தன்னுடைய செல்போனில் பார்த்துக்கொண்டிருந்த ராகுல் காந்தி 126

31. ராகுல் காந்தியை தனது கேள்வியால் மடக்கிய 14 வயது துபாய் சிறுமி 128

32. ராகுல் காந்திக்குப் பின்னால் ஔரங்கசீப் ஓவியம் இருப்பதைப்போன்று வெளியான புகைப்படம் 130

33. பிரிட்டனில் நடந்த ராகுல் காந்தியின் கூட்டத்தில் பங்கேற்ற காலிஸ்தான் ஆதரவாளர்கள் 132

## பிரதமர் மோடியையும் பாஜகவையும் குறிவைத்தல்

34. 'மோடி 420' என்று எழுதப்பட்ட கால்பந்தாட்ட சட்டை 137

35. 'சுதந்திர இந்தியாவின் பிரதமர்களிலேயே மிகப்பெரிய ஊழல்வாதி மோடிதான்' என்ற அலோக் வர்மாவின் கூற்று 139

36. மோடிக்கு அருகில் ஒரு பெண் உட்கார்ந்திருப்பதைப் போன்று வெளியான புகைப்படம் 141

37. நாதுராம் கோட்சேவின் சிலைக்கு மாலை அணிவிக்கும் நரேந்திர மோடி 143

38. மூன்றாவது பெரிய பொருளாதார நாடு என்கிற பெருமையிலிருந்து ஆறாவது இடத்திற்கு சரிந்த இந்தியா 145

39. நான்காண்டுகளில் உலக பட்டினிக் குறியீட்டில் 55வது இடத்திலிருந்து 103வது இடத்திற்கு சரிந்த இந்தியா 148

40. பனியா சமூகத்தினரை 'திருடர்கள்' என்று அழைத்த அமித்ஷா 153

41. மின்னணு வாக்குப்பதிவு எந்திரத்தில் குளறுபடி செய்தே பாஜக தேர்தலில் வெற்றிபெற்றதாக முன்னாள் தலைமைத் தேர்தல் ஆணையர் குற்றச்சாட்டு 155

42. நரேந்திர மோடிக்கும் அடால்ஃப் ஹிட்லருக்கும் உடல்மொழியில் ஒற்றுமை இருப்பதைக் காட்டும் புகைப்படம் 157

## சமூக ஊடகங்களில் குறிவைக்கப்படும் இன்னபிற அரசியல்வாதிகள்

43. 'பசுக்களைப் பாதுகாப்பதே நம் வேலை, பெண்களையல்ல' என்று யோகி ஆதித்யநாத் பேசியதாக வெளியான செய்தி 161

44. இறைச்சி உணவு உண்ணும்போது மாட்டிக்கொண்ட சிவராஜ் சிங் சௌகான் 163

45. காஷ்மீரை இந்தியா கைவிடவேண்டும் என்று அரவிந்த் கேஜ்ரிவால் கூறியதாக பரவிய செய்தி 165

46. தேசியக் கொடியை அவமதித்த துணை ஜனாதிபதி ஹமித் அன்சாரி 168

47. ஆர்எஸ்எஸ் தொப்பியை அணிந்திருப்பது போன்று வெளியான பிரணாப் முகர்ஜியின் புகைப்படம் 170

48. சோனியா காந்திதான் உலகின் நான்காவது பணக்காரப் பெண்மணி 174

| | | |
|---|---|---|
| 49. | சோனியா காந்தியின் பாதங்களைத் தொட்டு வணங்கியது போன்ற மன்மோகன் சிங்கின் புகைப்படம் | 178 |
| 50. | நீச்சலுடையில் இருக்கும் சோனியா காந்தியின் இளவயது புகைப்படங்கள் | 180 |

## வரலாற்றுத் திரிப்புகள்

| | | |
|---|---|---|
| 51. | ஈகைப்பிறையை கிருஷ்ணர் பார்ப்பது போன்று வெளியான மத்திய வரலாற்றுக்காலத்து ஓவியம் | 185 |
| 52. | எந்தக் காங்கிரஸ் தலைவரும் சிறையிலிருந்த பகத்சிங்கை சந்திக்கவில்லை – பிரதமர் மோடி | 189 |
| 53. | எலுமிச்சைச்சாறு விற்றவர்தான் கொக்கக் கோலா நிறுவனத்தையே துவங்கினார் – ராகுல் காந்தி | 192 |

## அவமானப்படுத்தப்படும் ஜவஹர்லால் நேரு

| | | |
|---|---|---|
| 54. | 'பிறப்பால் தற்செயலாகத்தான் நானொரு இந்து, ஆனால் கலாச்சார வாழ்க்கைமுறையின்படி நான் ஒரு முஸ்லிமே' – ஜவஹர்லால் நேரு | 197 |
| 55. | பிரிட்டன் அரசாங்கத்திற்கு எழுதிய கடிதத்தில் சுபாஷ் சந்திர போஸை 'ஒரு போர்க்குற்றவாளி' எனக் குறிப்பிட்ட ஜவஹர்லால் நேரு | 200 |
| 56. | 1962இல் சீனாவுடனான போரில் தோற்றதற்காக நேருவை பொதுமக்கள் நையப்புடைத்தனர் | 204 |
| 57. | காலணி வாங்குவதற்கு நிதிஒதுக்காததால், ஒலிம்பிக் கால்பந்தாட்டத்தில் காலணி கூட அணியாமல் வெற்றுக்காலில் விளையாடிய இந்திய அணி | 207 |
| 58. | பெண்களுடனான நேருவின் புகைப்படங்களே அவரது 'ஒழுக்கத்தை' வெளிக்காட்டும் | 211 |

## வெகுமக்கள் ஊடகங்கள்

| | | |
|---|---|---|
| 59. | கத்துவா சிறுமி வன்புணர்வு செய்யப்படவில்லை என்பது பிணக்கூராய்வில் வெளிப்பட்டது | 217 |
| 60. | பயங்கரவாதக் குழுவில் இணைந்த அலிகார் முஸ்லிம் பல்கலைக்கழக மாணவரால், மற்றொரு மாணவரைக் காணவில்லை | 220 |
| 61. | ட்விட்டரில் இணைந்த ஒரே மணிநேரத்தில் முப்பது இலட்சம் பேரால் பின் தொடரப்பட்ட இந்திய ஜனாதிபதி இராம்நாத் கோவிந்த் | 222 |
| 62. | இராமர் கோவிலுக்கு ஆதரவாகக் களமிறங்கிய முஸ்லிம் பெண்கள் | 224 |
| 63. | அடல் பிகாரி வாஜ்பாய்க்கு மருத்துவர்கள் இறுதி மரியாதை செலுத்துவதைப் போன்று வெளியான புகைப்படம் | 227 |

## தனிநபர்கள் மீதான தாக்குதல்கள்

| | | |
|---|---|---|
| 64. | வெறுப்புணர்வைத் தூண்டுவதைப்போன்ற பர்ஹான் அக்தரின் பொய்யான மேற்கோள் | 231 |
| 65. | சிறுகுழந்தைகளை வன்புணர்ந்தவர்களுக்கு ஆதரவாகப் பேசியதாக பத்திரிக்கையாளர் ரானா அயூப் மீது குற்றச்சாட்டு | 233 |
| 66. | ஒரு குறிப்பிட்ட அரசியல் கட்சிக்காகவே தான் வேலைபார்ப்பதாக வீடியோவில் ஒப்புக்கொண்டு மாட்டிக்கொண்ட இரவிஷ் குமார் | 235 |
| 67. | கத்துவா சிறுமிக்காக வசூலித்த நிதியை சுருட்டி எடுத்துக்கொண்டார் ஷீலா ரஷித் | 238 |

## போலிக் கருத்துக்கணிப்புகள், போலிப் பட்டியல்கள், போலி ட்விட்டர் கணக்குகள்

| | | |
|---|---|---|
| 68. | போலி ட்விட்டர் கணக்கிலிருந்து பகிரப்பட்ட இந்துவிரோதக் கருத்துகள் | 243 |
| 69. | பிபிசி நியூஸ்ஹப்- இன் போலிப் பட்டியல்கள் | 247 |

70. உலகின் இரண்டாவது பெரிய ஊழல்வாத பிரதமராக சித்தரிக்கப்பட்ட மோடி 249

71. கர்நாடகா மற்றும் இராஜஸ்தான் தேர்தல்களில் பாஜக வெற்றிபெறும் என்ற பிபிசியின் கருத்துக்கணிப்பு 250

72. புகழ்பெற்ற செய்தி நிறுவனங்களை பகடி செய்தவதற்காக உருவாக்கப்பட்ட ட்விட்டர் கணக்குகளின் பதிவுகளால் ஏமாற்றப்படும் சமூக ஊடகப் பயனர்கள் 253

73. ஹர்ஷ வர்தன்: ஐன்ஸ்டீனின் கோட்பாட்டைவிட வேதங்களின் கோட்பாடுகளே மேலானதெனக் கூறிய ஸ்டீபன் ஹாக்கிங் 257

## இதர வதந்திகள்

74. இந்திய இராணுவத்தினரால் காஷ்மீரில் வீடுகள் கொளுத்தப்பட்டபோது எடுத்த வீடியோ 263

75. மோடியும் சீன அதிபர் ஜீயும் 24 மணி நேரத்தில் 6 முறை உடலுறவு கொள்ளப்போவதாக வெளியான பத்திரிக்கை தலைப்புச்செய்தி 266

76. வாட்சப் வதந்திகளும் கும்பல் படுகொலைகளும் 268

## அறிவியல் வதந்திகள்

77. தட்டம்மை-ரூபெல்லா தடுப்பூசிக்கு எதிரான வதந்திகள் 275

78. நீரிழிவு நோய் எதிர்ப்பு மருந்துகளாக முன்வைக்கப்பட்ட பிஜிஆர்-34 மற்றும் ஐஎம்ஈ-9 282

79. டெங்குவை ஒழிக்குமா பப்பாளியும் கேரிபில் மாத்திரையும் 288

80. மலேரியாவை குணப்படுத்துவதாகக் கூறப்படும் ஆயுஷ்-64 295

81. அறிவியலுக்கு எதிரான ஹோமியோபதி சிகிச்சைமுறைகள் 300

82. மனச்சோர்வு: உயிரியல் மூலமாகவும் வருவதற்கான ஆதாரங்கள் 310

குறிப்புகள் 319

# முகவுரை

## இரவிஷ் குமார்

ஃபேக் செய்திகளினால் இப்போதெல்லாம் கும்பல் படுகொலைகள் கூட நிகழ்கின்றன. ஃபேக் செய்திகளின் மூலமாக ஒரு குறிப்பிட்ட சமூகமே எதிரிச் சமூகமாக முத்திரை குத்தப்படுகிறது. அந்த எதிரியினால் பாதிப்பு ஏற்படப்போகிறது என்கிற பயமும், பாதுகாப்பில்லாததைப் போன்ற மனநிலையும், ஃபேக் செய்திகளால் அதிகரித்துக்கொண்டே இருக்கின்றன. ஒரு குறிப்பிட்ட தத்துவத்தைக் கொண்ட அரசியல் கட்சிகளின் ஆதரவாளர்களுக்கு அவர்களுடைய கட்சிகளின் கொள்கைகளை அழுத்தமாக பதியவைப்பதற்காகவே மீண்டும் மீண்டும் ஃபேக் செய்திகள் பரப்பப்பட்டே வருகின்றன.

அத்தகைய அரசியல் ஆதரவாளர்களுக்கு இரவும் பகலுமாக வந்துசேர்கிற ஃபேக் செய்திகளினால், ஆயுதங்களைக்கூட அவர்கள் ஏந்துகின்றனர். அதன் முடிவாகத்தான், தெருக்களில் தங்களது எதிரிகளாக ஃபேக் செய்திகள் அடையாளம் காட்டியவர்களையெல்லாம் கும்பல்கொலையும் கூடச் செய்ய வைக்கின்றன.

ஃபேக் செய்திகளால் தூண்டப்பட்டு தெருக்களில் கூடும் கலவரக்கும்பலுக்கு கவனமாக எதிரிகளைத்தேடும் பொறுமையெல்லாம் இருப்பதில்லை. 2017இல் பெலுகானையும் (அல்வார் படுகொலை) 2018இல் சுபோத் குமார் சிங்கையும் (புலந்த்சகர் படுகொலை) அப்படியாகக் கூடிய கும்பல்தான் படுகொலை செய்தது. எவ்வித விசாரணையும் இன்றி, தனக்கு எதிரியாகப்படுகிறவர்களை கும்பலாகச் சென்று படுகொலை செய்கிற 'லின்சிங்' எனப்படுகிற முறையைத்தான்

பின்பற்றியிருக்கின்றனர். அதன்பின்னர், அப்படுகொலை நிகழ்ந்தது முதல் அதுகுறித்த அனைத்து நிகழ்வுகளையும் ஃபேக் செய்திகளைப் போலவே பரப்பவும் செய்கின்றனர். இன்னும் சொல்லப்போனால், பெலுகானும் சுபோத் குமார் சிங்கும் கொல்லப்பட்டதுகூட ஃபேக் செய்தியாகத்தான் இருக்கும் என்று நம்பவைக்கிற அளவிற்கு செய்திகளைத் தயாரித்து பரப்பிவிடுகின்றனர்.

ஜனநாயகத்தில் ஒவ்வொரு குடிமகனு/ளும் கவனமாகவும் நுண்ணுணர்வோடும் இருப்பதற்கு அவ்வப்போதைய தகவல்களும் செய்திகளும் அவர்களைச் சென்றடைவது மிகவும் அவசியம். ஆனால் அவர்களிடம் வந்தடைவதற்கு முன்னர், அவற்றில் பொய்களும் கலக்கப்பட்டிருந்தால் என்னாகும், அதனை வாசிப்பவர்கள் தவறாக வழிநடத்தப்பட்டு, கொடூரமானவர்களாகவும் தானே மாறக்கூடும். பெரும்பான்மையினர் மத்தியில் ஒரு அச்ச உணர்வினை விதைத்து அவர்களைத் தூண்டிவிடுவதற்கே ஃபேக் செய்திகள் உதவுகின்றன.

அக்கூட்டத்தில் இருப்பவர்களைப் போன்றே சிந்திப்பவர்களின் எண்ணிக்கை வெகுவேகமாக உயர்ந்திருப்பது, அக்கூட்டத்தில் அங்கம் வகிப்பவர்களுக்கு நன்கு தெரியும். வாட்சப்பிலும் வெகுமக்கள்/வெகுஜனப் பத்திரிக்கைகளிலும் தொடர்ச்சியாகப் பரப்பப்படுகிற ஃபேக் செய்திகளினால், சட்டத்தையே மீறுவதற்கான வலிமையைப் பெறுவோரும் அதிகரித்து வருகின்றனர். இப்படியான தருணங்களில் சரியான தகவல்களை வழங்கி, மக்களுக்கு உண்மை எதுவென தெளியவைக்க வேண்டிய கடமை ஊடகங்களுக்கு இருக்கிறது. ஆனால் அவர்களோ ஃபேக் செய்திகளைக் கண்டுகொள்ளாமல் விட்டுவிடுகின்றனர், அல்லது அவற்றைத் தீவிரமாகப் பரப்பும் வேலையில் இறங்கிவிடுகின்றனர்.

ஃபேக் செய்திகளை ஆய்வுசெய்துபார்த்தால், அவற்றில் பெரும்பாலானவை முஸ்லிம் சமூகத்தினருக்கு எதிரான வெறுப்பை விதைப்பவையாகத் தான் இருக்கின்றன. ஃபேக் செய்திகளெல்லாம் வருவதற்கு முன்னரும்கூட சிறுபான்மை மக்கள் மீது பெரும்பான்மை மக்களுக்கு ஏதோவொருவிதமான பொதுக்கருத்து இருக்கத்தான் செய்தது. ஆனால் ஃபேக் செய்திகளின் வருகைக்குப் பின்னர்தான் அது பன்மடங்கு அதிகரித்து, மிகப்பெரிய ஆபத்தாகவும் உருவெடுத்திருக்கிறது.

ஒரு அமைப்பாகவே திட்டமிட்டு செயல்படுகிற அளவிற்கு ஃபேக் செய்திகளைப் பரப்புவதற்கென்றே ஒரு கூட்டத்தை உருவாக்கி வைத்திருக்கின்றனர். கடந்த ஆண்டு நடந்த உத்தரப் பிரதேசத் தேர்தல் பிரச்சாரத்தின் போது, இதனை வெளிப்படையாகவே பாஜகவின் தலைவரான அமித்ஷா பெருமையாக ஒப்புக்கொண்டார். இரண்டு பெரிய வாட்சப் குழுக்களின் வலைப்பின்னல்களை பாஜக உருவாக்கி வைத்திருக்கிறது என்றார். அவற்றில் ஒரு வலைப்பின்னலில் பதினைந்து இலட்சம் உறுப்பினர்களும், மற்றொன்றில் பதினேழு இலட்சம் வாட்சப் உறுப்பினர்களும் இருந்தனராம். ஆக ஒட்டுமொத்தமாக முப்பத்தியிரண்டு இலட்சம் பேர். ஒவ்வொரு நாளும் காலை 8 மணியளவில், 'உண்மையை உணருங்கள்' என்று தலைப்பிட்டு அவர்கள் அனைவருக்கும் ஒரு செய்தி அனுப்பப்படும். அச்செய்திகள் வாட்சப்பில் துவங்கி, அப்படியே பரவி, செய்தி ஊடகங்களையும் சென்றடைந்து செய்தித்தாள்களிலும் அச்சிடப்பட்டு பரந்துபட்ட செய்தியாக மாறும். அவற்றில் பலவும் வைரலாகவும் மாறுகின்றன.

"நம்முடைய தொண்டர் ஒருவர் மிகவும் புத்திசாலித்தனமாக செயல்பட்டிருக்கிறார். முலாயம்சிங்கை அவருடைய மகனான அகிலேஷ் யாதவ் கன்னத்தில் அறைந்துவிட்டார் என்று ஒருநாள் அக்குழுக்களில் செய்தியனுப்பிவிட்டார். ஆனால் அப்படியொன்று நடக்கவே இல்லை. முலாயமும் அகிலேஷும் 600 கிலோமீட்டர் தள்ளித்தான் இருந்திருக்கின்றனர். இருப்பினும் அப்படியொரு செய்தியை நமது ஆளொருவர் அக்குழுக்களில் போட்டுவிட்டார். அதனை நம்முடைய சமூக ஊடகப்பிரிவு பரப்பியும்விட்டது. அச்செய்தி எல்லாபக்கமும் பரவிவிட்டது. அன்றைய தினம் சுமார் 10 மணியளவிலேயே என்னுடைய அலைபேசி தொடர்ந்து அலறிக்கொண்டே இருந்தது. சார், முலாயமை அகிலேஷ் அடிச்சிட்டாராமே, கேள்விப்பட்டீங்களான்னு ஆளாளுக்கு என்னைக் கேட்கத் துவங்கிவிட்டனர். ஆக, அச்செய்தி மிகப்பெரிய அளவில் பரவியிருப்பதை புரிந்துகொண்டேன். இதுபோல செய்யக்கூடாது தான். ஆனால் ஒருபொதுக்கருத்தை நம்முடைய தொண்டர் ஒருவரால் உருவாக்க முடிந்திருக்கிறது பாருங்களேன். இச்செயலின் மூலம் நம்முடைய செல்வாக்கு அதிகரிக்கிறது தான், இருந்தாலும் செய்யாதீர்கள் (என்று அமித்ஷா சிரித்துக்கொண்டே நக்கலாக சொன்னதும், சிரிப்பொலியினால் பார்வையாளர் கூட்டமே அதிர்கிறது). இவ்வழியில் நம்மால் நல்லதையும் செய்யமுடியும் தான். நல்லதோ கெட்டதோ இனிப்போ கசப்போ

பொய்யோ போலியோ - எப்படியான செய்தியாக இருந்தாலும் நம்மால் பொதுமக்களிடம் கொண்டு சேர்க்கமுடியும் என்பதும் இதன்மூலம் உறுதியாகிறது. வாட்சப் குழுக்களின் மூலமாக முப்பத்தியிரண்டு இலட்சம் பேரை நம்மால் நேரடியாகச் சென்று சேர முடிந்திருப்பதாலேயே, இது சாத்தியமாகியிருக்கிறது" என்றார் அமித்ஷா.

முலாயம் சிங்கை அகிலேஷ் யாதவ் அறைந்தார் என்பதே ஒரு பொய்யான ஃபேக் செய்திதான். ஆனால் அப்படியொரு செய்தியை உருவாக்கி, பரப்பி, தனக்குச் சாதகமாக மாற்றியிருப்பதாக பாஜகவின் தேசியத் தலைவரே ஒப்புக்கொண்டு பெருமைபடப் பேசியிருக்கிறார்.

ஃபேக் செய்திகள் உருவாக்கி பரப்பப்படும் கட்டமைப்பு எந்தளவுக்கு வலிமையாக செயல்படுகிறது என்பதை உணர்த்துவதற்காகத் தான் இதனை இங்கே எடுத்துக்காட்டினேன். செய்தி ஊடகங்களாவது இப்படியான ஃபேக் செய்திகளைத் தடுக்குமென்று எதிர்பார்த்தால், பிரபல ஊடகங்களின் தொகுப்பாளர்களும் ஆசிரியர்களுமே கூட ஃபேக் செய்திகளுக்கு பச்சைக்கொடி காட்டி வரவேற்கின்ற பணியைச் செய்ய ஆரம்பித்துவிட்டனர்.

அப்படியான செய்திகளின் உண்மைத்தன்மையினை வெளிக்கொண்டுவந்தால் அரசின் கோபத்திற்கு ஆளாகிவிடுவோமோ என்கிற அச்சத்தினாலேயே பல ஊடகங்களும் ஊடகவியலாளர்களும் ஃபேக் செய்திகளைக் கண்டுகொள்ளாமல் அமைதியாகக் கடந்து சென்றுவிடுகின்றனர். ஃபேக் செய்திகளால் யாரெல்லாம் பயனடைகின்றனர் என்று குறிப்பிட்டு சொல்லவேண்டியதே இல்லை என்று நினைக்கிறேன். ஃபேக் செய்திகளாலேயே பல இடங்களில் கலவரங்கள் கூட உருவாகத் துவங்கியிருக்கின்றன.

ஃபேக் செய்திகளைப் பற்றிய சந்தேகத்துக்கு இடமில்லாத மிகப்பெரிய விழிப்புணர்வு தற்போது உருவாகிவருகிறது. ஆனால் அதுவெல்லாம் எங்கிருந்து ஆரம்பித்தது? பிரதீக் சின்ஹா போன்ற சில தனிமனிதர்களின் முயற்சிகளால்தான் அது சாத்தியமாகியிருக்கிறது.

அவரைப் போன்று வேறுசிலரும் கூட இத்தகைய முயற்சியில் ஈடுபட்டனர் தான். ஆனால் அவர்களால் தொடர்ந்து

இயங்கமுடியாமல் போயிருக்கிறது. பிரதீக் சின்ஹாவோ ஆல்ட்நியூஸ் என்கிற இணையதளத்தை உருவாக்கினார். அதில் ஒவ்வொரு நாளும் ஃபேக் செய்திகள் அடித்து நொறுக்கப்பட்டே வருகின்றன. பாஜகவினரால் திட்டமிட்டு உருவாக்கப்பட்டு பரப்பப்படும் ஃபேக் செய்திகள் மட்டுமல்லாமல், காங்கிரஸ் ஆதரவாளர்களால் பரப்பப்படுவனவற்றையும் சேர்த்தே வெளிக்கொண்டு வருகின்றனர்.

உலகெங்கிலும் செய்தித்தாள்களும் செய்தி நிறுவனங்களுமாக இணைந்து ஃபேக் செய்திகளை எதிர்த்துக் கொண்டிருக்கையில், இந்தியாவிலோ தனிமனிதனாக பிரதீக் சின்ஹா அவற்றை எதிர்த்துப் போராடிக்கொண்டிருக்கிறார். வெகுஜன ஊடகங்களே கைகழுவிவிட்ட ஃபேக் செய்தி எதிர்ப்புத்தன்மையினை அவர் இறுகப்பற்றிக் கொண்டிருக்கிறார்.

பிரதீக் சின்ஹாவின் இந்நூல், ஒரு ஆவணமாகவே உங்கள் கைகளில் வந்து சேர்ந்திருக்கிறது. தவறான தகவல்களைப் பரப்பும் விளையாட்டுகளையும், அதற்குப்பின்னால் இருந்து திட்டமிட்டு அதனைச் செய்கிற அமைப்புகளையும் இந்நூலைப் படிப்பதன்மூலம் அறிந்துகொள்ள முடியும்.

மக்களாட்சியின் எதிர்காலமே குடிமக்களை எப்போதும் விழிப்புடன் வைத்திருப்பதில்தான் அடங்கியிருக்கிறது. ஆனால் செய்திகளை அறிந்துகொள்வதில் குடிமக்களுக்கு இருக்கிற ஆர்வத்தை சூழ்ச்சியுடனும் தந்திரமாகவும் ஃபேக் செய்திகள் பயன்படுத்திக்கொள்கின்றன.

இந்த தேசத்திற்கு உண்மையாக இருப்பதாக இந்தியாவின் குடிமக்களை உணரவைப்பதும், ஒருசில குறிப்பிட்ட சமூகத்தைச் சேர்ந்தவர்கள் இந்த தேசத்தை முன்னேற்றப்பாதையில் வளரவிடாமல் தடுப்பதாக ஒரு பொதுக்கருத்தை பெரும்பான்மையினர் மத்தியில் உருவாக்குவதும் ஃபேக் செய்திகளின் நோக்கமாக இருக்கிறது. அத்தகைய செய்திகளைப் பரப்புவது தன் கடமையென குடிமக்களை நம்பவைத்துவிடுகிற மோசமான பணியினையும் அவை செய்துவிடுகின்றன.

செய்திகளும் தகவல்களும் குடிமக்களிடம் சென்று சேர்வதில் தான் மக்களாட்சியின் வலிமையே இருக்கிறது. ஆனால் அச்செய்திகள் அவர்களிடம் சென்று சேர்வதற்குள் கலப்படம் செய்யப்பட்டு உண்மைத்தன்மையை இழந்துவிட்டால் என்னாகும்?

மக்களாட்சியை மக்கள் ஆதரித்துக்கொண்டே இருக்கையில், மக்களாட்சியின் அதிகார மையங்களை வைத்திருக்கும் ஆட்சியாளார்களே பொய்யான செய்திகளை மக்களிடம் பரப்புபவர்களாக இருந்தால் என்னாகும்?

ஒரு தேசத்தில் ஊடகங்களுக்கான சுதந்திரமும், அவற்றால் எந்தளவுக்கு உண்மையான செய்திகளைத் தரமுடிகிற நிலையும் இருக்கிறதோ, அதனைக் கொண்டுதான் ஒரு அரசின் திறனை மதிப்பீடு செய்யமுடியும். அப்படி இல்லாதபோது, அந்த தேசத்தில் வாழும் குடிமக்கள் அனைவரும் தாங்கள் உண்மையான குடிமக்களாக நேர்மையாக இருக்கிறோமா இல்லையா என்று தங்களை சுயபரிசோதனை செய்துகொள்ள வேண்டியது அவசியமாகும். தயவுசெய்து இந்நூலைப் படித்துப்பாருங்கள். உங்களுக்கு என்னவெல்லாம் நேர்ந்திருக்கிறது என்பதையும் எதிர்காலத்தில் என்னவெல்லாம் நிகழ வாய்ப்பிருக்கிறது என்பதையும் அறிந்துகொள்ள இந்நூல் நிச்சயமாக உதவும்.

Reference: https://thewire.in/politics/amit-shah-bjp-fake-social-media-messages

# முன்னுரை

## பிரதீக் சின்ஹா

2014 ஆம் ஆண்டு நாடாளுமன்றத் தேர்தலுக்கு முன்பாக, குஜராத்தின் அகமதாபாத்தில் உள்ள பேருந்து நிலையம் எனச்சொல்லி மிகவும் அழகான ஒரு பேருந்து நிலையத்தின் புகைப்படம்[1] இணையத்தில் பரவிக்கொண்டிருந்தது. குஜராத்தின் வளர்ச்சியைப் பெருமையாக ஒட்டுமொத்த தேசத்திற்கும் காட்டி ஓட்டுக்கேட்பது தான் அப்பதிவின் நோக்கம். ஆனால் உண்மையில் அது குஜராத்தில் எடுக்கப்பட்ட புகைப்படமே அல்ல. அது சீனாவின் குவாங்செள என்னும் ஊரில் உள்ள பேருந்து நிறுத்தம் என்பது தான் உண்மை.

அப்படத்தை இணையத்தில் பகிர்ந்தவர், 2014 தேர்தலுக்குப் பின்னர் புதிய ஆட்சியில் பெரிய பதவியை எல்லாம் பெற்றிருக்கிறார். இன்று 'ஃபேக் செய்திகள்' என்கிற வார்த்தை பெருநகரங்களிலும் சிறுநகரங்களிலும் இருக்கிற வீடுகளில் சாதாரணமாகப் புழங்கும் வார்த்தையாக மாறியிருக்கிறது. ஆனால், சமூக ஊடகங்களைப் பயன்படுத்தி, பெருவாரியான மக்களின் எண்ணங்களில் மாற்றத்தை ஏற்படுத்தி, அவர்களை திசைதிருப்பும் வேலை 2012-2013 ஆண்டுகளிலேயே துவங்கிவிட்டது.

2015 ஆம் ஆண்டு ஆகஸ்ட் மாதத்தில் ஒரு மதத்தோடு மிகவும் வலுவான தொடர்பு கொண்டிருக்கிற ஒரு இணையதளம் பதிவு செய்யப்பட்டது. அதன் நிறுவனர் 2016 ஆம் ஆண்டில், வலைத்தளம் நடத்துவதை ஒரு வியாபார வழிமுறையாக அறிமுகப்படுத்தும் காணொளி ஒன்றினை வெளியிட்டார்.

அவர் தொடங்கிய இணையதளத்தை, மாதமொன்றிற்கு 1.2 கோடி முதல் 1.5 கோடி பேர் வரையிலும் பார்வையிடுவதாக அக்காணொளியில் பேசியிருக்கிறார். அப்படிப் பார்வையிடுகிறவர்களால், அவருக்குக் கிடைத்த விளம்பர வருமானத்தின் ஆதாரத்தையும் அக்காணொளியில் காட்டினார். அவருடைய இணையதளத்தில் இருக்கும் கட்டுரைகளில் காணப்படும் விளம்பரங்களை யாரேனும் பார்வையிட்டால், அவருடைய வருமானம் அதிகரிப்பதை அந்த ஆதாரத்தில் எடுத்துக்காட்டினார்.

அந்த இணையதளத்தின் ஒரு கட்டுரையில், பெரும்பான்மை சமூகத்தைச் சேர்ந்த ஒருவரை சிறுபான்மை சமூகத்தினர் கூட்டாகசேர்ந்து கொல்வதைப் போன்ற ஒரு காணொளி இணைக்கப்பட்டிருந்தது. இத்தகைய சம்பவத்தை இந்திய ஊடகம் கண்டுகொள்ளவில்லை என்றும் அக்கட்டுரை சுட்டிக்காட்டியது. இராஜஸ்தானில் கால்நடை வியாபாரியாக இருந்த பெஹ்லு கான்[2] என்பவர் பசுகுண்டர்களால் அடித்துக்கொல்லப்பட்ட சம்பவம் நடந்த காலகட்டத்தில்தான், அந்த இணையதளத்தில் எதிர்காணொளியாக அது வெளியாகியிருந்தது.

ஆனால் உண்மையிலேயே அந்தக் காணொளியே வங்காளதேசத்தில் எடுக்கப்பட்டதாகும். அச்சம்பவத்திற்கும் மதத்திற்கும் எவ்விதத் தொடர்பும் இல்லை. அப்பொய்யான வீடியோவை வெளியிட்டதன் மூலம், அரசியல் பிரச்சாரம் மற்றும் விளம்பர வருவாய் என அந்த இணையதளத்தின் உரிமையாளர் ஒரேகல்லில் இரண்டு மாங்காய் அடித்திருக்கிறார்.

இந்தியாவில் இணையப் பயன்பாடு அதிவேகமாக அதிகரித்த அதேவேளையில் தான், இத்தகைய இணையதளங்களின் வளர்ச்சியும் நடந்தேறியது. 2016 ஆண்டு ஜூன் மாதவாக்கில், ஒரு மாதத்திற்கு 20 கோடி ஜிபி அளவிற்கு இந்தியாவில் இணையம் பயன்படுத்தப்பட்டிருக்கிறது. அதுவே, சுமார் ஒன்பது மாதங்கள் கழித்து, 2017 ஆம் ஆண்டு மார்ச் மாதத்தில், ஆறரைமடங்கு அதிகரித்து, 130 கோடி ஜிபி அளவிற்கு இணையத்தைப் பயன்படுத்தியிருக்கிறது இந்தியா.

இன்றைக்கு இந்தியாவின் மூலைமுடுக்கெல்லாம் இணையம் சென்று சேர்ந்திருக்கிறது. பொதுவாக இத்தகைய வளர்ச்சி, மகிழ்ச்சியையும் கொண்டாட்டத்தையும் கொண்டுவரும். ஆனால்,

வங்கி சேவைகள் உள்ளிட்ட பல நன்மைகளை வீட்டிற்கே கொண்டுவந்து சேர்க்கத்தொடங்கிய இணையம், 2017 மே மாதத்தில் ஒரு பெரிய சோகத்தில் சிக்கிக்கொண்டது.

கைகளை கூப்பிக்கொண்டு, முகமெங்கும் இரத்தம் வழிய, கிழிந்த சட்டையுடனும் இரத்தம் தோய்ந்த பனியனுடனும் உயிர்ப்பிச்சை கேட்டுக்கொண்டிருந்த முகமது நயீம்³ என்கிற இளைஞனின் புகைப்படம், 2017 ஆம் ஆண்டு மே மாதம் 19 ஆம் தேதி பல்வேறு செய்தித்தாள்களில் வெளியானது. குழந்தைகளைக் கடத்துகிறார்கள் என்கிற வாட்சப் வதந்திகளின் காரணமாகவே ஜார்கண்டில் முகமது நயீம் உள்ளிட்ட ஏழு பேர் அடித்தே கும்பல் கொலை செய்யப்பட்டிருக்கின்றனர்.

'மயக்க மருந்துகள், மயக்க ஊசிகள், தெளிப்பான், பருத்தித் துண்டுகள் உள்ளிட்ட பொருட்களை வைத்துக்கொண்டே குழந்தைக் கடத்தல்காரர்கள் உலா வருகின்றனர். அவர்கள் இந்தி, வங்காளம் மற்றும் மலையாள மொழிகளில் பேசுகின்றனர். உங்கள் வீட்டுக்கு அருகில் அப்படியான அந்நியர்கள் யாரையேனும் பார்த்தீர்களானால், உடனடியாக உள்ளூர் காவல்துறைக்கு தகவல் தெரிவிக்கவும். அவர்கள் குழந்தைக்கடத்தல் கும்பலைச் சேர்ந்தவர்களாக இருக்கக்கூடும்', என்று இந்தியில் எழுதப்பட்ட செய்தியொன்று வாட்சப்பில் பரவிக்கொண்டிருந்தது.

இப்படியாக தொடர்ந்து பரவிக்கொண்டே இருந்த செய்திகளினால், தங்கள் குழந்தைகளை இழந்துவிடுவோமோ என்கிற பயம் பொதுமக்கள் மத்தியில் அதிகரித்தது. அதன் காரணமாகவே, விசாரிக்கக்கூட மனம் வராமல் எந்தக்குற்றமும் செய்யாத ஏழுபேரை அடித்தே கொன்றிருக்கின்றனர். வீட்டில் புதிதாக ஒரு அடுப்பு வாங்கினால் கூட, அதனை எவ்வாறு பயன்படுத்த வேண்டும், எவ்வாறெல்லாம் பயன்படுத்தக்கூடாது என்று எழுதப்பட்ட கையேடு தருகிறார்கள். ஆனால் இணையத்திற்கு அப்படியான எந்தக் கையேடும் இல்லை. ஒருவேளை இணையத்திற்கும் அப்படியான கையேடு இருந்திருந்தால், அந்த ஏழு மரணங்களும் 12 பேரின் கைதுகளும் நடந்திருக்காதோ என்னவோ. இத்தகைய மரணங்கள் நிகழ எது காரணமாக இருந்திருக்கிறது? இணையப்பயன்பாட்டின் சரி, தவறுகள் போதிக்கப்படாததுதானே.

இத்தகைய கொடூரமான கொலைகள் ஜார்கண்டில் நடப்பதற்கு சில மாதங்களுக்கு முன்னர், 2017 ஆம் ஆண்டு பிப்ரவரி மாதத்தில் அகமதாபாத் நகரின் ஒரு சிறிய அறையில் தான் ஆல்ட் நியூஸ்[4] உதயமானது. இந்தியாவின் சமூக ஊடகங்களிலும் வெகுமக்கள் பத்திரிக்கை ஊடகங்களில் பரப்பப்படும் பொய்யான செய்திகளையும் வதந்திகளையும் எதிர்த்துப் போராடி, உண்மைகளை வெளிப்படுத்துவதை முக்கியக் குறிக்கோளாகக் கொண்டுதான் ஆல்ட் நியூஸ் உருவாக்கப்பட்டது.

குவாத்திமாலா என்னும் நாட்டில் ஒரு டாக்சி ஓட்டுநரை சுட்டுக்கொன்றதாகக் குற்றஞ்சாட்டி ஒரு இளம்பெண் எரித்துக்கொல்லப்பட்டாள். அதனை வீடியோவாக எடுத்து இணையத்தில் யாரோ பரவவிட்டிருந்தனர். ஆனால் அதே வீடியோவை[5] எடுத்து, 'ஒரு இந்து மார்வாடிப் பெண்ணை இந்தியாவில் முஸ்லிம்கள் உயிரோடு கொளுத்துகின்றனர்' என்று தலைப்பிட்டு யாரோ பரப்பியிருக்கின்றனர். இந்த உண்மையை ஆல்ட் நியூஸ் துவங்கப்பட்ட காலத்தில் கண்டறிந்து வெளியிட்டது. அன்றிலிருந்து இன்றுவரையிலும் 1000 கட்டுரைகளுக்கும் மேலாக எழுதி, சமூக ஊடகங்களில் மிகப்பரவலாகவும் பிரபலமாகவும் இருக்கிற ஏராளமான வதந்திகளின் உண்மைத்தன்மையினை போட்டு உடைத்து ஆவணமாக்கியிருக்கிறது ஆல்ட் நியூஸ்.

அறிவியல், தொழிற்நுட்பம், இதழியல், கணக்கியல், வியாபாரம், தொலைதொடர்பு எனப் பல்வேறு துறைகளில் வல்லுநர்களாக இருக்கிறவர்களை குழுவாகக் கொண்டு, பரந்துபட்ட பல்துறை வதந்திகளையும் உடைத்தெறிந்திருக்கிறது.

உண்மைத்தன்மையைக் கண்டறிவதற்காக இயங்கும் இந்திய இணையதளங்களிலேயே ஆல்ட் நியூஸ் தான் அதிகமான பார்வையாளர்களை ஈர்த்துவருகிறது. ஆங்கிலத்தில் துவங்கப்பட்டு, பின்னர் 2017 ஏப்ரல் மாதம் முதலே, இந்தியிலுமாக சேர்த்து இருமொழிகளிலும் இயங்கிவருகிறது. இலாப நோக்கற்ற அமைப்பு விதிகளின் கீழ் அமைக்கப்பட்ட பிரவ்தா மீடியா ஃபவுண்டேசனின் ஒரு அங்கமாக ஆல்ட் நியூஸ் உருவாக்கப்பட்டு செயல்பட்டு வருகிறது.

கடந்த இரண்டு ஆண்டுகளாகவே ஓரேமாதிரியான வரையறைக்குள் அடக்கும்விதமாக உண்மைக்குப் புறம்பான செய்திகள் பரவிக்கொண்டிருக்கின்றன. வலதுசாரி பிரச்சாரகர்களால்

கட்டவிழ்த்துவிடப்படும் அத்தகைய வதந்திகளில், பெரும்பாலானவை இந்தியாவின் சிறுபான்மையினரைத் தாக்கும் விதத்தில் தான் அமைந்திருக்கின்றன.

சாம்பியன்ஸ் ட்ராஃபி கிரிக்கெட் போட்டியில் பாகிஸ்தான் வென்றதை இந்திய முஸ்லிம்கள் கொண்டாடுவது போலவும், அமிர்தசரசில் தசராவின்போது நிகழ்ந்த இரயில்விபத்தை இம்தியாஸ் அலி என்கிற முஸ்லிம் வேண்டுமென்றே நடத்தியதாகவும், பல்வேறு வீடியோக்கள் முதல் போட்டோஷாப் மென்பொருளால் மாற்றியமைக்கப்பட்ட புகைப்படங்கள் வரையிலும் பயன்படுத்தி, இந்தியாவின் சிறுபான்மையினரை மோசமானவர்களாக சித்தரித்து, திட்டமிட்டே உருவாக்கப்பட்ட வதந்திகள் பரப்பப்பட்டுக்கொண்டே இருக்கின்றன. சிறுபான்மையினர் தான் இந்தியாவில் நடக்கும் அனைத்து குற்றங்களுக்கும் காரணமாக இருக்கின்றனர் என்கிற பிம்பத்தையும் இத்தகைய வதந்திகள் உருவாக்க முயற்சிக்கின்றன.

அதேபோல, எதிர்க்கட்சிகளின் அரசியல் ஊர்வலங்களில் பாகிஸ்தான் கொடிகள் பறப்பதாகவும், 'பாகிஸ்தான் வாழ்க' என்கிற முழக்கம் ஒலிப்பதாகவும் பொய்யான குற்றச்சாட்டுகளை வதந்திகளாகப் பரப்புவது வாடிக்கையாகியிருக்கிறது.

வரலாற்றைத் திரிப்பதும் சமூக ஊடக வதந்திகளில் முக்கியக் கருப்பொருளாகும். நேருவும் அவரது சகோதரியும் இருக்கும் புகைப்படங்களைக் கூட பகிர்ந்து, அப்பெண்ணை யாரோ ஒருவராக இட்டுக்கட்டி, நேருவை ஒழுக்கக்கேடானவர் என்றும், வெறுங்காலோடு இந்தியக் கால்பந்து அணியினர் உலகக்கோப்பையில் விளையாடியதற்கு நேரு நிதி ஒதுக்காததே காரணம் என்றும், இந்தியாவின் முதல் பிரதமராக இருந்த ஜவஹர்லால் நேருவைப் பற்றிய பல்வேறு வரலாற்றுத் திரிப்பு வதந்திகளைப் பரப்பிவருகின்றனர். ஃபேக் செய்திகளை உருவாக்குபவர்களின் விருப்பமான மனிதர் அவர் என்றுகூட சொல்லலாம்.

வலதுசாரித் தத்துவத்தை எதிர்க்கும் பத்திரிக்கையாளர்கள், சமூக செயற்பாட்டாளர்கள், தாராளவாதிகள் என எவராக இருந்தாலும், அவர்களைக் குறித்த தவறான தகவல்கள் பரப்பப்படுகின்றன.

மத்திய அரசை ஆகா ஓகோவெனப் புகழ்வதற்கும் வானளாவிய சாதனைகளைப் படைத்துவிட்டதாக ஒரு பிம்பத்தைத்

தோற்றுவிப்பதற்கும் இதேபோல பொய்யான தகவல்களைக் கொண்ட செய்திகளை உருவாக்கி பரப்பிவிடுகின்றனர். சர்வதேசத் தலைவர்கள் அனைவரும் மோடியைப் புகழ்ந்து தள்ளுவதாகவும், பணமதிப்பிழப்பு நடவடிக்கையை (டீமானிட்டைசேசன்) நோபல் பரிசு வாங்கிய பொருளாதார வல்லுநரே பாராட்டியது போலவும் ஃபேக் செய்திகளை உருவாக்கி மக்களை நம்பவைக்க முயற்சிக்கின்றனர்.

ஆல்ட் நியூஸ் துவங்கப்பட்ட முதல் ஆண்டில், இந்தியாவின் வலதுசாரிகளால் பரப்பப்பட்ட ஃபேக் செய்திகள் தான் அதிகமாக உலவிக்கொண்டிருந்தன. ஆனால் கடந்த ஓராண்டாக, வலதுசாரிக்கூட்டத்தைத் தாண்டி வேறுசிலரும் பொய்யான தகவல்களைப் பரப்பத் துவங்கியிருப்பதைக் காணமுடிகிறது.

சில குறிப்பிட்ட காலங்களில் பொய்யான செய்திகளின் வருகை உச்சத்தில் இருப்பதையும் பார்க்கலாம். குறிப்பாகத் தேர்தல் காலங்களில், எதிர்க்கட்சிகளைப் பற்றிய பொய்யான பரப்புரைகளை மேற்கொண்டு, அதன்மூலம் மக்களை பிளவுபடுத்தி, சமூக அமைதியையும் கெடுத்து, பெரும்பான்மை மக்களின் ஓட்டுக்களை அள்ளுவதே அத்தகைய வதந்திகளைப் பரப்புவோரின் நோக்கம். மேற்குவங்கத்தில் கலவர சூழல் இருந்தபோது, நடுத்தெருவில் பாலியல் துன்புறுத்தலுக்கு ஒரு பெண் ஆளாவதைப் போன்ற ஒரு திரைப்படக் காட்சியை புகைப்படமாக வெட்டியெடுத்து, 'இந்துப்பெண்ணை மானபங்கப்படுத்தும் முஸ்லிம்கள்' என்று தலைப்பிட்டு திட்டமிட்டே பகிரப்பட்டது.

ஏராளமான உண்மைகண்டறியும் இணையதளங்கள் உருவாகத் துவங்கியதும், முன்பு சமூக ஊடகங்களில் வதந்திகளைப் பரப்பிக் கொண்டிருந்த பிரபலமான பயனாளர்கள் அனைவரும் விழிப்படைந்துவிட்டனர். இனியும் நேரடியாக வதந்திகளைப் பரப்பினால் வேலைக்கு ஆகாது என்பதைப் புரிந்துகொண்டு, தங்களது பெயர்களை வெளியே காட்டிக்கொள்ளாத அனானிகளாக அதேவேலையைச் செய்யத் துவங்கிவிட்டனர். குறிப்பாக ட்விட்டரில் ஏராளமான போலிக்கணக்குகளை உருவாக்கி பொய்களைப் பரப்ப ஆரம்பித்து விட்டனர்.

அதேவேளையில், மிகநேர்த்தியாகவும் வண்ணமயமாகவும் தரமாகவும் தயாரிக்கப்பட்ட புகைப்படங்களும் வீடியோக்களுமாக

பதிவிடுகிற ஏராளமான பேஸ்புக் பக்கங்களும் புதிதாக முளைத்தன. அதிகமானோர் பின்பற்றும் அரசியல் பேஸ்புக் பக்கங்களை விற்பதற்கும் வாங்குவதற்குமான சந்தையிடமாகவே ஏராளமான பேஸ்புக் குழுக்களே இயங்கி வந்திருப்பதை ஆல்ட் நியூஸ் கண்டறிந்திருக்கிறது. இந்திய இராணுவம் பற்றியோ, கிரிக்கெட் வீரர்களான விரேந்திர சேவாக் போன்றோரைப் பற்றியோ, அரசியல்வாதிகளான நரேந்திரமோடி மற்றும் யோகி ஆதித்யநாத் போன்றோரைப் பற்றியோ அத்தகைய அரசியல் பேஸ்புக் பக்கங்கள் உருவாக்கப்பட்டிருக்கும். அவற்றில் சிலபக்கங்களை பத்து இலட்சத்திற்கும் மேற்பட்டோர் பின்தொடர்கின்றனர். அதனால் அவையெல்லாம் பெரும்பணத்திற்கு விற்பனையாகியிருக்கின்றன.

தவறான தகவல்களைக் கொண்ட வதந்திகள் சமூக ஊடகங்களில் பரவிக்கொண்டிருந்த நேரத்தில், அப்பிரச்சனையின் ஒருபகுதியாகவே வெகுஜன/வெகுமக்கள் ஊடகங்களும் இணைந்துகொண்டன. சில நேரங்களில் வெகுமக்கள் ஊடகங்களில் வரும் செய்திகளே கூட, சமூக ஊடக வதந்திகளுக்கு வித்திடுகின்றன. 24 மணி நேரமும் தொலைக்காட்சிகளிலும் இணையம் வழியாகவும் புத்தம்புதிய பரபரப்பான செய்திகளைத் தந்தேயாகவேண்டிய கட்டாயத்தில் இருப்பதாலும், அவர்கள் வெளியிடும் செய்திகளின் உண்மைத்தன்மையைக் கண்டறியவெல்லாம் அவகாசம் இல்லாமல் போவதும் காரணமாக இருக்கலாம்.

ஃபேக் செய்திகளுக்கு அரசியல் கட்சிகளிடமிருந்து கிடைக்கிற ஆதரவுதான், இச்சூழலில் மிக அதிகமாக கவலையளிக்கிறது. ஃபேக் செய்திகளை யாரோ தெரியாமல் உருவாக்கி, யாரோ தெரியாமல் நம்பி, யாரோ தெரியாமலே பரப்பிவிடுவதால் மட்டுமே வைரலாக சமூக ஊடகங்களில் பரவிவிடுவதில்லை. அத்தகைய செய்திகளால் பலனடைபவர்கள் யாரோ, அவர்கள் தான் அதற்கு உடந்தையாகப் பின்னிருந்து செயல்படுகின்றனர். பொய்யான செய்திகளை வதந்திகளாகப் பரப்பும் பல ட்விட்டர் பயனர்களை மத்திய அரசில் அமைச்சர்களாக இருப்பவர்களும் பின்தொடர்கின்றனர். அவ்வளவு ஏன், இந்தியாவின் பிரதமர்கூட அத்தகைய பொய்யர்களை ட்விட்டரில் பின்தொடர்கின்றார் என்பது எவ்வளவு அதிர்ச்சியாக இருக்கிறது. வதந்திகளைப் பரப்பும் பிரபல ட்விட்டர் பயனர்கள் பலரும் தங்களது கட்சித் தலைவர்களது படங்களையே முகப்புப்படங்களாகக் கூட பெருமையோடு வைத்திருக்கின்றனர். சமூக ஊடகங்களில்

பரப்பப்படும் வதந்திகளுக்கு அரசியல்ரீதியான ஆதரவு இருந்தால், ஃபேக் செய்திகள் வீழ்ச்சியடையாமல் வளரத்தான் செய்யும்.

நேரடியாக அரசியல் நோக்கங்களைக் கொண்ட வதந்திகள் மட்டுமல்லாமல், மருத்துவம், சுகாதாரம் மற்றும் அறிவியல் போன்றவற்றைக் குறித்தும் சமூக ஊடகங்களில் வதந்திகள் பரப்பப்படுகின்றன. 2017 ஆம் ஆண்டு ஏப்ரல் மாதத்தில் சமூக ஊடகங்களில் பரவும் அறிவியல் தொடர்பான செய்திகளின் உண்மைத்தன்மையினை கண்டறிவதற்கு ஒரு தனிப்பிரிவினை ஆல்ட் நியூஸ் துவங்கியது. அப்போதிலிருந்து, சமூக ஊடகங்களில் போலியான மருத்துவமுறைகள் முதல் அறிவியல் ஆதாரமற்ற மருந்துகளின் பரிந்துரைகள் வரையிலுமாகப் பரப்பப்படுகிற வதந்திகளையும் பொய்யான தகவல்களையும் கண்டறிந்து, அதன் உண்மைத்தன்மையினை மக்களுக்கு எடுத்துரைக்கும் பணியினை ஆல்ட் நியூஸ் செய்துவருகிறது. அறிவியல் பகுதிக்கான முன்னுரையில் இதுகுறித்து விரிவாக எழுதப்பட்டிருக்கிறது.

ஃபேக் செய்திகள் எவ்வாறு உருவாக்கப்பட்டு பரப்பப்படுகின்றன என்பதைத் தெரியப்படுத்துவதற்காகவே, இந்நூலில் சில ஃபேக் செய்திகள் உதாரணத்திற்காகக் குறிப்பிடப்பட்டுள்ளன. சமூக ஊடகங்களின் வழியாக நம்மை வந்தடைகிற செய்திகளை எந்தக் கேள்வியும் கேட்காமல் அப்படியே நம்புவது எத்தகைய ஆபத்துகளை விளைவிக்கும் என்பதை எடுத்துக்காட்டவே, இந்நூலில் சில வதந்திகளின் உண்மைத்தன்மை எடுத்துக்கூறப்பட்டுள்ளது. எவருக்கும் தீங்கு விளைவிக்கும் நோக்கோடோ அல்லது எவர்மீதும் வன்மத்துடனோ இத்தொகுப்பு உருவாக்கப்படவில்லை. இந்நூலில் காணப்படும் தகவல்களை வாசகர்கள் தவறான நோக்கத்திற்காகப் பயன்படுத்தமாட்டார்கள் என்று நம்புகிறோம்.

கடந்த இரண்டாண்டுகளில் மட்டுமே சமூக ஊடகங்களில் பரப்பப்பட்டுள்ள தவறான தகவல்களில் முக்கியமான சிலவற்றை சுட்டிக்காட்டும் முயற்சியாகத்தான் இந்நூல் உருவாக்கப்பட்டிருக்கிறது.

# அறிவியல் பகுதிக்கான முன்னுரை

### டாக்டர் சுமையா ஷேக்

செய்திகளை அறிந்து கொள்வதற்கான முதன்மை ஊடகமாக இருந்த அச்சு ஊடகத்திடமிருந்து அப்பதவியை சமூக ஊடகங்கள் பறித்துக்கொண்ட பின்னரே, சமூக ஊடக வதந்திகளும் விவாதப்பொருளின் மையப்புள்ளியாகி முன்னுரிமை பெறத்துவங்கின. அரசியல், சமூகம், சமூக இயங்குமுறை, மக்களாட்சி போன்றவற்றில் ஆதிக்கம் செய்வதற்கேற்ப, சமூக ஊடக வதந்திகள் அல்லது ஃபேக் செய்திகள் என்று ஊடக வட்டாரத்தில் அழைக்கப்படுபவைகள் உருவாக்கப்பட்டு பரப்பப்படுகின்றன.

விவாதம் செய்யக்கூடிய வசதியையும், ஒத்த கருத்துடையவர்கள் மட்டுமே தனிக்குழுவாக இயங்க முடிகிற ஏற்பாட்டையும் சமூக ஊடகங்கள் ஒருசேரக் கொண்டிருக்கின்றன. அதனாலேயே, தனக்குப் பிடிக்காத கருத்துடையோரிடமிருந்து ஒதுங்கியிருந்து, தன்னுடைய கருத்தை ஏற்பவர்களோடு மட்டுமே குழுவாக இணைந்து செயல்படும் தன்மை முன்னெப்போதையும் விட இப்போது அதிகரித்திருக்கிறது. அதுவும், தன்னுடைய நம்பிக்கைக்கு ஏதாவது பிரச்சனை வரும் சூழலில் எல்லாம், இத்தகைய குறுங்குழு மனப்பான்மை மேலும் அதிகமாகிறது. அதனால் மாற்றுக் கருத்துகளும் புதிய கருத்துகளும் சமூக ஊடகங்களில் நுழைந்து வரவேற்பைப் பெறுவது கடினமாகிறது.

ஒரு குறிப்பிட்ட கருத்தினை திணிக்கும் பொருட்டு, பொய்யான தகவல்களைக்கொண்டு செய்திகள் உருவாக்கப்பட்டு உலவ விடப்படுகின்றன. அச்செய்திகளை கவனத்தோடு அணுகவேண்டும் என்று பொதுமக்களை மிகச்சிலர் எச்சரித்தும் வருகின்றனர்.

இந்தியாவைப் பொருத்தவரையில், அரசியல் இலாபத்திற்காகப் பரப்பப்படும் வதந்திகளையும் சில குறிப்பிட்ட சமூகத்தினரை தவறாகச் சித்தரித்து, தவறான பொதுக்கருத்தை உருவாக்க முயற்சிக்கும் செய்திகளையும் உடைத்தெரிந்து ஒரு தெளிவினை உண்டாக்கும் பணியினை ஆல்ட் நியூஸ் என்கிற இணையதளம் செய்து வருகிறது.

குறுகியகால நன்மைகள் முதல் நீண்டகால அரசியல் ஆதாயங்கள் வரையிலும் ஈட்டுவதற்கே பெரும்பாலான வதந்திகள் திட்டுமிட்டுப் பரப்பப்படுகின்றன. உலகின் மற்ற பகுதிகளைப் போன்றே இந்தியாவிலும் மருத்துவம் மற்றும் சுகாதாரம் போன்ற துறைகளிலும் இத்தகைய ஏமாற்றுக்கதைகள் பரவிவருகின்றன. அவை, மக்களின் அறிவுவளர்ச்சியையே அச்சுறுத்தும் வகையிலும் அவர்களின் ஆரோக்கியமான வாழ்க்கையையே கெடுக்கும் விதமாகவும் இருக்கின்றன.

மருத்துவ செய்திகள் என்கிற பெயரில் இட்டுக்கட்டப்பட்ட கதைகளையும், ஏற்கனவே நன்கு நிரூபிக்கப்பட்ட தகவல்களை தவறான பார்வையில் முன்வைக்கும் செய்திகளையும், தனிநபரையோ அல்லது ஒரு குறிப்பிட்டச் சமூகத்தையோ இழிவுபடுத்தும் நோக்கில் பரப்பப்படுவனவற்றையும் சுகாதார அல்லது மருத்துவ வதந்திகள் என்கிறோம்.

மருத்துவ வதந்திகளை உண்மையென்று நம்பி, தடுப்பூசி போடுவதற்கே மக்கள் தயக்கம் காட்டத்துவங்கி இருப்பதே மருத்துவ உலகின் தலையாயக் கவலையென்று உலக சுகாதார மையம் அறிவித்திருக்கிறது[1]. முன்பு வட அமெரிக்காவிலும்[2], தற்போது ஐரோப்பாவிலும்[3], சுகாதார மற்றும் அறிவியல் தொடர்பான வதந்திகளால், பொதுசுகாதாரத்திற்கு ஆபத்து ஏற்பட்டிருக்கிறது. அது மட்டுமல்லால், அறிவியலுக்கு எதிரான மனநிலையையும் அது உருவாக்கியிருக்கிறது. அவ்விரண்டு கண்டங்களிலும், அதிவேகமாகப் பரவி, பல உயிர்களை எடுக்கும் கொள்ளை நோயைப் போன்று, ‘கொள்ளை வதந்தி நோய்’ என்று சொல்கிற அளவிற்கு வதந்திகள் வைரலாகப் பரவுகின்றன[4].

தடுப்பூசிக்கு எதிரான வதந்திகளோடு மட்டும் நிற்காமல், பருவநிலை மாற்றம் என்பதே ஒரு பொய்யான பிரச்சாரம் என்று சொல்லும் அளவிற்கெல்லாம் வதந்திகள் பரவத் தொடங்கி இருக்கின்றன. இப்படியான வதந்திகளைப் பரப்புவோரை ‘பாம்பு

எண்ணெய் விற்போர்' என்று அறிவியல் உலகம் அழைக்கிறது. பொய்யென்று தெரிந்தே விற்கப்படும் போலியான மருத்துவப் பொருளுக்கும் பொய்யான அறிவியல் கருத்துக்கும் இப்படியொரு பெயருண்டு. ஆனால் சமீபகால அறிவியல் வதந்திகள் எல்லாம், அதனைவிடவும் பலபடிகள் மேலே சென்றுவிட்டன. அரசியல் ஆதாயத்திற்காக, அறிவியல் உண்மைகள் என்னும் பெயரில் ஆதாரமில்லாத பொய்களைப் பரப்புவதும், சந்தேகத்திற்குரிய விற்பனையாளர்களுடைய பொருட்களின் விற்பனையினை அதிகரிப்பதற்காகவே பொய்களைக் கட்டமைப்பதும் இயல்பாகி இருக்கின்றன.

பல ஆண்டுகால அறிவியல், ஆய்வு, மற்றும் ஊடக அனுபவங்களின் மூலம், இத்தகைய மருத்துவ வதந்திகளை அடித்து நொறுக்கும் பணியினை தொழிற்நுட்ப உதவியுடன் ஆல்ட் நியூஸ் செய்துவருகிறது. வைக்கோலுடன் கலந்திருக்கும் நெற்பயிரை தனியாகப் பிரித்தெடுப்பதைப் போல, ஆதாரமற்ற போலியான அறிவியலுக்கு நடுவே சிக்கித்தவிக்கும் உண்மையான அறிவியலை பிரித்தெடுப்பதில் இந்தியாவிலேயே முதன்மையாகத் திகழ்கிறது. அதனை எந்தவித அரசியல், சமூக, நிறுவன சார்பும் இல்லாமலும் ஆல்ட் நியூஸ் செய்து வருகிறது.

எந்தெந்த பொய்ப்பிரச்சாரங்களில் தலையிட வேண்டும், அவற்றில் எப்போது தலையிட்டு உண்மைகளை வெளிக்கொண்டு வரவேண்டும் என்பதைத் தீர்மானிப்பதுதான் சவாலான பணியாகும். அதிகமாகப் பரவலாகாத நிலையில் இருக்கிற ஒரு ஆபத்தான வதந்தியின் உண்மைத் தன்மையினை வெளிக்காட்ட முயற்சித்தோமானால், அதுவே அந்த வதந்திக்கு விளம்பரமாக மாறிவிடக்கூடும். நாம் அதுகுறித்து எழுதுவதாலேயே, மக்களிடம் பரவி, அச்சத்தை உருவாக்கி, வைரலாகிவிடும் வாய்ப்பும் இருக்கிறது. அதனால் கவனமாக இருக்க வேண்டியதாகிறது.

இரண்டாவதாக, ஒரு வதந்தியினால் ஏற்படும் எதிர்மறை பாதிப்புகளின் அளவுதான், அது குறித்து எழுத வேண்டிய தேவையையும் தீர்மானிக்கிறது. உதாரணத்திற்கு, 'சளி மற்றும் இருமலுக்கு இந்த மூலிகையை சாப்பிடுங்கள்' போன்ற வதந்திகளை விடவும், 'தடுப்பூசிகள் போடாதீர்கள்' என்பன போன்ற வதந்திகளால் உயிர்ச்சேதம் வரும் அளவிற்கான பாதிப்புகள் ஏற்பட வாய்ப்பிருப்பதால், அவற்றுக்கு அதிக முக்கியத்துவம் கொடுத்து விளக்குகிறோம்.

இருப்பினும் தொழிற்நுட்ப சிக்கல்களையும் நமக்கிருக்கிற வசதிகளையும் வைத்துப் பார்க்கையில், அரசியல் தொடர்பான வதந்திகளுக்கு பதிலடி கொடுப்பதைப் போல, ஒரு தீர்க்கமான முடிவுகளை அறிவியல் வதந்திகளுக்கு கொடுத்துவிட முடியாது தான். அதனாலேயே அறிவியல் மற்றும் மருத்துவ வதந்திகளில் அதிக கவனம் செலுத்தி, மிகவிரிவான ஆய்வுகளை நடத்தி, அவ்வதந்திகளில் ஒளிந்திருக்கும் தொழிற்நுட்ப நுணுக்கங்களை அறிவியல் பூர்வமாகவே கண்டறிந்து, உண்மைகளை வெளிக்கொண்டு வருகிறோம்[5]. விதிவிலக்காக, தடுப்பூசிக்கு எதிராகவும்[6] ஹோமியோபதி சிகிச்சைகளுக்கு[7] ஆதரவாகவும் பரப்பப்படும் வதந்திகளுக்கு தீர்க்கமான முடிவுகளையேகூட உறுதியாக எங்களால் எழுத முடிந்திருக்கிறது.

மேலும், எங்களுடைய கட்டுரைகளில் குறிப்பிடப்படும் ஆதாரங்களையும் குறிப்புகளையும் சரிபார்த்து, அதில் இருக்கும் உண்மைகளை பரிசோதித்து, அந்த ஆய்வுகளை தொடர்ந்து செய்வதற்கும் விருப்பமுள்ள வாசகர்களைத் தூண்டும் பணியினையும் செய்கிறோம்.

ஆக, ஒவ்வொருவருக்குள்ளும் ஒளிந்துகிடக்கும் அறிவியல் கேள்விகளுக்கான விடைகளைத் தேடுவதற்குத் தூண்டுகோலாக இருக்கும் வகையில் கட்டுரைகள் எழுதப்படுகின்றன. 'உண்மை எது, பொய் எது' என வாசிக்கும் வாசகர்களையே சிந்திக்க வைத்து, கற்பிக்கும் பணியினை அக்கட்டுரைகள் செய்கின்றன. உண்மைகளை மக்கள் முன்னால் வைத்து, பொய்களை உடைக்கும் பணியினை அவர்களிடமே ஒப்படைத்தால் தான், பகுத்தறிவும் விழிப்புணர்வும் ஏராளமானோரிடம் ஒரே நேரத்தில் சென்று சேரும். அதுதான் வதந்திகளை உடைக்கும் வல்லமையை இச்சமூகத்திற்குத் தரும்.

மிகப்பெரிய அளவில் இல்லையென்றாலும் கூட, அடிப்படையான பல்வேறு அறிவியல் ஆய்வுக்கட்டுரைகள் பலவும் பப்மெட் மற்றும் கூகிள் ஸ்காலர் போன்ற இணையதளங்களில் வாசிப்பதற்குக் கிடைக்கின்றன. இருப்பினும், நண்பர்கள் அல்லது குடும்பத்தினரிடம் நேரடியாகவோ அல்லது வாட்சப் குழுக்கள் வழியாகவோ, மருத்துவம் மற்றும் சுகாதாரம் குறித்த வதந்திகளைப் பற்றிப் பேச வேண்டுமென்றால், அத்தகைய வதந்திகளின் அடிப்படைக் கூறுகளையும் அவற்றை நம்பும் மக்களின் வகைதொகைகளையும் புரிந்துகொள்வது அவசியமாகும்.

வாட்சப் செய்தியாகவோ, வீடியோவாகவோ, பேஸ்புக்கின் டைம்லைனில் தெரியும் பதிவாகவோ, ட்விட்டர் பகிரலாகவோ அல்லது வேறு ஏதாவது சமூக ஊடகத்தின் மூலமாகவோதான், ஆதாரமற்ற வதந்திகள் பொதுவாக ஒருவரைச் சென்று சேர்கின்றன. அரசியல் மற்றும் சமூக வதந்திகளைப் போலவே, மருத்துவ வதந்திகளும் சமூக ஊடகங்களைப் பயன்படுத்தினாலும், அவை வைரலாகப் பரவுவதற்கான காரணகாரியங்கள் முற்றிலும் வேறாக இருக்கின்றன.

அறிவியல் தொடர்பற்ற மற்ற வதந்திகளைப் பரப்புவோர், அவர்கள் பரப்பும் வதந்திகளால் ஏற்படப்போகும் விளைவுகளை முன்கூட்டியே தெரிந்துகொண்டு தான் செய்கின்றனர். அப்படியான வதந்திகளைப் பரப்புவதன் மூலம், அது யாருக்கான அரசியல் பொருளாதார லாபங்களாக மாறப்போகின்றன என்பதை அறிந்தே பரப்புகின்றனர். ஆனால், 'மாற்று மருத்துவ வியாபார' நிறுவனங்களைத் தவிர, மருத்துவ வதந்திகளை உருவாக்கவும் பரப்பவும் செய்யும் பெரும்பாலானவர்கள், எளிமையான சிகிச்சை முறையைச் சொல்வதன் மூலம் யாருக்கோ தாங்கள் உதவுவதாக எண்ணிக்கொண்டே செய்கின்றனர். இப்படியான வதந்திகளைப் பரப்புவதில் ஒரு மனநிம்மதியும் கூட அடைகின்றனர். ஆனால் உண்மையிலேயே அவர்கள் அனுப்பும் வதந்திகளைப் பெறுவோருக்கு நன்மைகளை விடவும் தீமைகள்தான் அதிகமாக சென்று சேர்கின்றன.

இந்தியாவில் மருத்துவ வதந்திகளை உருவாக்கி, வளர்த்துப் பரப்புவோரை நான்கு வகையினராக வகைப்படுத்திவிடலாம். ஒரு வகையைச் சேர்ந்தவர், மற்றொரு வகையிலும் கூட தன்னுடைய பங்கை செலுத்துபவராக இருக்கலாம். அதனால் இந்த வகைப்படுத்துதல் என்பது தீர்க்கமான எல்லையைக் கொண்டது எல்லாம் இல்லை. இருப்பினும், மருத்துவ வதந்திகளைக் கட்டுப்படுத்த வேண்டுமென்றால், இப்படியான வகைப்படுத்துதல் மிக அவசியமாகும்.

**முதலாவது வகையினர்:** ஆரோக்கியம் தொடர்பான பொருட்களை உற்பத்தி செய்யும் நிறுவனங்கள், மாற்று மருத்துவ முறைகளில் சிகிச்சை அளிப்பவர்கள், ஆன்மீக குருக்கள், அரசாங்கத்தில் அதிகாரம் படைத்த தனிநபர்கள் அல்லது மத்திய ஆயுஷ் அமைச்சகத்தைப் போன்ற அரசு நிறுவனங்கள் ஆகியோர் இந்த முதல் வகையில் அடங்குவர்.

இந்தியாவுக்கு வெளியிலிருந்து இயங்கிவரும் 'ஃபுட்பேபே' (foodbabe) என்கிற நிறுவனத்தின் உரிமையாளரான வானி ஹரியும், பல்வேறு விதமான பொருட்களை இணையம் மூலமாக விற்கும் 'கூப்' என்கிற நிறுவனத்தின் உரிமையாளரான க்வைனெத் பால்ட்ரோவும், நம்மூர்களில் இருக்கிற பல்பொருள் அங்காடிகளில் விற்கப்படும் ஒவ்வொரு பொருட்கள் மீதும் 'கெமிக்கல்', 'தீங்கு', 'நச்சு' என்று கூப்பாடு போட்டுக் கொண்டே இருக்கின்றனர். இயற்கை விவசாயத்தினால் உற்பத்தி செய்யப்படுவதை மட்டுமே வாங்க வேண்டும் என்றும் அவர்கள் சொல்லிக்கொண்டே இருப்பதை பார்க்கலாம். பழச்சாறுகள், உணவுக் கட்டுப்பாட்டுக்கான பொருட்கள், கூடுதல் உயிர்ச் சத்தினைத் தரும் பொருட்கள், மூலிகை மருந்துகள் போன்ற பலபொருட்களை அவர்களுடைய நிறுவனங்கள் விற்கின்றன என்பதால் தான் மற்ற பொருட்கள் குறித்து வதந்தி பரப்புகிறார்கள் என்று சொல்லித் தெரியவேண்டியதில்லை தானே. மன அமைதிக்கு உதவுவதாகச் சொல்லி, பழச்சாறைக் குடிக்க உதவும் ஸ்ட்ராவைக் கூட விற்கிறார்கள்.

மூலிகையினால் தயாரிக்கப்படுவதாக சொல்லிக்கொண்டு விற்கப்படும் பொருட்களுக்கு மிகப்பெரிய சந்தையினை அத்தகைய பொருட்களைத் தயாரிக்கும் நிறுவனங்கள் உருவாக்கிவிட்டன. சோப்பு உள்ளிட்ட வீட்டு உபயோகப் பொருட்கள் முதல் மளிகை சாமான்கள் வரையிலும் அவர்கள் விற்கத் துவங்கிவிட்டனர். அவற்றை வாங்கிப் பயன்படுத்துவதால் முதலுக்கு பெரிதாக மோசமில்லை. அதனைத்தாண்டி, எவ்வித அறிவியல்பூர்வமான ஆதாரமும் இல்லாமல் மருத்துவ குணங்கொண்டதாக சொல்லிக்கொண்டு, பல்வேறு மருந்துகளையும் மருத்துவப் பொருட்களையும் அவர்கள் தயாரித்து சந்தையில் விற்கின்றனர். அரசாங்கத்தின் பிரதிநிதிகளாக இருக்கும் பல தனிநபர்கள், அத்தகைய பொருட்களின் உண்மைத்தன்மையினை அறியக்கூட முற்படாமல் சமூக ஊடகங்களிலும் அரசின் அதிகாரப்பூர்வ இணையதளங்களிலும் ஆதரித்து பிரச்சாரம் செய்வதுதான் பேராபத்தினை உருவாக்கி வருகிறது. அறிவியல்பூர்வமான ஆய்வுகளைக் கூட மேற்கொள்ளாத பல போலியான மருத்துவ முறைகளை எல்லாம் மாற்று மருத்துவமுறைகள் என்னும் பெயரில் மத்திய அரசின் ஆயுஷ் என்கிற அமைச்சகமே மக்களிடம் பரிந்துரை செய்துவருகிறது. அம்மருத்துவ முறைகள் பெரும்பாலும் எந்தப் பலனையும் தராதவையாகத்தான் இருக்கின்றன.[8,9] இந்திய அரசின்

பல நிறுவனங்களும் கூட, உணவுக்கட்டுப்பாடு தொடர்பாகவும் மனநலப் பிரச்சனைகள் குறித்தும், அறிவியலுக்கே எதிரான வதந்திகளை சமூக ஊடகங்களில் பரப்பிவருகின்றன[10].

அரசு நிறுவனங்களும், கார்ப்பரேட் நிறுவனங்களும் விளம்பரத்திற்காக பெரும்பணத்தை செலவிடமுடியும் என்பதால், பொய்களையும் வதந்திகளையும் உண்மை போலவே விளம்பரப்படுத்தி, மக்களை நம்பவைக்கும் வல்லமை அவர்களுக்கு உண்டு. ஆனால் அவர்கள் விளையாடுவது மக்களின் மருத்துவ மற்றும் சுகாதாரப் பிரச்சனைகளில் என்பதால், மிகப்பெரிய மக்கள் கூட்டத்தினை மருத்துவப் பேராபத்தில் தான் தள்ளிவிடுகின்றனர்.

**இரண்டாவது வகையினர்:** 'மிகக்குறைந்த செலவில் பயனுள்ள சிகிச்சை முறைகளை அடுத்தவர்களுக்கும் கடத்துகிறோம்' என்று 'நல்ல எண்ணம்' கொண்டவர்களாக தாங்களே நினைத்துக்கொண்டு, சமூக ஊடகங்களில் தங்களுக்கு வரும் வதந்திகளைப் பகிர்வோர் தான் இரண்டாம் வகையைச் சேர்ந்தவர்கள்.

இணைய வசதிகளும் சமூக ஊடகங்களும் வளர்ந்துவரும் இக்காலத்தில், மருத்துவம் தொடர்பான தகவல்களை ஏராளமானோர் தேடிப்பார்க்க ஆரம்பித்துவிட்டனர்.

தனக்கோ அல்லது தனக்குத் தெரிந்த மற்றவர்களுக்கோ உடலில் ஏதேனும் பிரச்சனைக்கான அறிகுறிகள் தோன்றினாலே, உடனே இணையத்தில் தேடிப்பார்த்து, அத்தகைய அறிகுறிகளுக்கு குறிப்பிடப்பட்டிருக்கும் மிகமோசமான விளைவுகளையும் நோய்களின் சாத்தியக் கூறுகளையும் படித்துவிடுகின்றனர். அதன்பிறகு, தனக்கு ஏதோ தீர்க்கமுடியாத நோய் வந்துகொண்டிருப்பதாக பயந்துவிடுகின்றனர். அதிலும், அவர்கள் இணையத்தில் தேடும்போது, அதே அறிகுறிகளோடு மோசமான நிலையில் வாழும் வேறுசில நோயாளிகள் குறித்த தகவல்கள் கிடைத்துவிட்டால், பயத்தின் உச்சத்திற்கே சென்றுவிடுகின்றனர். இணையத்தில் மருத்துவத் தகவல்களைத் தேடும் நோயாளிகளுக்கும் அவர்களை கவனித்துக் கொள்கிறவர்களுக்கும் பெரிய மனநெருக்கடியைத் தந்துவிடுகிறது.

மருத்துவ அறிவும் மருத்துவத்துறையில் அனுபவமும் இல்லாவிட்டாலும்கூட, இணைய தேடலின் மூலமாகக் கற்றதை

வைத்தே, தங்களுக்கு மருத்துவம் குறித்து போதிய அறிவு இருப்பதாக நினைத்துக் கொள்கின்றனர். அதன்பின்னர், மருத்துவ மேதைகளாகவே தங்களைப் பொதுவெளியில் காட்டிக்கொள்ளவும் செய்கின்றனர். அத்துடன் நின்றுவிடாமல், முறையாக மருத்துவம் படித்துவிட்டு பல ஆண்டுகள் மருத்துவத்துறையில் அனுபவமும் உடையவர்களுக்கே இவர்கள் சமூக ஊடகங்கள் வழியாக அறிவுரை எல்லாம் வழங்கி, தங்களது மேதைமையைக் காட்டிவருகின்றனர். சமூக ஊடகங்களில் அதிகம்பேரால் பின்தொடரக்கூடியவர்களாக இருக்கும் இத்தகைய ‘நல்லவர்கள்’, உண்மைக்குப் புறம்பான தகவல்களைக் கொண்ட மருத்துவ வதந்திகளை பல்லாயிரக்கணக்கானோருக்கு அனுதினமும் கடத்திக் கொண்டே இருக்கின்றனர்.

தடுப்பூசிக்கு எதிரான வதந்திகள் முதல் பல்வேறு சதிவலைகளில் எளிதாக விழுபவர்களாக இந்த இரண்டாம் வகையான சமூக ஊடகப் பயனார்கள் தான் இருக்கின்றனர். அறிவியல்பூர்வமான ஆதாரங்களை முன்வைத்தால் கூட, இத்தகைய மனிதர்களிடத்தில் உண்மையை விளக்குவது மிகக் கடினமானதாகவே இருக்கிறது. ‘முன்னோர்கள் ஒன்றும் முட்டாள்கள் இல்லை’ என்று ஆழமாக நம்பும் அவர்களது நம்பிக்கையை, உண்மையைக் கொண்டு தகர்ப்பதுகூட எளிதானதாக இருப்பதில்லை. நல்ல எண்ணத்தினாலேயே தான், எதையும் பகிர்வதாக அவர்கள் நினைத்துக்கொள்வது மற்றுமொரு காரணமாக இருக்கிறது. அறிவியல் ஆய்வுகள் குறித்தோ, ஆய்வுமுறைகள் குறித்தோ எந்த அடிப்படை அறிவும் இல்லாமல், இணையமும் சமூக ஊடகங்களும் கைக்கெட்டும் தூரத்தில் இருப்பதாலேயே, நம்பிக்கைகள் என்னும் பெயரில் மூடநம்பிக்கைகளை பரப்பிக் கொண்டிருக்கின்றனர். இந்தியா உள்ளிட்ட சில நாடுகளில், தடுப்பூசிக்கு எதிரான செய்திகள் அதிகரிக்கும் இன்றைய காலகட்டத்தில், அதற்கு எளிதான பலிகடாவாக மாறுவது இளம் தாய்மார்கள்தான். உண்மையாக இருக்குமோ என்று பயத்திலேயே நம்பி, அவர்கள்தான் தடுப்பூசிக்கு எதிரான வதந்திகளை பரப்புவதில் முன்னணியில் இருக்கின்றனர்.

சில வாயில் நுழையாத அறிவியல் வார்த்தைகளை நம்பகத்தன்மைக்காக இணைத்து, பழைய மூடநம்பிக்கைகளுக்கு வலுசேர்த்து அவர்களுக்கு அனுப்புவதால், சந்தேகமேயின்றி அக்கட்டுக்கதைகளை நம்பிவிடுகின்றனர்.

வதந்திகளைப் பரப்பும் அரசு நிறுவனங்கள் மற்றும் பெருநிறுவனங்களைப் போல இவர்களால் செலவழித்து பிரச்சாரம் செய்ய முடியாவிட்டாலும், சமூக ஊடகங்களைப் பயன்படுத்தி அதிவேகமாக வதந்திகளைப் பரப்பும் வேலையில் ஈடுபடுகின்றனர்.

**மூன்றாவது வகையினர்:** நோயால் பாதிக்கப்படுகிறவர்களோ அல்லது அவர்களது உறவினர்களோ அல்லது எளிதில் ஏமாற்றப்படக்கூடிய தனிநபர்களோ மூன்றாம் வகையில் வருவர்.

உடல் பருமன் பிரச்சனை, ஆட்டிசம், புற்றுநோய் போன்றவற்றை நம்வீட்டு சமையலறையில் இருக்கும் பொருட்களைக் கொண்டே மாற்று மருத்துவத்தின் மூலமாக செலவில்லாமல் சரிசெய்துவிடலாம் என்கிற வதந்திகளை நம்பக்கூடிய எளிய மனிதர்கள் ஏராளமாக இருக்கின்றனர்.

தங்களுக்கு வரும் ஒரு செய்தியினை அவர்கள் நம்பிவிட்டார்கள் என்றாலே, உடனடியாக அவர்கள் அக்கறை கொண்டிருக்கிற மனிதர்களுக்கெல்லாம் அச்செய்தியினை பகிர்ந்து விடுவார்கள். அப்படிப் பகிர்கையில் வெறுமனே சில தனிமனிதர்களுக்கு மட்டுமேயல்லாமல், தாங்கள் அங்கம்வகிக்கும் பத்து முதல் நூறு குழுக்கள் வரையிலாவது அச்செய்தியினை கொண்டு சேர்த்து விடுவார்கள். அப்படியாக மற்றவர்களுக்கு பகிரவில்லையென்றால், ஒருவிதக் குற்றவுணர்வுக்கு அவர்கள் ஆளாகி விடுவார்கள்.

தங்களுக்கு வருகிற ஒரு செய்தியினை நம்பிய பின்னர், அதனை அடுத்தவர்களுக்குப் பகிரலாமா வேண்டாமா என்று மனதிற்குள் ஒரு மனப்போராட்டத்தையே அவர்கள் நடத்த வேண்டியிருக்கிறது. மற்றவர்களுக்கு அச்செய்தியினை அனுப்புவது தங்களது தார்மீகக் கடமை என்று அவர்கள் உணரத்துவங்கும் அந்த நொடியில், உடனே அச்செய்தியினைப் பகிர்ந்து விடுகின்றனர். வதந்திகளை வாசிக்கிற எவரையும் உணர்ச்சி வயப்பட வைக்கின்ற விதத்தில் தான், அவை உருவாக்கப்படுகின்றன. அதனாலேயே, அவற்றைப் படிக்கிறவர்கள், அடுத்தவர்களுக்கும் பகிர்ந்தாக வேண்டும் என்கிற அழுத்தத்தைப் பெறுகின்றனர். ஆனால் அத்தகைய வதந்திகளால் யாரெல்லாம் இலாபமடையப் போகிறார்கள் என்பதைக்கூட நேரடியாக வெளிக்காட்டிக் கொள்ளாமல் உண்மையைப் போன்ற தோற்றத்தை தரும்வகையிலும் தந்திரமாகவே அவ்வதந்திகள் உருவாக்கப்பட்டிருக்கும். அச்செய்திகளை பகிர்ந்து முடிக்கையில், தனக்கான கடமையினை நேர்மையாகவும் உண்மையாகவும் செய்து

முடித்துவிட்டதாக, அதனை மற்றவர்களுக்குப் பகிர்ந்தவர்கள் உணர்வார்கள். இதுபோல இனி எந்தச் செய்திவந்தாலும் அடுத்தவர்க்கு பகிர்ந்தே ஆகவேண்டும் என்று போதை மருந்துக்கு அடிமையானவர்களைப் போல, மூளை நரம்புகள் எல்லாம் தூண்டப்பட்டு துடிக்க ஆரம்பித்து விடுகின்றனர்.

இப்படியாக பரப்பப்படுகிற செய்திகளில் சில, சமூக ஊடகங்கள் முழுவதிலும் வைரலாகவும் பரவிவிடுகின்றன. அப்படிப் பரவிய பின்னர், எந்த ஆதாரமும் ஆய்வும் இல்லாவிட்டாலும், எந்தவொரு வல்லுநரும் சரிபார்க்காவிட்டாலும், அதன்பின்னர் உருவாக்கப்படும் இன்னபிற வதந்திகளுக்கு அவற்றையே ஆதாரமாக பயன்படுத்தத் துவங்கிவிடுகின்றனர். அதாவது, முதல் வதந்தியே இரண்டாம் வதந்திக்கும், இரண்டாவது வதந்தியே மூன்றாவது வதந்திக்கும் ஆதாரங்களாக முன்னிறுத்தப்படுகின்றன. அவை பரப்பப்படும் வேகத்தில், எண்ணற்றோரை அதிவிரைவாகவே சென்று சேரத் துவங்கிவிடுகின்றன.

வதந்திகளுக்கு அறிவியல் ஆதாரம் இருப்பது போன்ற தோற்றத்தைக் கொடுத்துதான், வதந்தி பரப்பும் வட்டத்திற்குள் இந்த மூன்றாம் வகையினர் கொண்டுவரப்படுகின்றனர். இவ்வகையைச் சேர்ந்தவர்கள் வேறெங்கோ வாழ்பவர்கள் அல்ல. அவர்கள் உங்கள் குடும்ப வட்டத்திற்குள்ளோ, உங்கள் நட்புகளுக்குள்ளோ, உங்கள் நம்பிக்கைக்கு உரியவர்களாகவோ, நீங்கள் நேரடியாக அறிந்தவர்களாகவோ தான் இருப்பார்கள். அவர்களுக்கு வரும் வதந்திகளை அவர்கள் எந்தப் புள்ளியில் இருந்து நம்பிப் பகிர்கிறார்கள் என்பதை நாம் புரிந்துகொள்ள வேண்டும். அப்போதுதான் அவர்களின் பொய்யான நம்பிக்கையினை உடைத்தெறிய முடியும்.

**நான்காவது வகையினர்:** மருத்துவ மற்றும் ஆய்வுமுறைகளைப் பற்றிய எந்தப் புரிதலும் அறிவும் இல்லாமல், ஆயுர்வேதம், யோகா மற்ற இன்னபிற பண்டைய காலத்து பாரம்பரியங்களை முன்னிறுத்துவோர் தான் நான்காம் வகையைச் சேர்ந்தவர்கள் ஆவர்.

அரசியல்வாதிகள் அல்லது பிரபலங்களாக இருக்கிற அதிதீவிர வலதுசாரிகளும் அதிதீவிர தேசியவாதிகளும் தான் இப்பிரிவில் வருகின்றனர். முன்னோர்களின் மருத்துவ முறைகள்தான் அசைக்க முடியாதவை என்றும், அவை விமர்சனத்திற்கு அப்பாற்பட்டது என்றும் தீர்க்கமாக நம்பிப் பிரச்சாரம்

செய்பவர்களாகவும் இருக்கின்றனர். பண்டைய காலத்து நூல்களுக்கும் கல்வெட்டுகளுக்குமே அதிக முக்கியத்துவம் கொடுத்து, தங்களை அறிவுஜீவிகளாக நினைத்துக்கொண்டு, வலதுசாரி இனவாதிகளாகவே மாறிவிடுகின்றனர். அதிலும், 2014 ஆம் ஆண்டில் பின்னர் ஆயுஷ் என்றொரு மத்திய அரசின் அமைச்சகமே உருவாக்கப்பட்ட பின்னர், இவர்களின் ஆதிக்கம் பன்மடங்கு அதிகரித்திருக்கிறது.

இந்தியாவில் பழங்காலத்து கற்பனைக் கதைகளை எல்லாம் உதாரணம் காட்டி, மரபியல், உறுப்பு மாற்று அறுவை சிகிச்சை, விமான தொழிற்நுட்பங்கள் போன்ற பலவும், பல்லாயிரம் ஆண்டுகளுக்கு முன்னரே இருந்திருப்பதாக, அறிவியல் அறிக்கைகள் என்னும் பெயரில் அபத்தமாக உளறுவதும் 2014க்குப் பின்னர் அதிகரித்திருக்கிறது. மனிதர்களை விடவும் குறைந்த அறிவே உடைய மாடுகளுக்கெல்லாம் கடவுளுக்கான அடையாளத்தை வழங்குவது, அடிப்படை அறிவியலுக்கே எதிரானதாகத்தான் இருக்கிறது. வலதுசாரிகளுக்கு எப்போதுமே உண்மைகள் என்றாலே ஆகாது தான். மக்களின் நம்பிக்கைகளைப் பயன்படுத்தி, அவற்றுக்குள் பொய்களைக் கலந்து பரப்புவதே அவர்களின் வேலையாக இருக்கிறது. இதனைச் சரியாகப் பிரித்து, அதிலிருக்கும் பொய்களை புறந்தள்ளுவோர், சமூகத்தில் மிகக்குறைவாகவே இருக்கின்றனர். அப்படியாகப் பிரித்தறிய முடியாத மக்கள் கூட்டம் பெருவாரியாக அதிகரிக்கும் சூழலில், அதிதீவிர அரசியல் மற்றும் மத வலதுசாரிகளின் கைகள் ஓங்கத் துவங்குகின்றன. அவர்கள் ஆட்சி அதிகாரத்தையும் பிடித்துக்கொண்டு, அறிவியலுக்கே எதிரான ஆபத்தான திசையில் வலுக்கட்டாயமாக மக்களை அழைத்துச்சென்று விடுகின்றனர். அமெரிக்கா மற்றும் சவுதி அரேபியா போன்ற அதிகாரமிக்க தலைவர்கள் உள்ள நாடுகளில் இதனை எளிதாகவும் வலதுசாரிகளால் செய்துவிட முடிகிறது. அவர்களால் அங்கெல்லாம் பரப்பப்படும் வதந்திகளினால், வெறுமனே அரசியலில் மட்டுமல்ல, காலநிலை மாற்றத்தை மறுப்பது, எரிபொருள் வீணாக்குவதை நியாயப்படுத்துவது, பெண்களுக்கான அடிப்படை உரிமைகளைக்கூட மறுப்பது போன்ற பல தவறுகளையும் நியாயப்படுத்திவிட முடிகிறது.

அறிவியலில் குழப்பம் ஏற்படுத்தி, வதந்திகளைப் பரப்பி, அரசியல் ஆதாயம் தேடுவது இந்தியாவுக்கு புதிதாகத் தோன்றினாலும், உலகின் பலநாடுகளிலும் அதிதீவிர வலதுசாரிகள் ஏற்கனவே

இதனைத் துவங்கிவிட்டனர். இனத் தூய்மைவாதத்தை[11] நடைமுறைப்படுத்தியதில் துவங்கி, மருத்துவ ஆய்வுக்காக சிறுபான்மையினரை துன்புறுத்திய ஹான்ஸ் ஆஸ்பர்ஜசின் ஆய்வுகளில்[12] பயணித்து, சமீபத்திய ஆல்ட்-ரைட் (வலது மாற்று) இயக்கங்கள் வரையிலும், அறிவியலை தங்களுக்கு சாதகமாகப் பயன்படுத்திக் கொள்வது வலதுசாரிகளுக்கு விருப்பமான ஒன்றாகவே இருந்து வருகிறது. வெள்ளையின வெறியை பறைசாற்றுவதற்காகவே, ஆல்ட்-ரைட் இயக்கத்தினர் பாலை தங்களது அடையாளப் பொருளாக மாற்றி, தாங்கள்தான் உலகின் மேன்மையானவர்கள் என்று காட்டிக்கொள்கின்றனர். அமெரிக்காவில்[13] டொனால்ட் ட்ரம்ப்புக்கு எதிரான போராட்டங்கள் நடக்கிற போதெல்லாம், அங்கே சென்று பாட்டில் பாட்டிலாக பாலைக் குடித்து, தங்களின் இனவெறியை வெளிக்காட்டினர். அவர்களைப் பொருத்தவரையில், தூய்மையான வெள்ளையினத்தைத் சேர்ந்தவர்களால் மட்டும்தான் பாலைக் குடிக்க முடியும் என்றும், எவ்வளவு பால் குடித்தாலும் அவர்களுக்கு மட்டுமே செரிமானம் ஆகும் என்றும், கருப்பின மக்கள் பால் குடித்தால் செறிக்காது என்றும் நினைத்துக்கொண்டு பிரச்சாரம் செய்கின்றனர். அதிதீவிர வலதுசாரிகளுக்கும் அறிவியல் ஆதாரங்களுக்கும்தான் வெகுதூரமாயிற்றே.

எந்தவித விமர்சனத்தையும் ஏற்கும் மனநிலையில் இல்லாத குழுவினர் இவர்கள் தான் என்பதை மேற்குலகில் பயிற்சிபெற்ற அறிவியலாளராக என்னுடைய அனுபவத்திலிருந்தே சொல்கிறேன். ஆதாரமற்ற மாற்று மருத்துவ முறைகளை விமர்சிக்கிறவர்கள் மீது பலவிதமான சதிக்கோட்பாடுகளையும் கட்டுக்கதைகளையும் கூட இவர்கள் உருவாக்கி வைத்திருக்கின்றனர். இவர்களை விமர்சித்தாலே, ‘நவீனங்களால் மூளைச்சலவை செய்யப்பட்டவர்கள்’ என்றும் ‘மருந்துலக மாஃபியாவின் முகவர்கள்’ என்றும் நம்மைப் பலவிதமான பெயர்களால் அடையாளப்படுத்தி விடுவார்கள்.

மேலே குறிப்பிடப்பட்டுள்ள நான்கு வகையினருக்கு இடையே வேறுபாடுகள் இருக்கிறபோதும், சுகாதாரம் மற்றும் நோய் குறித்தான பயமும், அதேபயத்தை அடுத்தவர்களுக்கும் கடத்தும் திறமையும்தான் அவர்கள் அனைவரிடமும் காணப்படும் பொதுத்தன்மையாகும். நோய் மீதான பயமென்பது, உலகெங்கிலும் பொதுவாகவே இருக்கிற ஒன்றுதான். அதனைப் பயன்படுத்தி, நல்லெண்ணத்துடன் செய்வதாகக் காட்டிக்கொண்டே பொய்யான

தகவல்களைப் பரப்பிவிடுகின்றனர். அவ்வாறு பரப்பப்படும் வதந்திகளினால், அறிவியல் ஆய்வுகளின்படியே உலகெங்கிலும் உழைத்துக்கொண்டிருக்கிற மருத்துவர்கள், சுகாதார ஊழியர்கள், மருந்து நிறுவனங்கள் போன்ற பல்வேறு தரப்பினரும் மோசமாக சித்தரிக்கப்படுகின்றனர். அவர்களின் உழைப்பும் குறைத்து மதிப்பிடப்படுகிறது.

எனவே, இத்தகைய வதந்திகளை முறியடிப்பதற்கான திட்டங்களையும் மிகவும் கவனத்தோடுதான் உருவாக்க வேண்டும். உணர்வுகளைத் தூண்டியோ, அரசியல் குழப்பங்களை உண்டாக்கும் விதமாகவோ இருக்கக்கூடாது. பயத்தினாலும் பாரம்பரியம் என்கிற வார்த்தையோடு தொடர்புபடுத்தப் பட்டிருப்பதாலும் தான், ஆதாரங்களே இல்லாத மாற்று மருத்துவ முறைகளை மக்கள் நம்பிவிடுகின்றனர் என்பதை அவர்களே உணரும்படி செய்தல் வேண்டும். மருத்துவ வதந்திகளை நம்பும் மக்கள் அனைவருமே அறிவியலுக்கு எதிரானவர்கள் என்ற முடிவுக்கு நாம் வந்துவிடக்கூடாது. அவர்களுடைய நம்பிக்கைகளுக்கு ஏற்றவிதமாக அறிவியலின் சில பகுதிகளை எடுத்துக்கொண்டும், சில பகுதிகளைப் புறந்தள்ளியும் விடுகின்றனர். அதனால் 'அவர்களுக்கு எதுவுமே தெரியாது' என்பது போலவும், அவர்கள் 'அறிவற்றவர்கள்' என்று காட்டும் விதமாகவும் அவர்களோடு உரையாடல் நடத்தி அவர்களை நாம் வென்றிட முடியாது. பரப்பப்படும் ஒவ்வொரு வதந்தியிலும் சில உண்மைகளும், பெரும்பகுதி பொய்களும் கலந்திருக்கும். அதனால் அவ்வதந்திகளை பல பகுதிகளாக உடைத்து, அதிலிருக்கும் பொய்களை தனித்தனியாகப் பிரித்தெடுத்து, அவற்றை சரியாகச் சுட்டிக்காட்டிட வேண்டும். ஒரு வதந்தியில் இருக்கிற எந்தப்பகுதியை வாசித்தால் மக்கள் அதிகமாக பயம் கொள்கிறார்கள் என்பதையும் கண்டறிந்து, அவற்றுக்கும் முறையான பதில்களைத் தயாரித்து, பயத்தைப் போக்கிட முயற்சிக்க வேண்டும். ஆய்வுகளுக்குப் பின்னர் வெளியாகியிருக்கிற அறிவியல் ஆதாரங்களைக் குறிப்பிட்டு, மருத்துவத் துறையின் வல்லுநர்களுடைய ஆலோசனைகளையும் இணைத்து, கனிவான வார்த்தைகளின் மூலமாக உருவாக்கப்படும் செய்திகளை மக்களிடம் கொண்டுசேர்க்க வேண்டியது அவசியமாகிறது.

துவக்கத்திலேயே சொன்னதுபோல, சமூகத்தில் மிகப் பெரியளவிலான உடனடித்தாக்கத்தை அரசியல் வதந்திகளை விடவும் மருத்துவ வதந்திகள் அதிகமாகவே உருவாக்கி

விடுகின்றன. பொதுமக்களின் உடல் ஆரோக்கியத்திற்கும் ஆபத்தை உண்டாக்கி விடுகின்றன. 'மருத்துவ வதந்திகளால் உயிரிழப்பவர்களின் எண்ணிக்கையும் கவனத்தில் கொள்ளவேண்டியிருக்கிறது' என்கிறார் ட்யூக் பல்கலைக்கழக மருத்துவர் ஒருவர்[14]. நம்மைச்சுற்றி பரவியிருக்கிற மருத்துவ வதந்திகளின் எண்ணிக்கையும் அளவும் மலைப்பானதாக இருக்கிறது. ஆனால் அவற்றைத் தவிடுபொடியாக்க வேண்டும் என்று நினைப்போரின் எண்ணிக்கையோ மிகக்குறைவு. அதனால் அவர்களுக்கான பணிச்சுமை அதிகமானதாக இருக்கிறது. இதனை மனதில் வைத்துக்கொண்டு, தனக்கு நிபுணத்துவம் இருக்கிற துறைகளில் பரவியிருக்கும் பொய்யான தகவல்களையும் வதந்திகளையும் உடைத்து நொறுக்க ஒவ்வொருவரும் முன்வர வேண்டும்.

மதவெறியைப் பரப்புதல்...

சமூகத்தில் பிளவை ஏற்படுத்துவதற்கும், பொதுக்கருத்தை உருவாக்குவதற்கும், பல்வேறு மதத்தைச் சார்ந்த மக்களிடையே வெறுப்புணர்வை விதைப்பதற்கும் பொய்ச்செய்திகளைப் பரப்புவோர்க்கு வரப்பிரசாதமாகவும் சமூக ஊடகங்கள் தான் எளிய கருவியாக இருக்கின்றன. அரசியல் ஆதாயம் அடைவது தான் அவர்களின் ஒரே நோக்கம். அதில் மிகத்தெளிவாக இருக்கின்றனர். இந்தியாவில் இருக்கும் சிறுபான்மை மதத்தினரின் ஆக்ரோசத்தினாலும் ஆக்கிரமிப்பினாலும் இந்து பெரும்பான்மை மக்கள் பாதிக்கப்பட்டுக் கொண்டிருக்கிறார்கள் என்று முறையாக திட்டமிடப்பட்ட ஒருங்கிணைந்த பொய்ப்பிரச்சாரங்கள் தினமும் செய்யப்படுகின்றன. இதனை அடைவதற்காகவே, வெறுப்பைத் தூண்டும் வகையிலான செய்திகளை உண்மைக்கு மாறாக எந்தத் தொடர்புமில்லாத புகைப்படங்களும் வீடியோக்களும் இணைத்து பரப்பப்படுகின்றன.

இந்துக்கள் தங்கள் சொந்த நிலத்திலேயே முஸ்லிம்களாலும் கிருத்துவர்களாலும் எப்படியெல்லாம் ஒடுக்கப்படுகிறார்கள் என்று சித்தரிக்கும் வடிவிலான வதந்திகள் உருவாக்கப்படுகின்றன. அவ்விரு மதத்தினரையும் குற்றவாளிகளாகவும் ஒழுக்கமற்றவர்களாகவுமே பொதுப்புத்தியில் காட்டுவதே அதன் நோக்கம். காலப்போக்கில், இதுபோன்ற பொய் செய்திகளின் உள்ளடக்கமும் தொனியும் ஆக்ரோசமாகவும் கொடூரமானதாகவும் மாறிவருகிறது. அச்செய்திகளை உருவாக்குபவர்கள் மிகுந்த கவனத்தோடும் சிரத்தையோடும் புதியபுதிய உத்திகளைக் கையாண்டு, அதனை வாசிப்பவர்கள் மனதில் அச்சத்தையும் பயத்தையும் உருவாக்கிவருகின்றனர்.

அதுபோன்ற வெறுப்பை விதைக்கும் செய்திகள் எவ்வாறு உருவாக்கப்பட்டு பரப்பப்படுகின்றன என்பதை நூலின் இப்பகுதி சுட்டிக்காட்டும்.

# 1
# அமிர்தசரசு இரயில் விபத்தை ஒரு முஸ்லிம் ஓட்டுனர் "இரயில் ஜிகாதி"யாக நடத்தினார்

*அக்டோபர் 2018இல் தசரா பண்டிகையையொட்டி அமிர்தசரசில் நடந்த இராவண கொடும்பாவி எரிப்பு நிகழ்வை இரயில்வே தண்டவாளங்கள் மீதும் ஏறிநின்று ஏராளமானோர் வேடிக்கைப் பார்த்துக்கொண்டிருந்தனர். அப்போது அதிவேகமாக அங்கு வந்துகொண்டிருந்த இரயில் அவர்கள் மீது மோதியதால், அறுபதுக்கும் மேற்பட்டோர் உயிரிழந்தனர். தங்களது சுயலாபங்களுக்காக சமூகவலைத்தளங்களில் மதவெறியைத் தூண்டும் வகையில் வதந்திகளைப் பரப்புவோருக்கு அச்சம்பவம் ஒரு வாய்ப்பாக அமைந்துவிட்டது. காங்கிரஸ் கட்சி ஆளும் மாநிலமாகவும் அது இருந்ததால், அச்சம்பவத்தை காங்கிரஸ் கட்சியோடு தொடர்புபடுத்தும் முயற்சிகளும் நடந்தன.*

**பரப்பப்பட்ட செய்தி:**

இது ஒரு விபத்தல்ல என்றும் ஒரு முஸ்லிமால் திட்டமிட்டு நடத்தப்பட்ட 'இரயில் ஜிகாத்' என்றும், அந்த இரயிலை ஓட்டிய ஓட்டுநரின் பெயர் இம்தியாஸ் அலி என்றும் செய்திகள் பரப்பப்பட்டன. மதவெறியைத் தூண்டும் நோக்கத்தில் வெறுப்புப் பிரச்சார வார்த்தைகளைக் கொண்டு வதந்திகள் உருவாக்கப்பட்டு உலவவிடப்பட்டன. 'நமாஸ் செய்பவர்கள் மீதுமட்டும் ஏன் எந்த இரயிலும் ஏறுவதேயில்லை' என்று குறிப்பிட்டெல்லாம் கூட ட்விட்டரில் பதிவிடப்பட்டன.

**சில உதாரணங்கள்:**

*“இரயில் ஓட்டுநர் என்ன மதத்தைச் சேர்ந்தவர் என்று தெரியுமா? அவர் பெயர் இம்தியாஸ் அலி. அன்று அந்த இரயில் ஏன் நிற்காமல் அவ்வளவு வேகமாகச் சென்று மக்கள் மீது மோதியது என்று இப்போது உங்களுக்குப் புரிந்திருக்குமே.”*

*“250க்கும் மேற்பட்டோரை இரயில் ஏற்றிக் கொன்றவரின் பெயர் இம்தியாஸ் கான். மற்ற உண்மைகளை நீங்களே எளிதில் யூகித்துக்கொள்ளமுடியும். இது விபத்தல்ல, ஒரு திட்டமிட்ட மாபெரும் கூட்டுக்கொலை.”*

*“இரயில் ஓட்டுநரின் பெயர் இம்தியாஸ் அலி என்று கேள்விப்படுகிறோம். அந்த இரயில் ஒரு விபத்தை ஏற்படுத்துவதற்கு முன்னர், இரண்டு இரயில்கள் எந்த விபத்தையும் ஏற்படுத்தாமல் அமைதியாகத்தான் சென்றன. நமாஸ் செய்துகொண்டிருந்தவர்களின் மீது இரயில் ஏறியதாக இதுவரையிலும் நாம் கேள்விப்பட்டதேயில்லை. இது மட்டும் உண்மையாக இருந்தால், கட்டாயம் விசாரிக்கப்பட்டே தீரவேண்டும்.”*

**நிகழ்வு:** ஒரே மாதிரியான வதந்திகளை பிரதியெடுத்து பல்வேறு ட்விட்டர் கணக்குகளின் மூலம் திட்டமிட்ட சமூகஊடகப் பிரச்சாரங்கள் செய்யப்பட்டதற்கான ஆதாரங்களை ‘ஆல்ட் நியூஸ்’ கண்டறிந்தது.

அந்த ட்விட்டர் கணக்குகளுக்கு ஒரேமாதிரியான அரசியல் பின்னணியும் ஒரேமாதிரியான அரசியல் பிரச்சாரத்தை செய்யும் உத்தியும் இருந்திருக்கிறது. அவற்றில் சில ட்விட்டர் கணக்குகளை ட்விட்டரில் மிகப்பிரபலமான வலதுசாரித் தலைவர்கள் பின்தொடர்வதையும் காணமுடிகிறது. சில ட்விட்டுகளை பாஜக தலைவர்களாலேயே பின்தொடரப்படும் அக்கட்சியின் ஐடிபிரிவில் ஊழியர்களாக வேலைபார்ப்போரும் ட்விட்டரில் பகிர்ந்திருக்கின்றனர். பிரதமர் நரேந்திர மோடியே பின்தொடரும் ட்விட்டர் கணக்குகள் கூட இச்செய்திகளை பகிர்ந்தவர்களில் உண்டு.

**உண்மை என்ன?**

அந்த இரயிலை ஓட்டிய ஓட்டுனரால் எழுதி கையொப்பமிடப்பட்ட அறிக்கையினை இந்தியச் செய்தி நிறுவனமான ஏஎன்ஐ வெளியிட்டிருக்கிறது. அமிர்தசரசு இரயில் விபத்தின் போது அந்த இரயிலை இயக்கிய ஓட்டுநரின் பெயர் அரவிந்த் குமார் என்று மிகத்தெளிவாக அதில் குறிப்பிடப்பட்டிருக்கிறது.

இரயிலை ஓட்டியவரின் உண்மையான பெயர் பொதுவில் வைக்கப்பட்டு, ஊடகங்களால் வெளியிடப்பட்ட பின்னரும், அவரை முஸ்லிம் என்றும் ஜிகாதி என்றும் பொய்ச்செய்திகளை சமூக ஊடகங்களில் பரப்பியவர்கள் எவரும் அவற்றை நீக்கவோ, மன்னிப்புக் கேட்கவோ, தவறை ஒப்புக்கொள்ளவோ இல்லை. மாறாக அவர்கள் பரப்பிய போலிச்செய்திகள் இன்றும் சமூக ஊடகங்களில் அப்படியே சுற்றிக்கொண்டுதான் இருக்கின்றன.

# 2

# கொடூரமாகத் தாக்கிக் கொல்லப்பட்ட இந்து இளைஞர் பரேஷ் மேஸ்தா

*2017 ஆம் ஆண்டின் இறுதி நாட்களில் கர்நாடகாவின் வடக்கு மாவட்டத்தில் இரு சமூகங்களுக்கிடையில் துவங்கிய சண்டை, மதமோதலாகவும் வன்முறையாகவும் உருமாறி வெடித்தது. அக்கலவரக் காலத்தில் காணாமல் போன பரேஷ் மேஸ்தா என்கிற இளைஞனின் உடல், அழுகிய நிலையில் ஹொன்னவர் நகரத்தில் இருக்கும் ஒரு ஏரியில் கண்டெடுக்கப்பட்டது. மிகமோசமாக துன்புறுத்தப்பட்டு அவன் கொல்லப்பட்டதாகக் கோரும் ஒரு படத்தை வெளியிட்டு, அவனது மரணம் ஒரு கொலைதான் என்றுகூறி ஒரு கும்பல் தெருக்களில் இறங்கி, பொதுமக்களின் சொத்துக்களுக்கு சேதம் விளைவித்தது. வண்டிகளை எரிப்பது, கல்வீசுவது, கடைகளை உடைப்பது என பெருங்கலவரத்தை அக்கும்பல் நடத்தியது.*

**பரப்பப்பட்ட செய்தி:**

*பரேஷ் மேஸ்தாவை கொடூரமாகத் தாக்கிக் கொன்றது ஜிகாதிக் குழுக்கள் தான் என்று கர்நாடக பாஜக எம்பியான ஷோபா கரந்த்லாஜே குற்றஞ்சாட்டினார். ஊடகங்கள் அதனைப் பிடித்துக்கொண்டு அந்த சம்பவத்தைச் சுற்றிலும் பல கதைகளை பரபரப்புக்காக உருவாக்கியதுதான் மேலும் அதிர்ச்சியாக இருந்தது. 2018 ஆம் ஆண்டு டிசம்பர் மாதம் 11ஆம் தேதியன்று தொலைக்காட்சிகளின் முக்கியமான ஒளிபரப்பு நேரமான மாலை 5.30 மணிக்கு அக்கொடூரமான தாக்குதல் மற்றும்*

கொலை குறித்து விவாதிக்க ஒரு நிகழ்ச்சியை நடத்தியது இந்தியா டுடே தொலைக்காட்சி. பரேஷ் மேஸ்தாவின் ஆணுறுப்பு அறுத்தெறியப்பட்டதாகவும், தலை பிளவுபட்டுக் கிடந்ததாகவும், கொதிக்கும் எண்ணையை உடம்பில் கொட்டிக் கொடுமைப்படுத்தியதாகவும் அந்நிகழ்ச்சியில் செய்தி பரப்பப்பட்டது.

அச்செய்தியை போஸ்ட்கார்ட் நியூஸ் என்கிற இணையப் பத்திரிக்கையை உருவாக்கிய மகேஷ் விக்ரம் ஹெக்டேவும் அப்படியே பிரதிபலித்தார்.

**உண்மை என்ன?**

பரேஷ் மேஸ்தாவின் மரணம் குறித்து பரப்பப்பட்டவை உண்மையல்ல. மணிப்பாலில் இருக்கும் தடயவியல் மருத்துவமனையில் நடத்தப்பட்ட பிணக்கூராய்வு அறிக்கையினை கர்நாடக காவல்துறையினர் வெளியிட்டனர். அதன்படி,

1. ஆயுதங்களால் ஏற்படுத்தப்பட்ட காயங்கள் உடலில் எதுவுமே இல்லை
2. முகத்தின் நிறம் மாறியிருப்பதற்கு உடல் அழுகியதே காரணம்
3. ஆணுறுப்பு அறுத்தெறியப்பட்டதற்கோ அல்லது மற்ற உடல் உறுப்புகள் ஏதேனும் சேதப்படுத்தப்பட்டதற்கோ எந்த ஆதாரமும் இல்லை

“சமூகத்தில் பிளவை ஏற்படுத்தவேண்டும் என்கிற நோக்கத்திலேயே, பத்திரிக்கைக் குறிப்புகளிலும், சமூகவலைத்தளங்களிலும், அதிலும் குறிப்பாக வாட்சப்பிலும் தங்களது சுய அரசியல் இலாபத்திற்காகவே திட்டமிட்டு பொய்ச்செய்திகளையும் போலியான வதந்திகளையும் பரப்பியிருக்கின்றனர்” என்று ஆல்ட் நியூஸ் செய்தியாளரின் கேள்விக்கு பதிலளிக்கையில் மேற்கு மண்டல உயர்காவல்துறை அதிகாரியான ஹேமந்த் நிம்பல்கர் தெரிவித்திருக்கிறார். அவ்வாறு சமூக ஊடகங்களில் வதந்திகளைப் பரப்பியவர்கள் மீது வழக்கு பதிவு செய்துகொண்டிருக்கிறோம். இதுவரையிலும் இருபது வழக்குகளை பதிவு செய்திருக்கிறோம். உண்மைத் தன்மைகளை ஆராயாமல் வதந்திகளையும் பொய்ச் செய்திகளையும் பரப்புவோர்

யாராக இருந்தாலும் வழக்கை எதிர்கொண்டு சட்டத்திற்கு பதில்சொல்லியே ஆகவேண்டும்.

---

Reference: https://www.dailyo.in/voices/paresh-mesta-murder-karnataka-video-india-today-shiv- aroor-siddaramaiah-bjp/story/1/21141.html

https://www.thenewsminute.com/article/bjp-mp-shobha-karandlaje-booked-cops-spreading- communal-hatred-thru-tweets-73596

# 3

# 2017 ஆம் ஆண்டு பசிரத் கலவரத்தில் தாக்கப்பட்ட இந்துக்கள்

*2017ஆம் ஆண்டு ஜூலை மாதத்தில் மேற்குவங்கத்தின் பசிரத் என்னும் இடத்தில் மதவாத சண்டை துவங்கி வன்முறையாக வெடித்தது. வாட்சப் மற்றும் இன்னபிற சமூகஊடகங்களிலும் பரப்பப்பட்ட வெறுப்புப் பிரச்சாரத்தினால் பற்றவைக்கப்பட்ட நெருப்பின் காரணமாக, களத்தில் மோசமான சூழல் நிலவியது. ஆளும் மாநில அரசினை இந்துக்களுக்கு எதிராக பாரபட்சமாக செயல்படும் அரசாக சித்தரிக்கும் நோக்கில் போட்டோசாப் செய்யப்பட்ட புகைப்படங்களைப் பரப்பியதாலேயே நிலைமை மோசமான கட்டத்தை எட்டியிருந்தது.*

**பரப்பப்பட்ட செய்தி:**

**"பட்டப்பகலில் இந்துப்பெண் பாலியல் துன்புறுத்தலுக்கு ஆளானாள்"**

"பதுரியாவில் இந்துப் பெண்கள் பாலியல் துன்புறுத்தலுக்கு ஆளாகிறார்கள். திரிணாமுல் காங்கிரஸ் கட்சியை ஆதரிக்கும் இந்துக்களே! நீங்களெல்லாம் உண்மையான இந்துக்கள் தானா? ஒரு இந்து அப்பனுக்குப் பிறந்திருந்தால், நீங்கள் நிச்சயமாக இந்த பயங்கரவாதிகளுக்கு எதிராகக் குரல் கொடுப்பீர்கள். மேற்குவங்கத்தின் இந்துக்கள் அனைவரும் ஒன்றிணைந்தே ஆகவேண்டும்."

*"அபர்ணா சென்னே, நீ எங்கே இருக்கிறாய்? அமைதியான முஸ்லிம்கள் என்று நீ சொன்னவர்கள் பதுரியாவில் இந்துப்பெண்களை துகிலுரித்துக் கொண்டிருக்கிறார்கள்"*

புடவை அணிந்திருந்த ஒரு பெண்ணின் ஆடைகளை அடாவடியாக பட்டப்பகலில் யாரோ அவிழ்ப்பது போன்ற படத்துடன் இணைத்து இச்செய்திகள் பேஸ்புக்கில் பரப்பப்பட்டன. பாஜவில் பெரிய பொறுப்பில் இருக்கிற விஜேதா மாலிக்கும், மேற்குவங்கத்தில் இந்துப்பெண்கள் பாலியல் ரீதியாக துன்புறுத்தப்படுகிறார்கள் என்று குற்றஞ்சாட்டி, போட்டோஷாப் செய்யப்பட்ட அப்புகைப்படங்களையும் பொய்ச் செய்திகளையும் பேஸ்புக்கில் பகிர்ந்திருக்கிறார்.

**உண்மை என்ன?**

இப்புகைப்படம் 2014இல் வெளியான "ஔரத் கிலோனா நஹி" என்கிற போஜ்புரி மொழித் திரைப்படத்தில் வரும் ஒரு காட்சியாகும்.

---

Reference: https://www.ndtv.com/india-news/man-arrested-for-sharing-bhojpuri-film-still-as-image-of-bengal-violence-1722315

https://www.thecitizen.in/index.php/en/NewsDetail/index/2/11187/This-Is-How-Hate-and-Violence-is-Being-Generated-From-Muzaffarnagar-to-Basirhat

https://www.indiatoday.in/fyi/story/bjp-haryana-vijeta-malik-manoj-tiwari-bhojpuri-film-1022984- 2017-07-07

# 4
# தாக்கப்பட்ட இந்து குடும்பம்

#HinduLivesMatter என்கிற ஹேஷ்டேகுடன் சமூகஊடகங்களில் 2017 ஆம் ஆண்டு ஒரு புகைப்படம் பகிரப்பட்டது. ஒரு ஆணும் ஒரு பெண்ணும் காயங்களுடன் இரத்தம் வழிந்துகொண்டு இருப்பதைப் போன்ற புகைப்படம் அது. அதில், "இவர்கள் சௌவிக்கின் பெற்றோர். எந்தக் குற்றமும் செய்யாத அவர்கள் தாக்கப்பட்டிருக்கிறார்கள். ஆனால் #NotInMyName என்று பரப்பப்படும் செய்திகளின் கீழ் அவர்கள் வருவதில்லையே" என்று எழுதப்பட்டிருந்தது.

**உண்மை என்ன?**

இதே புகைப்படத்தை இதே போன்ற உள்ளடக்கத்துடன் 2016 ஆம் ஆண்டிலேயே வங்காளதேசத்தில் இருக்கும் துலாகர் கலவரத்தின்போது அந்த ஊரில் நடந்தததாக எழுதப்பட்ட குறிப்புடன் பகிரப்பட்டிருக்கிறது. ஆக இது இந்தியாவில் எடுக்கப்பட்ட புகைப்படமும் அல்ல, செளவிக்கின் பெற்றோரும் அல்ல.

இப்புகைப்படம் வங்காளதேசத்தில் செயல்படும் எய்பெலா என்கிற வங்காளதேச இணைய செய்தித்தளத்திலிருந்து எடுக்கப்பட்டிருக்கிறது.

# 5

## மேற்குவங்கத்தில் முஸ்லிம்களால் 'கும்பல் கொலை' செய்யப்பட்ட இந்து இளைஞர்

**பரப்பப்பட்ட செய்தி:**

"ஜெய் ஸ்ரீராம்" என்கிற பெயரைக் கொண்ட ஒரு ட்விட்டர் பயனாளர், ஒரு இளைஞனின் புகைப்படத்தை ட்விட்டரில் பகிர்ந்திருந்தார். அதில், கார்த்திக் கோஷ் என்கிற இந்து இளைஞனை மேற்குவங்கத்தின் பசிரத் என்னும் ஊரில் முஸ்லிம்கள் கும்பல் கொலை செய்துவிட்டதாக எழுதப்பட்டிருந்தது.

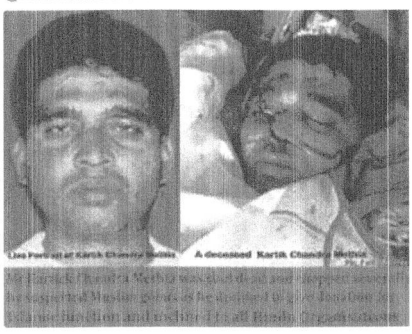

மதவெறியைப் பரப்புதல் | 53

உண்மை என்ன?

இந்துத்துவா இணையதளங்களின் மூலம் பரப்பப்பட்ட இந்த இளைஞனின் படத்திற்கும் செய்திக்கும் எந்தத் தொடர்பும் இல்லை. படத்தில் இருப்பவரின் பெயர் கார்த்திக் கோஷ் அல்ல. அவரது உண்மையான பெயர் கார்த்திக் சந்திர மேத்தே. அவர் 2014இல் முன்விரோதம் காரணமாக மேற்குவங்கத்தின் தெற்கு பர்கனசில் இருக்கும் ஃபல்தா என்னும் ஊரில் கொல்லப்பட்டார். அக்கொலை விசாரிக்கப்பட்டு, ஐந்து பேர் கைதும் செய்யப்பட்டு, வழக்கும் முடிவடைந்துவிட்டது.

---

Reference: https://timesofindia.indiatimes.com/city/kolkata/CCTV-footage-solves-murder/articleshow/33042719.cms

## 6

# ‘இது அல்லாவின் வெற்றி, இராமனின் தோல்வி’

*2018 ஆம் ஆண்டு மே மாதத்தில் கோரக்பூர், புல்பூர், கைரனா ஆகிய நாடாளுமன்றத் தொகுதிகளுக்கு நடைபெற்ற இடைத்தேர்தல்களில் ஆளும் பாஜக பின்னடைவை சந்தித்து தோல்வியடைந்தது. தேர்தல் முடிவுகள் அறிவிக்கப்பட்டவுடன், இராஷ்ட்ரிய லோக்தளக் கட்சியைச் சேர்ந்த வெற்றி வேட்பாளர், மதவெறியைத் தூண்டும் விதமாகப் பேசியதாக செய்தியொன்று மிகப்பரவலாக பரப்பப்பட்டது.*

**பரப்பப்பட்ட செய்தி:**

*“இது அல்லாவின் வெற்றி, இராமனின் தோல்வி” என்று கைரானா நாடாளுமன்றத் தொகுதி இடைத்தேர்தலில் வெற்றி பெற்ற பேகம் தபஸ்ஸூம் ஹசன் கூறியதாக ஒரு செய்தி பரப்பப்பட்டது. தேர்தல் முடிவுகள் அறிவிக்கப்பட்ட அன்றே, சமூக ஊடகங்களில் இச்செய்தி பரவியது.*

*“கமல் தியாகி”, “பாஜக”, “யோகி ஆதித்யநாத்தை நாங்கள் ஆதரிக்கிறோம்” உள்ளிட்ட பல்வேறு மிகப்பிரபலமான பேஸ்புக் பக்கங்களும், ட்விட்டர் கணக்குகளும் அச்செய்தியை பகிர்ந்தன. பாஜகவின் பேஸ்புக் பக்கத்திலிருந்து மட்டுமே பின்னர் மன்னிப்பேதும் கேட்காமல் அச்செய்தி நீக்கப்பட்டிருந்தது.*

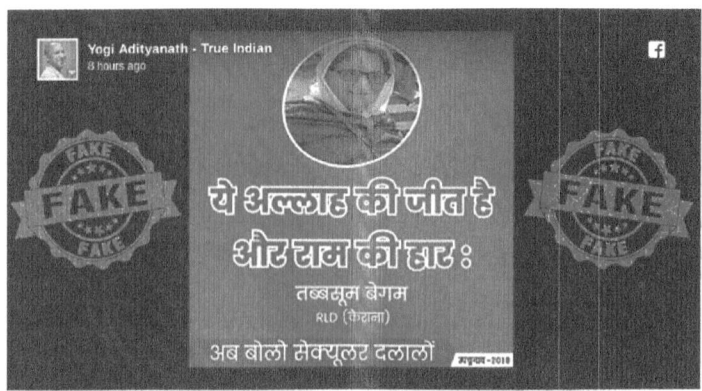

**உண்மை என்ன?**

சமூக ஊடகங்களில் பரப்பப்பட்டிருக்கும் பல்லாயிரக்கணக்கான பொய்செய்திகளைப் போன்றே, அந்த மேற்கோளும் பொய்யானது தான். பேகம் தபஸ்ஸும் ஹசன் அப்படியான எந்த அறிக்கையும் கொடுக்கவில்லை. அதனை ஆல்ட் நியூசுக்கு அவர் அளித்த பேட்டியில் உறுதிசெய்திருக்கிறார். இருப்பினும் அது பொய்யென்று நிரூபிப்பதற்கு முன்னரே, பேஸ்புக், ட்விட்டர், வாட்சப் என பல சமூக ஊடகங்களில் அப்பொய்ச் செய்தி பரப்பப்பட்டு, அவரது பெயருக்கு பெரிய இழுக்கு ஏற்படுத்தப்பட்டுவிட்டது.

---

References: https://www.boomlive.in/will-file-fir-kairana-mp-tabassum-hasan-on-fake-quote-rld- blames-bjp/

https://www.facebook.com/WeSupportYogiAdityanathJi/photos/a.1753979107949405/24342480565891 type=3

# 7

## செய்தித்தாளின் தலைப்பு: முஸ்லிம் ஆண் ஒருவரால் ஒரு இந்துப்பெண் கத்தியால் குத்தப்பட்டார்

**பரப்பப்பட்ட செய்தி:**

ஓர் இந்துப்பெண்ணை ஒரு முஸ்லிம் ஆண் கத்தியால் குத்திவிட்டார் என்று *டைம்ஸ் ஆஃப் இந்தியா* நாளிதழில் செய்தி வெளியானதாக பரப்பப்பட்டது. அதனை பாஜகவின் எம்பியான பிரதாப் சின்ஹா ட்விட்டரில் பகிர்ந்தார். பின்னர் மன்னிப்பேதும் கேட்காமல் நீக்கினார்.

உண்மை என்ன?

டைம்ஸ் ஆஃப் இந்தியாவின் கட்டுரையை போட்டோஷாப்பில் மாற்றி இப்படியொரு தவறான செய்தி பகிரப்பட்டிருக்கிறது. டைம்ஸ் ஆஃப் இந்தியாவின் கட்டுரையின் உள்ளடக்கமே மாற்றப்பட்டிருக்கிறது. இது தங்களது செய்தித்தாளின் செய்தியே அல்ல என்று ட்விட்டரில் டைம்ஸ் ஆஃப் இந்தியா தெளிவுபடுத்தியது. அதுமட்டுமின்றி, அதனைப் பரப்பியவர்கள் மீது சட்டப்படி வழக்கு தொடரப்படும் என்றும் டைம்ஸ் ஆஃப் இந்தியா தெரிவித்தது.

---

*Reference: https://thewire.in/politics/bjp-fake-news-nupur-sharma*

# 8
# கர்நாடகாவில் ஒரு மசூதியை இடிக்கும்போது, அங்கே ஒரு இந்து கோவில் இருந்தது கண்டுபிடிக்கப்பட்டது

இந்து கோவில்களை அழித்து அவற்றின்மீது தான் இன்றைய நவீன மசூதிகள் அனைத்தும் கட்டப்பட்டிருக்கின்றன என்கிற வாதம் பாபர் மசூதி-இராமர் பிறப்பிடப் பிரச்சனைக்குப் பின்னர், இன்றைய அரசியலில் மிகமுக்கியமானதொரு இடத்தைப் பிடித்துவிட்ட கருத்தாக மாறிவிட்டது. அதுவே இன்றைக்கு சமூக ஊடகங்களிலும் போலியான புகைப்படங்களுடனும் பொய்யான செய்திகளுடனும் வலம்வரத் துவங்கியிருக்கிறது.

**பரப்பப்பட்ட செய்தி:**

கர்நாடகாவில் ஒரு மசூதி இடிக்கப்பட்டபோது அங்கே ஒரு கோவில் கண்டுபிடிக்கப்பட்டது.

> "கர்நாடகாவில் இருக்கும் ராய்ச்சூர் என்னுமிடத்தில் சாலை விரிவாக்கத்திற்காக ஒரு மசூதியை இடிக்கையில் அங்கே இக்கோவிலைக் கண்டுபிடித்துள்ளனர். எல்லா மசூதிகளையும் நாம் இடித்துத்தள்ள வேண்டும்"

பாறையில் ஒரு கோவில் செதுக்கப்பட்டது போன்ற புகைப்படத்தை இணைத்து சமூக ஊடகங்களில் இச்செய்தி பகிரப்பட்டது.

### உண்மை என்ன?

அது உண்மையான புகைப்படம் அல்ல. கணிப்பொறி மென்பொருள்களின் உதவியுடன் உருவாக்கப்பட்ட படம் தான் அது. மசூதி இடிக்கப்பட்டபோது கண்டெடுக்கப்பட்ட கோவில் என்னும் பெயரில் வெளியான இப்படத்தை ஆல்ட் நியூஸ் ஆய்வுசெய்ததில், அது ஒரு ஓவியரால் வரையப்பட்ட படம் என்று தெரியவந்தது. அப்படத்தின் கீழே வலது ஓரத்தில் "சந்திரா கலரிஸ்ட்" என்று எழுதப்பட்டிருப்பதைக் காணலாம். "சந்திரா ஆர்டிஸ்ட்" என்கிற அதே பெயரில் இருக்கும் ஒரு பேஸ்புக் பயனர், ஏற்கனவே (2016 ஆம் ஆண்டு மே 8 ஆம் தேதியன்றே) அப்படத்தை தன்னுடைய பக்கத்திலும் வரைபடமாக வெளியிட்டிருக்கிறார்.

சீனாவில் லுவோயாங் என்னுமிடத்தில் இருக்கும் ஃபென்ஜியாங் கோவிலில் இருக்கும் கல்புத்தரின் வடிவத்தை அடிப்படையாகக் கொண்டு வரையப்பட்ட ஓவியம்தான் இது.

Reference: https://factcheck.afp.com/no-not-hindu-temple-discovered-after-mosque-was-demolished-india

# 9

# இந்தியாவில் சட்டவிரோதமாகக் குடியேறியிருக்கும் பதினோரு கோடி ரோஹிங்க்யா முஸ்லிம்களும், எட்டு கோடி வங்காளதேச முஸ்லிம்களும்

இந்தியாவில் அகதிகள் குறித்த தவறான தகவல்களும் சமூக ஊடகங்களின் வதந்திகளில் முக்கியப் பங்காற்றுகின்றன. அகதிகளின் எண்ணிக்கையை ஊதிப்பெரியதாகக் காட்டி மக்களிடையே அச்சத்தை உருவாக்கிவிடுகின்றன அத்தகைய வதந்திகள்.

மியான்மரில் ரோஹிங்க்யா மக்களுக்கு ஏற்பட்டிருக்கும் நெருக்கடியினால் அகதிகளாக வெளியேறுவதை, இந்தியாவை ஆக்கிரமிக்கவே அவர்கள் வருவதைப் போன்ற தோற்றத்தை உருவாக்க முயல்வதைப் பார்க்கமுடிகிறது. அதுமட்டுமில்லாமல், 'வங்காளதேச அகதிகள்' என்கிற வார்த்தைப் பிரயோகமே இந்திய அரசியலில் எப்போதும் ஒரு பிரபலமான விவாதக் கருப்பொருள் தான். அதனைப் பயன்படுத்தி, ஒவ்வொருமுறையும் வாய்ப்புக் கிடைக்கும் போதெல்லாம் அகதிகளின் எண்ணிக்கையை கற்பனைக்கு எட்டாத அளவுக்கு உயர்த்திக்காட்டுவதை, வெறுப்பரசியலை விதைப்போரும் வதந்திகளைப் பரப்புவோரும் வழக்கமாகவே செய்து வருகின்றனர்.

**பரப்பப்பட்ட செய்தி:**

*இந்தியாவில் ரோஹிங்க்யா முஸ்லிம்களின் மக்கள்தொகை பதினோரு கோடியாக அதிகரித்துவிட்டது. அதேபோல எட்டு கோடி வங்காளதேச முஸ்லிம்களும் சட்டவிரோதமாக இந்தியாவில் வாழ்கின்றனர்.*

*உதாரணமாக:*

*“டீசல் மற்றும் பெட்ரோலின் விலை 5 ரூபாய் உயர்ந்தாலே பாரத் பந்த் அறிவித்துப் போராடுகிறீர்கள். ஆனால் நீங்கள் ஆதரிக்கும் எட்டு கோடி வங்காளதேசத்து முஸ்லிம்களும் ரோஹிங்க்யா முஸ்லிம்களும் உங்கள் குடும்ப உறுப்பினர்களா என்ன? இரட்டைவேடம் போடும் காங்கிரஸ் கட்சி.”*

**உண்மை என்ன?**

*அந்த எண்ணிக்கை முற்றிலும் தவறானது. பதினோரு கோடியென்பது, மியான்மர் தேசத்தின் ஒட்டுமொத்த மக்கள் தொகையை விடவும் இரண்டு மடங்கு ஆகும்.*

*இந்தியாவில் வாழும் ரோஹிங்க்யா மக்களின் ஒட்டுமொத்த எண்ணிக்கையே 40000 தான் என்று மத்திய உள்துறை விவகார இணையமைச்சர் கிரண் ரிஜ்ஜு 2017 ஆம் ஆண்டு செப்டம்பர் மாதத்தில் நாடாளுமன்றத்திலேயே தெரிவித்தார். அந்த 40000- த்திலும், 16000 பேர் ஐநா சபையால் பதிவு செய்யப்பட்ட சட்டப்பூர்வமான அகதிகள் ஆவர்.*

*2017 ஆம் ஆண்டு ஐநா சபை வெளியிட்ட சர்வதேச புலம்பெயர்ந்தோர் குறித்த அறிக்கையில், இந்தியாவில் வாழும் வங்காளதேச அகதிகளின் எண்ணிக்கை 31 இலட்சம் என்றே குறிப்பிடப்பட்டிருக்கிறது.*

# 10
# இந்துக்களின் சதைகளை உண்ணும் ரோஹிங்க்யா அகதிகள்

வதந்திகளைப் பரப்பி மக்களை மதரீதியாகப் பிளவுபடுத்துவதுதான் சமூக ஊடகங்களில் அடிக்கடி பயன்படுத்தப்படும், மிகப்பிரபலமானதுமான உத்தியாகும். அப்படியாக ஏராளமான சந்தர்ப்பங்களில் மதங்களுக்கிடையிலான உறவுகளை சிதைக்கும் விதத்தில் ஒருங்கிணைந்தும் திட்டமிட்டும் வதந்திகள் பரப்பப்பட்டிருக்கின்றன. தொடர்பில்லாத புகைப்படங்களையும் வீடியோக்களையும், உணர்வுகளைத் தூண்டிவிடும் வார்த்தைகளையும் பயன்படுத்துவதுதான் அவர்களின் உத்தியே. மியான்மரில் ரோஹிங்க்யா மக்களுக்கு ஏற்பட்டிருக்கும் நெருக்கடி, இந்தியாவில் வாழும் ரோஹிங்க்யா மக்களின் மீது கவனத்தை உருவாக்கும் வாய்ப்பை ஏற்படுத்திக் கொடுத்துவிட்டது. பொதுமக்களிடையே பயத்தையும் அவநம்பிக்கையையும் வெறுப்பையும் விதைப்பதற்காக வதந்தியாளர்கள் எந்த எல்லைக்கும் போவார்கள் என்பதை நாம் இங்கே பார்க்கப்போகும் நிகழ்வும் அதனோடு வெளியான புகைப்படங்களுமே நமக்குக் காட்டிக் கொடுத்துவிடும்.

**பரப்பப்பட்ட செய்தி:**

**ரோஹிங்க்யா மக்கள் இந்துக்களின் சதைகளை உண்கிறார்கள்.**

2018 ஆம் ஆண்டு டிசம்பர் மாதத்தில் தைனிக் பாரத் ஒரு கட்டுரை வெளியிட்டது. அதன் தலைப்பு - "கொடூரமான செய்தி - ரோஹிங்க்யாக்கள் இந்துக்களைக் கொன்று அவர்களின் சதைகளை உண்கிறார்கள். மேவம் என்னும் ஊரிலிருந்து வரும் இத்தகவல் உங்கள் எலும்புகளையும் நடுங்க வைக்கும்."

இச்செய்தியை ஆஜ்தக் குர்கௌன் என்கிற அறியப்படாத பத்திரிக்கையொன்று வெளியிட்டதாகச் சொல்லி சமூக ஊடகங்களில் பகிரப்பட்டது. (இப்பத்திரிக்கைக்கும் இந்தியா டுடே குழுமத்திற்கும் தொடர்பில்லை)

**உண்மை என்ன?**

தைனிக் பாரத் பகிர்ந்த இச்செய்தி மிகக்கொடூரமான பொய். திபத்திய மக்களின் இறுதிச் சடங்கின்போது எடுத்த புகைப்படம் இது என்பதை கூகிளின் உதவியுடன் ஆல்ட் நியூஸ் கண்டறிந்திருக்கிறது. அதில் ஒரு திபெத்திய பழங்குடியினத்தில் இறந்து போனவர்களின் உடலை, சுத்தம்செய்யும் திறன்கொண்ட பறவைகளுக்கு இரையாக்கும் சடங்கு நடப்பதைப் பார்க்கலாம். இச்சடங்கிற்கு "வானில் புதைத்தல்" என்ற பெயரும் உண்டு. இறந்தவர்களை வழியனுப்பும் ஒரு பாரம்பரிய இறுதிச்சடங்கு முறை அது.

"திபத்திய சடங்கு" என்னும் பெயரிலான ஒரு வலைத்தளக் கட்டுரையில் 2009 ஆம் ஆண்டே இப்புகைப்படம் வெளியாகியிருக்கிறது. அப்புகைப்படமே நேசனல் ஜியோகிராபி தொலைக்காட்சியில் வெளியான ஒரு வீடியோவிலிருந்து தான் எடுக்கப்பட்டிருக்கிறது என்பதையும் ஆல்ட் நியூஸ் கண்டறிந்து உண்மையை வெளியிட்டிருக்கிறது.

---

*Reference: https://www.hindustantimes.com/india-news/inside-the-world-of-hindu-right-wing- fake-news-website-dainikbharat-org/story-aPdB03A4LjeIkFBFKmV0vI.html*

*https://en.wikipedia.org/wiki/Sky_burial*

# 11

# ரோஹிங்க்யா சமூகத்து சிறுமிகளின் கருத்தரிப்பும், கவலையளிக்கும் அவர்களின் மக்கள்தொகை அதிகரிப்பும்

ரோஹிங்க்யா மக்கள் மியான்மரில் அனுபவித்த கடும் நெருக்கடியின் காரணமாக இந்தியாவுக்கு புலம்பெயர வேண்டிய கட்டாயம் உருவானது. இது 2017 மற்றும் 2018 ஆம் ஆண்டுகளில் முழுவதிலும் இந்தியாவில் மிகப்பெரிய அரசியல் சர்ச்சைகளையும் விவாதங்களையும் உருவாக்கியது. சமூக ஊடகங்களும் அதற்குத் துணைபோயின. அப்பிரச்சனை குறித்த கருத்தாக்கத்தை பொதுமக்களிடையே உருவாக்குவதற்காக சமூக ஊடகங்களில் பலரும் ரோஹிங்க்யா மக்களைப்பற்றி பொய்யான கதைகளையும் வதந்திகளையும் பரப்பினர்.

**கருவுற்றிருக்கும் சிறுமியின் புகைப்படம்**

**பகிரப்பட்ட செய்தி:**

வயிறு பெரிதாக இருப்பதைப் போன்ற சிறுமியின் புகைப்படம் சமூக ஊடகங்களில் சிலரால் பகிரப்பட்டது. அச்சிறுமி மியான்மரில் ரக்கினே என்கிற மாநிலத்தில் இருக்கும் அகதிகள் முகாமில் இருப்பவள் என்றும், அவளுக்கு ஒன்பதிலிருந்து பன்னிரண்டு வயதுக்குள் தான் இருக்கும் என்றும், அதற்குள் கருவுற்று வயிற்றில் ஒரு குழந்தையுடன் இருக்கிறாள் என்றும் அச்செய்தியில் சொல்லப்பட்டிருந்தது.

**உண்மை என்ன?**

அச்செய்தி முற்றிலும் வதந்தியே. அப்புகைப்படத்தில் இருப்பது ப்ரேசிலைச் சேர்ந்த சேண்டி என்கிற 12 வயதுச்சிறுமியே. பலவிதமான நோய்களால் பாதிக்கப்பட்டிருக்கிற அச்சிறுமிக்கு உதவிவேண்டி, அவள் வாழும் ‘கரக்பாவோ தோ’ நோர்த்தே என்னும் இடத்தைக் குறிக்கும் ஒரு பேஸ்புக் பக்கத்தில் கோரிக்கை வைக்கப்பட்டு அவளது புகைப்படம் பகிரப்பட்டிருக்கிறது. அவள் அனுமதிக்கப்பட்டிருக்கும் மருத்துவமனைக் கட்டிலில் இருந்துகொண்டு பேசுவதையும் வீடியோவாக எடுத்து அந்த பேஸ்புக்கில் பக்கத்தில் பகிர்ந்திருக்கின்றனர். அவளது வயிறு மிகப்பெரியதாக ஊதியிருப்பதற்கு அவளுக்கு வந்திருக்கும் நோயே காரணம்.

**இருகுழந்தைகளுடன் இருக்கும் ஒரு சிறுமி**

**பகிரப்பட்ட செய்தி:**

இரண்டு குழந்தைகளுடன் ஒரு பதினான்கு வயது ரோஹிங்க்யா சிறுமி இருப்பதைப் போன்ற புகைப்படம், சமூக ஊடகங்களில் பகிரப்பட்டு பரவியது. அச்சிறுமிக்கு ஐம்பத்தியாறு வயது கணவர் இருப்பதாகவும், அக்கணவருக்கு இச்சிறுமியோடு சேர்த்து ஆறு மனைவிகள் இருப்பதாகவும், அத்துடன் மொத்தமாக பதினெட்டு குழந்தைகள் இருப்பதாகவும் அச்செய்திப்பதிவில் குறிப்பிடப்பட்டிருந்தது.

**உண்மை என்ன?**

ரோஹிங்க்யா சமூகத்து மக்கள் குறித்து பிபிசி எடுத்த ஆவணப்படத்திலிருந்து அப்புகைப்படம் எடுக்கப்பட்டிருக்கிறது. ரோஹிங்க்யா மக்களின் துயரத்தையும், அவர்கள் இனவழிப்பு செய்யப்படுவதையும் அதில் ஆவணப்படுத்தியிருந்தனர். அந்த வீடியோவிலிருந்து ஒரு காட்சியை புகைப்படமாக எடுத்துக்கொண்டு, அதில் வரும் அச்சிறுமிக்கு திருமணமாகியிருப்பதாகவும் குழந்தைகள் இருப்பதாகவுமான கதையை இணைத்து வதந்திகள் பரப்பட்டிருக்கின்றன.

பெரும்பாலான பொய் செய்திகளும் வதந்திகளும் துவங்கப்படும் இடம், அதிகமாக பிரபலமாகாத சிறிய இணையதளங்களாகவும் அதிகமாக அறியப்படாத சமூக ஊடகக் கணக்குகளாகவும் தான் இருக்கின்றன. அவர்கள் பரப்பும் செய்தியோ புகைப்படமோ பெரியளவில் பரவிய பின்னர், யாருக்கும் தெரியாமல் எந்தவித மன்னிப்பும் கேட்காமல் தங்களது இணையதளங்களிலிருந்தும் பக்கங்களிலிருந்தும் நீக்கிவிடுகின்றனர். அவர்கள் நீக்கினாலும் அந்த வதந்திகள் சமூக ஊடகங்களில் பல்வேறு நபர்களால் ஆதாரமில்லா செய்திகளாக பகிரப்பட்டுக்கொண்டே இருக்கும். அதனால் அத்தைகைய பயனர்கள் பகிரும் தகவல்களிடமிருந்து நாம் கவனமாக இருக்க வேண்டும்.

---

Reference: https://www.nationalheraldindia.com/fact-check/disturbing-hate-campaign-against- rohingyas-gets-exposed-again

## 12
## சுவாமி விவேகானந்தர் சிலையை சேதப்படுத்திய முஸ்லிம்கள்

**பகிரப்பட்ட செய்தி:**

உத்தரப் பிரதேசத்தில் பதோகி என்னுமிடத்தில் 2017 ஆம் ஆண்டு அக்டோபர் மாதம் சுவாமி விவேகானந்தர் சிலை சேதப்படுத்தப்பட்டிருக்கிறது. அதனைச் செய்தது முஸ்லிம்கள் தான் என்றும், ஊடகங்கள் ஏன் அமைதியாக இருக்கின்றன என்று ஊடகங்களைக் குற்றஞ்சாட்டியும் ஷான்க்நாட் என்னும் ட்விட்டர் கணக்கிலிருந்து பதிவிடப்பட்டிருந்தது. அது பலரால் பிரதியெடுக்கப்பட்டு இணையத்தில் பரப்பிவிடப்பட்ட பின்னர், அமைதியாக அந்த இணையதளத்திலிருந்து நீக்கிவிட்டனர்.

ShankhNaad
@ShankhNaad
Follow

BREAKING: Statue of Swami #Vivekananda "beheaded" / destroyed allegedly by #Muslims in Bhadohi, UP.
Is India Saudi Arabia ? Media silent.

**Statue of Swami Vivekananda 'beheaded' allegedly by Muslims in Bhadohi, UP**

10:11 PM - 28 Oct 2017

2,776 Retweets 1,368 Likes

**உண்மை என்ன?**

இத்தகைய வதந்திகள் பரவத்துவங்கியதும், விவேகானந்தர் சிலையை உடைத்தது முஸ்லிம் இல்லை என்றும் பிரேமச்சந்திர கௌதம் என்பவர்தான் என்றும், அவரைக் கைது செய்துவிட்டோம் என்றும் பதோகி காவல்துறை ஒரு அறிக்கை வெளியிட்டது. இந்து-முஸ்லிம்களுக்கு இடையிலான ஒரு கலவரத்தைத் தூண்டும் நோக்கிலேயே திட்டமிட்டு பரப்பப்பட்ட செய்தி என்பது இதன்மூலம் உறுதிசெய்யப்பட்டது.

---

Reference: https://www.boomlive.in/no-muslims-did-not-vandalise-swami-vivekanandas-statue-in-up/

## 13
# சமண மதத்துறவியைத் தாக்கிய முஸ்லிம்கள்

**பகிரப்பட்ட செய்தி:**

*"மிகவும் கவலைக்குரிய செய்தி. நேற்று கர்நாடகாவில் முஸ்லிம் இளைஞர்களால் சமண மதத்துறவி ஒருவர் தாக்கப்பட்டிருக்கிறார்... சித்தராமையாவின் கர்நாடகாவில் யாருக்குமே பாதுகாப்பில்லை"*

*இத்தகைய செய்தியை போஸ்ட்கார்ட் நியூஸ் என்கிற செய்தி இணையதளத்தை உருவாக்கிய மகேஷ் விக்ரம் ஹெக்டே என்பவர் 2018 ஆம் ஆண்டு மார்ச் மாதத்தில் ட்விட்டரில் பகிர்ந்திருக்கிறார். அத்துடன் காயங்களுடன் இருக்கிற ஒருவரின் புகைப்படத்தையும் இணைத்திருக்கிறார். அந்த அடிபட்ட மனிதரைத் தாக்கியது முஸ்லிம் இளைஞர்கள் தான் என்றும் குற்றஞ்சாட்டியிருக்கிறார்.*

**உண்மை என்ன?**

*அஹின்சா கிரந்தி என்கிற பத்திரிக்கையில் தான் இதுகுறித்த செய்தி முதன்முதலில் வெளிவந்தது என்பதை ஆல்ட் நியூஸ் கண்டறிந்தது. சமண மதத்துறவி மாயங்க் சாகர் என்பவரின் மீது பைக் ஒன்று மோதியதால் ஏற்பட்ட விபத்தின்மூலம், அவருக்கு தோளில் சிறிய காயங்கள் ஏற்பட்டிருக்கின்றன. கர்நாடகாவின் கனகபுரம் என்னும் ஊரில் இச்சம்பவம் நடந்திருக்கிறது. அந்த சம்பவத்திற்கும் முஸ்லிம்களுக்கும் எவ்விதத் தொடர்பும் இல்லை என்று அந்த பதிப்பகத்தின் ஆசிரியரான முகேஷ் ஜெயின் ஆல்ட் நியூஸ் இணையப் பத்திரிக்கைக்கு அளித்த பேட்டியில் உறுதிப்படுத்தியிருக்கிறார். இந்திய தண்டனைச் சட்டத்தின் 153(அ)*

பிரிவின்கீழ் (குழுக்களுக்கிடையில் விரோதத்தை வளர்ப்பது), இணையத்தில் தவறான செய்தியைப் பரப்பிய போஸ்ட்கார்ட் நியூஸ் பத்திரிக்கையின் நிறுவனர் மகேஷ் விக்ரம் ஹெக்டே கைதுசெய்யப்பட்டார்.

───────

Reference: https://www.news18.com/news/india/postcard-website-editor-arrested-for-spreading- fake-news-about-muslims-in-karnataka-bjp-leaders-jump-to-his-defence-1703373.html

https://scroll.in/article/873872/arrest-of-postcard-news-co-founder-shines-a-light-on-indias-fake- news-problem

https://www.business-standard.com/article/current-affairs/jain-monk-attacked-my-muslim-youth- man-behind-fake-news-held-in-karnataka-118033000629_1.html

# 14

# வன்புணர்வுக் குற்றவாளியை விடுதலை செய்யக்கோரி முஸ்லிம்கள் ஊர்வலம்

*2018 ஆம் ஆண்டு ஜூன் மாதத்தில் மத்தியப் பிரதேசத்தின் மந்த்செளர் என்னுமிடத்தில் எட்டுவயது சிறுமி பாலியல் வன்புணர்வுக்கு ஆளாக்கப்பட்டாள். ஒரு முஸ்லிம் நபர் அதில் குற்றஞ்சாட்டப்பட்டிருந்தார். காஷ்மீரின் கத்துவா வன்புணர்வு வழக்கின் குற்றப்பத்திரிக்கை தாக்கல் செய்யப்படும் நேரத்தில் இந்தச் சம்பவம் நடந்ததால், இதற்கு ஒரு மதச்சாயம் பூசுவதற்கான முயற்சிகள் மேற்கொள்ளப்பட்டன. அதனால், இக்குற்றத்தில் கைதுசெய்யப்பட்ட நபருக்கு ஆதரவாக முஸ்லிம்கள் தெருக்களில் ஊர்வலம் நடத்தியதாக செய்திகள் உருவாக்கப்பட்டன.*

**பரப்பப்பட்ட செய்தி:**

*முஸ்லிம் அல்லாத பெண்களை வன்புணர்வு செய்வதை குர்ஆன் அனுமதிப்பதால், மந்த்செளர் வன்புணர்வு வழக்கில் கைதுசெய்யப்பட்டவரை விடுதலை செய்யவேண்டும் என்று கோரிக்கை வைத்து, முஸ்லிம்கள் கூட்டமாக ஊர்வலம் நடத்தினர் என்ற செய்தி பரப்பப்பட்டது.*

"முஸ்லிமல்லாத பெண்களை வன்புணர்வு செய்வது குர்ஆனின்படி குற்றமல்ல என்பதால் இர்பாஃன் கானை விடுதலை செய்" என்னும் தலைப்பில் இந்தியா ஃப்ளேர் என்னும் இணையதளம் தான் முதன்முதலில் இந்த வதந்தியை பரப்பியது. முஸ்லிம் ஆண்கள் பிரச்சார அட்டைகளைக் கையில் ஏந்திக்கொண்டு தெருவில்

ஊர்வலமாகச் சென்றதைப் போன்ற புகைப்படம் ஒன்றும் அக்கட்டுரையுடன் இணைக்கப்பட்டிருந்தது.

## உண்மை என்ன?

பாலியல் வன்புணர்வு வழக்கில் குற்றஞ்சாட்டப்பட்டவருக்கு ஆதரவாக முஸ்லிம் ஆண்கள் ஊர்வலம் நடத்தியதாக பகிரப்பட்ட புகைப்படம் போட்டோஷாப் என்கிற மென்பொருளின் உதவியால் பிரச்சார அட்டைகளின் வாசகங்கள் மாற்றப்பட்டிருப்பது உறுதிசெய்யப்பட்டிருக்கிறது. மந்த்சௌரில் முஸ்லிம்கள் ஊர்வலம்

நடத்தியது உண்மைதான். ஆனால் அவர்கள் குற்றஞ்சாட்டப்பட்ட முஸ்லிம் ஆணுக்கு ஆதரவாக ஊர்வலம் நடத்தவில்லை. மாறாக, பாதிக்கப்பட்ட இந்துப் பெண்ணுக்கு ஆதரவாகத் தான் ஊர்வலம் நடத்தினர் என்பதை ஆல்ட் நியூஸ் கூகிளில் புகைப்படத்தை வைத்துத்தேடும் கூகிள் ரிவர்ஸ் இமேஜ் தொழிற்நுட்பத்தைப் பயன்படுத்திக் கண்டுபிடித்தது.

"மகள்களின் மீதான வன்முறையை ஒருபோதும் பொறுத்துக்கொள்ளமாட்டோம். இக்கொடூரங்களை நிறுத்தவேண்டும்" என்ற வாசகம் அடங்கிய அட்டையைத் தான் கையில் ஏந்திக்கொண்டு அவர்கள் ஊர்வலம் சென்றனர்.

அப்பகுதியில் உள்ள முஸ்லிம்கள் இக்குற்றத்தை கடுமையாக எதிர்த்ததுடன், குற்றவாளிக்கு மிகக்கடுமையான தண்டனை வழங்கிடவேண்டும் என்றும் கோரிக்கை வைத்ததாக பர்ஸ்ட்போஸ்ட் என்கிற பத்திரிக்கை செய்தி வெளியிட்டிருக்கிறது. குற்றவாளிக்கு மரணதண்டனையே வழங்கவேண்டும் என்றும் மரணத்திற்குப் பிறகு குற்றவாளியின் உடலை மந்த்செளரிலோ அல்லது நீமச் பகுதியிலோ உள்ள எந்த சுடுகாட்டிலும் புதைக்க அனுமதிக்கக்கூடாது என்றும் சிலகுழுக்கள் கோரிக்கை வைத்தன.

---

*References: https://www.firstpost.com/india/mandsaur-rape-case-spurs-angry-protests-by-hindu- muslim-organisations-lawyers-refuse-to-represent-accused-4641781.html*

*https://bangaloremirror.indiatimes.com/bangalore/others/fake-news-buster-mandsaur-march-pics-are- fake/articleshow/64832524.cms*

## 15
## 2016 இல் இந்தியாவில் நடந்த 95% பாலியல் வன்புணர்வுகளுக்கு முஸ்லிம்களே காரணம்

பெரும்பான்மை மக்களிடம் பயத்தை உண்டாக்குவதற்கு, இந்திய சமூகங்களுடைய மக்கள்தொகையில் மாற்றங்கள் ஏற்படுவதாகக் கூறுவது வழக்கமாகியிருக்கிறது. இந்தியாவில் நடக்கும் பெரும்பாலான பாலியல் வன்புணர்வுகளை நிகழ்த்துவது சிறுபான்மைச் சமூகத்தினரே என்று பிரபல 'புள்ளிவிவரம்' ஒன்று செய்தியாக வலம்வருகிறது.

### பகிரப்பட்ட செய்தி:

பெண்களுக்கு மிகவும் ஆபத்தான தேசம் என்று தேசிய குற்ற ஆவணக் காப்பகத்தினுடைய அறிக்கை சொல்கிறது. மேலும், 95 சதவிகிதமான வழக்குகளில் முஸ்லிம்கள் தான் குற்றவாளிகளாக இருக்கின்றனர். ஒட்டுமொத்தமாக பதியப்பட்டிருக்கும் 84,734 வன்புணர்வு வழக்குகளில், 81,000 வழக்குகளில் முஸ்லிம்கள் தான் வன்புணர்வாளர்களாக இருக்கின்றனர். 96% பாலியல் வன்புணர்வுகளில் பாதிக்கப்பட்டவர்கள் முஸ்லிமல்லாத பெண்கள் தான். ஆக முஸ்லிம்களின் எண்ணிக்கை தொடர்ந்து அதிகரிக்குமானால், சமூகத்தில் முஸ்லிமல்லாதவர்கள் பாலியல்ரீதியாக வன்புணரப்படுவதும் அதிகரிக்கும்.

இதனை சமூகவலைத்தளங்களில் பகிர்ந்தோரில் போஸ்ட்கார்ட் நியூசின் நிறுவனரான மகேஷ் விக்ரம் ஹெக்டேவும் ஒருவராவார்.

**உண்மை என்ன?**

குற்றவாளிகளுடைய மதத்தின் அடிப்படையில் புள்ளிவிவரங்கள் சேகரிப்பதையோ பதிவுசெய்வதையோ பாதுகாத்து வைப்பதையோ வெளியிடுவதையோ தேசிய குற்ற ஆவணப் பாதுகாப்பகம் செய்வதில்லை. பாதிக்கப்பட்டவர்களின் வயது மற்றும் குற்றவாளியுடனான அவர்களின் உறவுமுறையின் அடிப்படையில் மட்டுமே அறிக்கை தயாரிக்கிறது.

"இது முற்றிலும் உண்மைக்குப் புறம்பாக தவறான தகவல்களைக் கொண்டிருக்கிறது. பாதிக்கப்பட்டவர்கள் மற்றும் குற்றவாளிகள் என எவரொருவரது மதத்தைக் கொண்டும் எவ்விதத் தரவுகளையும் தேசிய குற்ற ஆவணக்காப்பகம் சேகரிப்பதே இல்லை. இத்தகைய பொய்ப்பிரச்சாரத்தினை சட்டத்தை மதிக்கும் குடிமக்கள் எதிர்க்கவேண்டும். சட்டப்பூர்வமான நடவடிக்கைகள் எடுக்கவேண்டி, சம்பந்தப்பட்ட அதிகாரிகளுக்கு அறிவுறுத்தியிருக்கிறோம்" என்று ஆல்ட் நியூசுக்கு கொடுத்த அதிகாரப்பூர்வ அறிக்கையில் தேசிய குற்ற ஆவணக்காப்பகம் தெரிவித்திருக்கிறது.

*Reference: https://www.indiatoday.in/fact-check/story/fact-check-claim-linking-muslims-to-96-per-cent-rapes-in-india-falls-flat-1278750-2018-07-06*

## 16

## முஸ்லிமல்லாத பெண்களைக் கவர்ந்து லவ்ஜிகாத் செய்பவர்களுக்காக அறிவிக்கப்பட்ட பரிசுப்பட்டியல்

முஸ்லிமல்லாத பெண்களைக் கவர்ந்து லவ்ஜிகாத்தின் மூலமாக இஸ்லாம் மதத்திற்கு மாற்றுவோருக்கு ஊக்கப்பரிசு வழங்கப்படுவதாக ஒரு செய்தி சமூக ஊடகங்களில் பரவிக்கொண்டிருந்தது. சமண மதப் பெண்ணாக இருந்தால் மூன்று இலட்சம் என்றும், இந்து பிராமணப் பெண்ணாக இருந்தால் ஆறு இலட்சம் என்றும், சீக்கிய மதத்தைச் சார்ந்த பெண்ணாக இருந்தால் ஏழு இலட்சம் என்றும் ஒவ்வொரு மதப்பின்னணி கொண்ட பெண்களுக்கும் விதவிதமான விலைப்பட்டியலை நிர்ணயித்திருப்பதாக அச்செய்தி கூறுகிறது.

**பகிரப்பட்ட செய்தி:**

இக்கதை குறித்து #CaliphateConvertHindus என்னும் தலைப்பில் ட்விட்டரில் டைம்ஸ் நவ் செய்தித் தொலைக்காட்சி பல்வேறு செய்திகளை பகிர்ந்தது. எந்தெந்த மதத்தையும் சாதியையும் சார்ந்த பெண்ணுக்கு எவ்வளவு விலை நிர்ணயிக்கப்பட்டிருக்கிறது என்பது குறித்த ட்விட்டும் அச்செய்தி நிறுவனத்தின் ட்விட்டர் கணக்கில் பதிவிடப்பட்டிருந்தது.

"எந்தளவுக்கு நயவஞ்சகம் நிறைந்தவையாக இவ்விலைப் பட்டியலில் எழுதப்பட்டிருக்கிறது என்பதை என்னால் சொல்லக்கூட முடியாமல் தவிக்கிறேன்…" என்று டைம்ஸ் நவ்

தொலைக்காட்சியின் மிகமுக்கியமான நிகழ்ச்சியிலேயே அதன் தலைமைச் செய்தியாளரான ராகுல் சிவசங்கர் மக்கள் முன் பேசினார்.

TIMES NOW
@TimesNow
Follow

TIMES NOW accesses Conversion rate card
Hindu (Brahmin girl)=5L
Hindu (Kshatriya girl)=4.5L
Hindu (OBC, SC,ST)=2L
#CaliphateConvertsHindus

Retweets 1,090 Likes 556

8:07 AM - 23 Jun 2017

"லவ் ஜிகாதுக்கு வதோதராவில் விலைப்பட்டியல் நிர்ணயிக்கப்பட்டிருக்கிறது" என்று தலைப்பிட்டு அகமதாபாத் மிரர் என்னும் பத்திரிக்கையில் 2016 ஆம் ஆண்டு பிப்ரவரி மாதம் ஒரு கட்டுரை வெளியானது. அதனைத் தொடர்ந்து, ஜீ செய்திகள், ஒன் இந்தியா, தைனிக் பாஸ்கர் (மராத்தி), இந்தியா.காம் மற்றும் சஹாரா சமய் உள்ளிட்ட பல்வேறு செய்தித் தொலைக்காட்சிகளும் பத்திரிக்கைகளும் அதே செய்தியை திரும்பத்திரும்ப ஒளிபரப்பவும் எழுதவும் ஆரம்பித்தன.

**உண்மை என்ன?**

இச்செய்தி சமூக ஊடகங்களிலும் வாட்சப்பிலும் பல ஆண்டுகளாகவே பகிரப்பட்டு சுற்றலில் இருந்து வருகிறது. 2010 ஆம் ஆண்டு பிப்ரவரி மாதத்திலேயே, "சீக்கியமும் இஸ்லாமும்" என்னும் வலைத்தளத்தில் இச்செய்தி முதன்முதலாக பகிரப்பட்டிருக்கிறது. அந்த வலைத்தளத்தில் இருக்கும் ஒரே பதிவு இச்செய்தி மட்டும்தான். இந்த ஒரே செய்தியை பரப்புவதற்காகவும் பதிவிட்டவர்களின் பின்னணியை மறைப்பதற்காகவும் ஒரு வலைத்தளத்தை புதிதாக உருவாக்கி, அதில் இந்த ஒரு செய்தியை மட்டுமே பகிர்ந்திருக்கின்றனர். அங்கே பகிரப்பட்ட அதே கருப்பு வெள்ளைப் பதிவைத்தான் சமீபத்தில் டைம்ஸ் நவ் வெளியிட்டிருக்கிறது. இச்செய்தி முழுவதும் பொய்யாகப் பரப்பப்பட்டது என்பதை உறுதிசெய்வதற்கான பல ஆதாரங்கள் இருக்கின்றன.

"அளவற்ற அருளாளனும், நிகரற்ற அன்புடையோனுமாகிய அல்லாஹ்வின் திருப்பெயரால் தொடங்குகிறேன்" என்று அதில் ஆங்கிலத்தில் எழுதப்பட்டிருக்கும் மிகப்பிரபலமான வரியில், "தி மோஸ்ட், தி மெர்சிபுல்" என்பதற்கு பதிலாக வெறுமனே "மோஸ்ட் மெர்சிபுல்" என்று எழுதப்பட்டிருக்கிறது. ஒரு அதிகாரப்பூர்வ இஸ்லாமிய இயக்கத்தினால் வெளியிடப்பட்டதாக சொல்லப்படும் ஒரு துண்டறிக்கையில், நிச்சயமாக இத்தகைய பிழை இருப்பதற்கு சிறிதளவுகூட வாய்ப்பே இல்லை.

மேலும், அந்த துண்டறிக்கையில் இருக்கிற இதயவடிவிலான பகுதியும் அந்த துண்டறிக்கைக்கு தொடர்பில்லாமல் போட்டோஷாப்பின் மூலம் இணைத்தது தெரிகிறது. அந்த இதயத்திற்கு நடுவில் இருக்கிற துப்பாக்கியும் லெபனானில் இயங்கும் ஆயுதந்தாங்கிய இயக்கமான ஹிஸ்புல்லாவின் கொடியாகும். இவையனைத்தையும் இணைத்துப் பார்க்கையில், எந்த உண்மையுமில்லாமல் கணிப்பொறி மென்பொருளைக் கொண்டு, வெறுப்புப் பிரச்சாரத்திற்காக உருவாக்கப்பட்ட புகைப்படமே இதுவென எளிதில் புரிந்துகொள்ளமுடிகிறது.

சிவசேனாவின் அதிகாரப்பூர்வ பத்திரிகையான சாம்னாவிலும் இச்செய்தி வெளிவந்திருக்கிறது. அதுமட்டுமின்றி இந்துத்துவ ஆதரவு இணையதளங்கள் பலவற்றிலும் சமீபத்தில் வெளியிடப்பட்ட துண்டறிக்கை என்று கடந்த பல ஆண்டுகளாகவே அவ்வப்போது இதே செய்தி வெளியிடப்பட்டுக் கொண்டேதான் இருக்கிறது.

---

References: https://ahmedabadmirror.indiatimes.com/ahmedabad/others/love-jihad-in-vadodara-comes-with-a-prize-tag/articleshow/50921276.cms

https://www.newslaundry.com/2017/06/24/times-now-kerala-isis-whatsapp-report

# 17
## பாகிஸ்தானின் கிரிக்கெட் வெற்றியைக் கொண்டாடும் இந்திய முஸ்லிம்கள்

கிரிக்கெட்டில் இந்தியாவை எதிர்த்து பாகிஸ்தான் வெற்றிபெற்றதை முஸ்லிம் சிறுவர்களும் பெரியவர்களும் கொண்டாடுவதைப் போன்ற மற்றொரு வீடியோ சமூக ஊடகங்களில் பகிரப்பட்டு வருகிறது. ஒரு அரங்கம் முழுவதுமாக அவர்கள் அமர்ந்துகொண்டு பெரியதிரையொன்றில் விளையாட்டைப் பார்த்துக்கொண்டே உற்சாகமாக ஒலியெழுப்புவதைப் போன்று அந்த வீடியோ இருக்கிறது. மும்பையில் இருக்கும் மீரா சாலையில் இச்சம்பவம் நடைபெற்றதாகவும் அச்செய்திப் பகிர்வில் குறிப்பிடப்பட்டிருக்கிறது.

மதவெறியைப் பரப்புதல் | 81

**உண்மை என்ன?**

முதலில் இந்த வீடியோவே இந்தியாவில் எடுக்கப்பட்டதல்ல.

அந்த வீடியோவில் இருக்கும் திரையை உற்றுநோக்கினால், அதில் "பி-டிவி ஸ்போர்ட்ஸ்" என்கிற பாகிஸ்தான் தொலைக்காட்சி தான் ஓடிக்கொண்டிருக்கிறது. "சேம்பியன்ஸ் கோப்பை கிரிக்கெட்டில் இந்தியாவை பாகிஸ்தான் வென்றதற்கு பாகிஸ்தானில் தாவூதி பொஹ்ரா மக்கள் கொண்டாட்டம்" என்கிற தலைப்பில் அதே வீடியோ யூட்யூபில் பதிவேற்றப்பட்டிருக்கிறது என்கிற உண்மையினைக் கண்டறிந்து ஆல்ட் நியூஸ் செய்தியாக வெளியிட்டிருக்கிறது.

பாகிஸ்தானின் பிடிவி தொலைக்காட்சி இந்தியாவில் தடை செய்யப்பட்டிருக்கிறது. ஆக பாகிஸ்தானிலோ அல்லது பிடிவி தொலைக்காட்சி பார்க்கமுடிகிற வேறு ஏதோவொரு நாட்டிலோ தான் இந்த வீடியோவே எடுக்கப்பட்டிருக்க வேண்டும் என்பது உறுதியாகிறது. விளையாட்டு என்பதே வெறுமனே பொழுதுபோக்கிற்காக மட்டுமே பார்க்கப்பட வேண்டும். அதிலும் எந்த அணியை ஒருவர் ஆதரிக்க வேண்டும் என்பதை அந்த விளையாட்டைப் பார்வையிடும் தனி நபர்களே முடிவுசெய்துகொள்ளும் அதிகாரம் இருக்க வேண்டும். இருப்பினும் சிலப்பல வரலாற்றுக் காரணங்களினால், இந்தியா மற்றும் பாகிஸ்தானுக்கு இடையிலான விளையாட்டுப் போட்டிகள் நடைபெறுகிறதென்றாலே, மிகுந்த அழுத்தத்துடனும் மாறுபட்ட பார்வையோடுமே பார்க்கப்படுகிறது.

இந்தியா-பாகிஸ்தான் விளையாட்டுப் போட்டிகளுக்கு பொதுமக்களிடம் இருக்கும் உணர்வுப்பூர்வமான சூழ்நிலையினைப் பயன்படுத்தி, பாகிஸ்தானுக்கு ஆதரவாகவும் இந்தியாவுக்கு எதிராகவுமே இந்தியாவின் முஸ்லிம்கள் நடந்துகொள்கிறார்கள் என்பது போன்ற வெறுப்புப் பிரச்சாரமாகவே இத்தகைய வதந்திகள் பரப்பப்படுகின்றன.

# வளர்த்தெடுக்கப்படும் மோடியென்கிற மாய பிம்பம்

இந்தியாவின் மிகப்பிரபலமான மனிதர்களில் இந்தியப் பிரதமர் மோடி முன்னிலையில் இருக்கிறார். அதிலும் சமூக ஊடகங்களில் அவரைப் பிந்தொடர்வோரின் எண்ணிக்கை மிகப்பிரமாண்டமாக இருக்கிறது. பாஜக ஆதரவு வலைப்பின்னலின் தொடர்ச்சியான பிரச்சாரத்தின் காரணமாகவே, எதையும் செய்துமுடிக்கும் செயல்வீரராகவே மிகப்பெரிய பிம்பம் அவருக்கு உருவாகியிருக்கிறது. பாஜகவின் ஆதரவாளர்கள் சமூக ஊடகங்கள் எங்கெங்கிலும் நிறைந்திருக்கின்றனர். நூற்றுக்கணக்கான பேஸ்புக் பக்கங்கள், குழுக்கள், ட்விட்டர் கணக்குகள், வலைத்தளங்கள் என சமூக ஊடகத்தின் அனைத்து வழிகளையும் பயன்படுத்தி தற்போதைய அரசு பல்வேறு சாதனைகளை செய்துகொண்டிருப்பதாக செய்தி பரப்பிக்கொண்டே இருக்கின்றனர். அவர்கள் பரப்பும் செய்திகள் பெரும்பாலும் உண்மைகளையும் தாண்டிய பிரச்சாரப் பரப்புரை வடிவங்களில் தான் இருக்கின்றன.

பொய்யான மேற்கோள்கள், பொருளாதார வளர்ச்சியடைந்திருப்பதாக மிகைப்படுத்தப்பட்ட ஏராளமான தகவல்கள், மோடியின் உழைப்பை பெரிதாகக் காட்டும் பிரச்சாரங்கள் உள்ளிட்ட பல்வேறு விதங்களில் அப்பரப்புரைகள் இருக்கின்றன.

## 18
## சர்வதேசத் தலைவர்கள் மோடியைப் புகழ்வதைப் போன்ற மேற்கோள்கள்

தன்னையொரு பிரபலமான மனிதராக ஒரு பிம்பத்தை உருவாக்கி, அதனைத் தக்கவைத்துக் கொண்டே இருப்பதும் இந்தியப் பிரதமர் மோடியின் வெற்றிக்கான முக்கியமான காரணமாகும். உலகில் முன்னணியில் இருக்கும் பிரபல நிர்வாக வல்லுநர்களும் கல்வியாளர்களும் தொழிலதிபர்களும் மோடியின் திறமையைப் பாராட்டிவருவதாக அவரது ஆதரவாளர்கள் பரப்பிவரும் செய்திகளின் மூலமாக, நரேந்திர மோடியை நிர்வாகத் திறமை வாய்ந்த மேதையாகவே பொதுப்புத்தியில் தொடர்ந்து பதிவுசெய்து கொண்டே வருகின்றனர்.

**பகிரப்பட்ட செய்தி:**

பிரதமர் மோடியைக் குறித்து சர்வதேசத் தலைவர்கள் பலரும் கருத்து தெரிவித்திருப்பதாக செய்திகள் பரப்பப்படுகின்றன.

> "என்னுடைய வாழ்க்கையில் நான் சந்தைப்படுத்தல் குறித்த பல்வேறு தத்துவங்களை பாடமெடுத்திருக்கிறேன். ஆனால் சந்தைப்படுத்துவதற்கான திறனை வளர்ப்பதற்கு நரேந்திர மோடிக்கு நான் கற்றுக்கொடுக்கவே முடியாது. ஏனெனில் அவர் எல்லாமும் அறிந்தவர்" - பிலிப் கோட்லர், சந்தைப்படுத்துதலுக்கான ஆலோசகர்

> "எங்களை விடவும் இவ்வுலகில் வேறு யாரேனும் ஒருவரால் நிர்வாகத்திறன் குறித்து மிகச்சிறப்பாக பாடமெடுக்க

முடியுமென்றால், அது இந்தியப் பிரதமர் நரேந்திர மோடியால் மட்டுமே சாத்தியம்" - லூயிஸ் ரிச்சர்ட்சன், ஆக்ஸ்போர்ட் பல்கலைக்கழக துணை வேந்தர்

"இந்தியப் பிரதமர் நரேந்திர மோடி எடுத்திருக்கிற நடவடிக்கைகளின் காரணமாக இந்தியப் பொருளாதாரம் வளர்ச்சியடைந்து உச்சத்திற்கு போகத்தான் போகிறது. அதற்காக நான் அவரைப் பாராட்டுகிறேன்" - ஜிம் யொங் கிம், உலக வங்கியின் தலைவர்

"கடுமையான அழுத்தங்களும் நெருக்கடிகளும் இருக்கும்போது, செயல்பட முடியாமல் தோற்றுப்போகும் பல்வேறு தலைவர்களை நான் பார்த்திருக்கிறேன். ஆனால் நரேந்திர மோடி ஒருவர்தான் எந்தவிதமான நெருக்கடிகள் வந்தாலும் பாதிப்பிற்குள்ளாகாமல் திறம்பட செயல்படுகிறார்." - பில்கேட்ஸ், தொழிலதிபர்

இச்செய்திப் படங்கள் அனைத்திலும் "தி ஃபியர்லஸ் இந்தியன்" என்கிற முத்திரை இடம்பெற்றிருக்கிறது. இதே முத்திரையைக் கொண்டு மோடியையும் பாஜகவையும் உயர்த்திப்பிடிக்கும் ஏராளமான பதிவுகளும் செய்திகளும் சமூக ஊடகங்களில் பரவலாக பரப்பப்பட்டுக் கொண்டே வருகின்றன.

## உண்மை என்ன?

இந்த நான்கு மேற்கோள்களில் மூன்றினை அந்தந்த நபர்களே மறுத்திருக்கின்றனர். நான்காவது நபரிடமிருந்து இன்னும் பதில் வரவில்லை.

மோடியைப் பாராட்டியதாகச் சொல்லப்படும் அந்த நான்கு பேரையும் ஆல்ட் நியூஸ் தொடர்பு கொண்டு அவர்கள் சொன்னதாகப் பரவும் செய்திகள் உண்மைதானா என்று கேள்வி எழுப்பியிருக்கிறது. அவர்களும் பதிலளித்திருக்கின்றனர்.

மோடி குறித்து தாம் எவ்விதப் பாராட்டையும் தெரிவிக்கவில்லை என்று பிலிப் கோட்லர் உறுதிசெய்திருக்கிறார்.

அதேபோல, மோடியைப் பாராட்டி எந்த அறிக்கையும் கொடுக்கவில்லை என்று லூயிஸ் ரிச்சர்ட்சனும் ஆல்ட் நியூசுக்கு அனுப்பிய மின்னஞ்சலில் தெரிவித்திருக்கிறார்.

"உலக வங்கியின் சார்பாக ஜிம் யொங் கிம் மோடியைப் பாராட்டியதாக வெளியாகியிருக்கும் மேற்கோளைப் பார்த்தேன். ஆனால் அதற்கு எந்த ஆதாரமும் இல்லை. 2016இல் ஜிம் யொங் கிம் தெரிவித்த வேறொரு கருத்தைத் திரித்து இப்படியாகப் பரப்பியிருக்கிறார்கள் போலிருக்கிறது" என்று உலக வங்கியின் செய்தித்தொடர்புச் செயலாளர் டேவிட் தேய்ஸ் பதிலளித்திருக்கிறார்.

மோடியை பில்கேட்ஸ் பாராட்டிப் பேசினாரா என்ற கேள்விக்கு, பில்கேட்சோ அல்லது அவரது நிறுவனமோ இதுவரையிலும் எந்த பதிலையும் கொடுக்கவில்லை. அவர் அப்படிப் பேசியதாகவும் எங்கேயும் ஆதாரமில்லை. எந்த ஊடகத்திலும் செய்தியாகக்கூட வெளியாகியிருக்கவில்லை என்பதும் குறிப்பிடத்தக்கது.

# 19
# ஜி20 மாநாட்டில் உலகத்தலைவர்களின் கவனம் மோடியையே சுற்றியிருப்பதைப் போன்ற புகைப்படம்

**பகிரப்பட்ட செய்தி:**

ஜி20 மாநாட்டில் மோடியைச் சுற்றியே உலகத் தலைவர்கள் அனைவரின் கவனமும் இருப்பதைப் போன்ற புகைப்படம் வெளியாகி பரவியது.

*"நண்பர்களே, இப்புகைப்படத்தை கவனமாகப் பாருங்கள். இந்திய வரலாற்றில் இப்படியொரு பெருமிதமான காட்சியைப் பார்ப்பதற்காகத்தானே உங்கள் கண்கள் இத்தனை காலமாக ஏங்கிக்கொண்டிருந்திருக்கும்."*

இந்த வரிகளுடன் ஒரு புகைப்படமும் இணைக்கப்பட்டு பகிரப்பட்டது. அதில் பிரதமர் மோடி ஒரு நாற்காலியின் நடுவே அமர்ந்திருப்பது போலவும், அமெரிக்க அதிபர் டொனால்ட் ட்ரம்ப் உள்ளிட்ட பல நாடுகளின் தலைவர்கள் மோடியைச் சுற்றியிருப்பது போலவும் இருந்தது. அங்கு நடக்கிற விவாதத்தில் மோடிதான் மையப்புள்ளி போலவும், அவருடைய கருத்தினை அனைவரும் மிகக்கவனமாகக் கேட்டுக்கொண்டிருப்பது போலவும், அவர் பேசுவதற்காகவே காத்திருப்பது போலவும் அப்படம் இருக்கிறது.

அதே புகைப்படத்தை மற்றொரு செய்தியுடனும் சிலர் பகிர்ந்திருக்கின்றனர்.

*“சர்வதேச அரங்கில் இந்தியாவின் மதிப்பு எந்தளவுக்கு உயர்ந்திருக்கிறது என்பதை இந்த ஒரு புகைப்படத்தின் வாயிலாகவே நீங்கள் புரிந்துகொள்ளலாம். அவருக்கு நம்முடைய வாழ்த்துகளை சொல்வோம். அதேவேளையில் அவரைக் கேலிபேசியோர் எல்லாம் இப்பதிவைப் பார்க்காமல் ஓரமாக ஓதுங்கி நிற்கவும்.”*

**உண்மை என்ன?**

இது உண்மையான படமல்ல, போட்டோஷாப் என்னும் கணிப்பொறி மென்பொருளால் மாற்றியமைக்கப்பட்ட படம். உண்மையான படத்தில் மோடி உட்கார்ந்திருந்ததாக சொல்லப்படும் நாற்காலி காலியாகத்தான் இருந்திருக்கிறது. 2017 ஆம் ஆண்டு ஜூலை மாதம் ஜெர்மனியின் ஹாம்பர்க் நகரில் நடந்த ஜி20 நாடுகளின் மாநாட்டில் தான் இப்புகைப்படம் எடுக்கப்பட்டிருக்கிறது.

மோடி உட்கார்ந்திருப்பதாக மாற்றப்பட்டது போலவே, இரஷ்ய அதிபர் விளாடிமிர் புடினும், வடகொரிய அதிபர் கிம் யொங் உன்னும் உட்கார்ந்திருப்பது போலவும் மாற்றப்பட்டு பல்வேறு விதமாக அதே புகைப்படம் இணையத்தில் வலம் வந்துகொண்டிருக்கிறது. ஒரு நாற்காலி காலியாக இருந்ததைப் பயன்படுத்தி, ஆளாளுக்கு அதில் தங்களது தலைவர்களின் புகைப்படங்களை வெட்டி, ஒட்டி, பரப்பி மகிழ்ந்து கொள்கின்றனர். அதனை அப்படியே உண்மையென்று நம்மை நம்பவைக்கவும் முயல்கின்றனர்.

அதே புகைப்படத்தை அதே இணைப்புச்செய்தியுடன் பேஸ்புக்கிலும் ஒருவர் 2018 ஆம் ஆண்டு ஏப்ரல் 26ஆம் தேதியன்று முதன்முதலில் பகிர்ந்தார். இந்நூல் எழுதுகிற வரையிலும், அப்பதிவினை 54000 பேர் பகிரவும், 4200 பேர் விருப்பம் தெரிவித்தும் இருக்கின்றனர்.

'கெட்டி இமேஜஸ்' என்கிற அமெரிக்க நிறுவனத்திற்காக காயன் ஓசர் என்கிற புகைப்படக் கலைஞர் எடுத்த புகைப்படத்தைத்தான் போலியாக மாற்றி இணையத்தில் பகிர்ந்துகொண்டிருக்கிறார்கள் என்கிறது பிசினஸ் இன்சைடர் பத்திரிக்கை.

'2017ஆம் ஆண்டு ஜூலை 7ஆம் தேதியன்று ஜெர்மனியின் ஹாம்பர்க் நகரில் ஜி20 நாடுகளுடைய தலைவர்களின் சந்திப்பில் துருக்கி அதிபரான எர்டோகனும் அமெரிக்க அதிபரான டொனால்ட் ட்ரம்பும் பேசிக்கொண்டிருக்க, அவர்களுக்கு அருகில் துருக்கியின் வெளியுறவுத்துறையின் அமைச்சரான மெவ்லட் கவுசோக்ளு அமர்ந்திருக்கையில் எடுக்கப்பட்ட புகைப்படம்' என்று பிசினஸ் இன்சைடர் பத்திரிக்கை இப்புகைப்படம் எடுத்தபோது வெளியான கட்டுரையில் தெளிவாகக் குறிப்பிட்டிருக்கிறது.

## 20
## இந்தியாவின் முதல் கடல்விமானத்தில் பயணித்த முதல் பயணி நரேந்திர மோடி

பகிரப்பட்ட செய்தி:

'இந்தியாவின் முதல் கடல்விமானத்தில் பயணித்த முதல் பயணி இந்தியப் பிரதமர் நரேந்திர மோடி' என்று தலைப்பிட்டு பிரதமர் நரேந்திர மோடியின் அதிகாரப்பூர்வ இணையதளத்தில் ஒரு கட்டுரை 2017 ஆம் ஆண்டு டிசம்பர் மாதம் 12 ஆம் தேதி வெளியிடப்பட்டிருக்கிறது. அகமதாபாத்தின் சபர்மதி ஆற்றிலிருந்து மேகசானாவில் இருக்கும் தரோய் அணை வரையிலும் கடல்விமானத்தில் பயணித்து இரண்டாம்கட்ட தேர்தலுக்கு முன்பான பிரச்சாரத்திற்காக அவர் குஜராத் சென்றதாக அக்கட்டுரை தெரிவிக்கிறது.

≡ Narendra Modi     Download App | Login / Register | Search | English ▾
Home » News Updates

**PM Modi becomes first passenger of India's first ever sea plane!**
December 12, 2017

இதனை பாஜகவின் சமூக ஊடகப்பக்கங்கள், சதானந்த கௌடா, டாக்டர் மகேஷ் சர்மா, மேனகா காந்தி, டைம்ஸ் நவ், ரிபப்ளிக் டிவி, தி எக்கனாமிக் டைம்ஸ், தி ஃபைனான்சியல் எக்ஸ்பிரஸ், இந்தியா டிவி மற்றும் பிசினஸ் ஸ்டாண்டர்ட் போன்ற பிரபலமான

மனிதர்களும் ஊடகங்களும் பகிர்ந்தும் ஒளிபரப்பியும் பரப்பியும் இருக்கின்றனர்.

நரேந்திர மோடியின் இணையதளத்தில் வெளியான அக்கட்டுரையின் தலைப்பு மட்டும் பின்னர் மாற்றப்பட்டது.

**உண்மை என்ன?**

இச்செய்தி முற்றிலும் தவறான ஒன்று. இந்தியாவின் முதல் கடல்விமானப் பயணசேவை 2010 -லேயே துவங்கப்பட்டு விட்டது.

“கடல் விமானம்” என்ற வார்த்தையை இணையத்தில் தேடினாலே, இது பொய்யென்பது தெரிந்துவிடும் என்கிறது ஆல்ட் நியூஸ் செய்தி நிறுவனம். பவன் ஹன்ஸ் என்கிற பொதுத்துறை ஹெலிகாப்டர் நிறுவனத்துடனும் அந்தமான் நிகோபர் தீவுகளின் அரசு நிர்வாகத்துடனும் இணைந்து ஜல் ஹன்ஸ் என்கிற நிறுவனம் 2010 ஆம் ஆண்டு டிசம்பர் மாதத்திலேயே கடல்விமான சேவையைத் துவங்கிவிட்டது.

அதேபோல 2013 ஆம் ஆண்டு ஜூன் மாதத்தில் கேரள அரசாங்கத்தின் உதவியுடன் கேரள சுற்றுலாத்துறை கட்டமைப்பு

நிறுவனத்தாலும் கடல் விமான சேவை துவங்கப்படுவதாக அறிவிக்கப்பட்டது. ஆனால், உள்ளூர் மீனவ மக்களின் எதிர்ப்பிற்கு இணங்கி, கேரளாவில் கடல்விமான சேவை பின்னர் கைவிடப்பட்டது.

மேலும், கடல்விமான சேவையை துவங்கும் முயற்சிகளை அரசுகள் மட்டுமல்லாது, பல்வேறு தனியார் நிறுவனங்களும் 2011-2012 களிலேயே துவங்கிவிட்டன.

**Praful Patel**
@praful_patel

Follow

India's first seaplane named 'Jal Hans' was first launched in 2010 during my tenure as Civil Aviation Minister which greatly facilitated connectivity & tourism in the Andaman & Nicobar Islands.
#seaplane

6:51 PM - 9 Dec 2017

நரேந்திர மோடியின் இணையதளத்தில் வெளியிடப்பட்ட அக்கட்டுரையின் தலைப்பு, “கடல் விமானத்தில் பயணித்த பிரதமர் நரேந்திர மோடி” என்று பின்னர் மாற்றப்பட்டது. இருப்பினும், தவறான செய்தியை வெளியிட்ட எந்தச் செய்தி நிறுவனமும் மன்னிப்பும் கோரவில்லை, விளக்கமும் கொடுக்கவில்லை.

## 21

## ஒரு நாளைக்கு 18 முதல் 20 மணி நேரம்வரை மோடி உழைப்பதாகத் தகவல் வெளியிட்ட ஓய்வுபெற்ற அரசு உயரதிகாரி

மோடியை வானளாவ புகழ்ந்து தள்ளும் பல்வேறுவிதமான வதந்திகள் சமூக ஊடகங்களில் பரப்பப்பட்டுக் கொண்டே இருக்கின்றன. உதாரணத்திற்கு, "உலகிலேயே மிகச்சிறந்த பிரதமராக நரேந்திர மோடியை யுனெஸ்கோ அறிவித்திருக்கிறது" என்றும், "ஊழல்கறை படியாதவர் மோடி" என விக்கி லீக்சின் நிறுவனரான ஜூலியன் அசாஞ்சே தெரிவித்தார் என்றும் பலவிதமான பொய்யான புகழுரைகள் மோடியைப் பற்றி பரப்பப்பட்டிருக்கின்றன.

அதேபோல, 2014 ஆம் ஆண்டு பிப்ரவரி மாதத்தில் ஓய்வுபெற்ற ஓர் அரசு உயரதிகாரி, மோடியின் பிரதமர் அலுவலகத்தில் மீண்டும் பணிக்கு சேர்ந்து, பின்னர் மோடியுடனான தன் அனுபவத்தை மிகவிரிவாகப் பதிவு செய்ததைப் போன்ற செய்தியொன்றும் பரவிவருகிறது.

**பகிரப்பட்ட செய்தி:**

பிரதமர் மோடி ஒரு நாளைக்கு 18 முதல் 20 மணி நேரம் வரையிலும் அயராது உழைக்கிறார். இதனை பிரதமரின் அலுவலகத்தில் பணிபுரியும் தன்னுடைய நெருங்கிய உறவினர் ஒருவர் தெரிவித்ததாக, பிரிட்டனில் வாழும் மனிஷ் மல்கோத்ரா என்பவர் கட்டுரையாக எழுதியிருக்கிறார். பிரதமர் அலுவலகத்தில் பணிபுரிந்தவரின் பெயரைக் குறிப்பிடாமல் "திருவாளர் அ" என்றே கட்டுரை முழுவதிலும் எழுதப்பட்டிருக்கிறது.

**உண்மை என்ன?**

இது முற்றிலும் பொய்யான தகவல். ஆல்ட் நியூஸ் இதுகுறித்து ஆய்வு செய்து உண்மையை வெளிக்கொண்டு வந்திருக்கிறது. “திருவாளர் அ” கூறியதாக வெளியிடப்பட்ட கட்டுரை மே 2016 இல் பேஸ்புக்கில் வெளியிடப்பட்டிருக்கிறது.

அப்பதிவில், ‘திருவாளர் அ’ என்பவர் கடந்த நாற்பத்தி நான்கு ஆண்டுகளாக அரசு உயரதிகாரியாக பணிபுரிந்து வந்ததாகவும், 2014 ஆம் ஆண்டு பிப்ரவரி மாதத்தில் ஓய்வுபெற்றதாகவும் குறிப்பிடப்பட்டிருக்கிறது. ஐஏஎஸ்/ஐபிஎஸ்/ஐஎஃப்எஸ் அதிகாரிகள் ஓய்வுபெறும் வயதே அறுபது தான். இவர் நாற்பத்தி நான்கு வருடங்கள் பணிபுரிந்தார் என்றால், பதினான்கு வயதிலேயே உயரதிகாரியாக நியமிக்கப்பட்டிருக்கிறார் என்கிற பொருள் வருகிறதல்லவா! ஆனால் ஒரு குடியியல் பணியில் சேர்வதற்கு குறைந்தபட்சம் இருபத்தி இரண்டு வயதாவது ஆகியிருக்கவேண்டும். ஆக அடிப்படையிலேயே அந்த செய்தியில் பொய் இருப்பது அப்பட்டமாகத் தெரிகிறது.

அத்துடன், பிரதமர் அலுவலகத்தில் பணிபுரியும் அதிகாரிகளின் பட்டியலை பிரதமர் அலுவலக இணையதளத்தில் இருந்து எடுத்தோம். அவர்களில் யாரெல்லாம் ஓய்வுபெற்ற பிறகும் மீண்டும் பணியில் சேர்ந்திருக்கிறார்கள் என்று தேடிப்பார்த்தால், மூன்றே மூன்று ஐஏஎஸ்/ஐபிஎஸ்/ஐஎஃப்எஸ் அதிகாரிகள் தான் அவ்வாறு பணிபுரிகின்றனர். நிரிபேந்திர மிஷ்ரா, அஜிட் தோவல் மற்றும் பி.கே.மிஷ்ரா தான் அவர்கள். அவர்களில் ஒருவர்கூட 2014 ஆம் ஆண்டு பிப்ரவரி மாதத்திலோ அல்லது அதற்கு அருகாமை மாதங்களிலோ ஓய்வுபெறவில்லை. நிரிபேந்திர மிஷ்ராவின் வயது எழுபத்திமூன்று, தோவலின் வயது எழுபத்தி நான்கு. அவர்கள் இருவரும் ஏறத்தாழ பத்தாண்டுகளுக்கு முன்னரே ஓய்வுபெற்றுவிட்டனர். பி.கே.மிஷ்ராவின் வயதும் அறுபத்தி ஒன்பது. அவரும் ஆறேழு ஆண்டுகளுக்கு முன்னரே ஓய்வுபெற்றிருக்கிறார். ஆக இவர்கள் மூவரும் அப்பதிவில் “திருவாளர் அ” என்று குறிப்பிடப்பட்டிருக்கும் நபர் ஓய்வுபெற்றதாகச் சொல்லப்படும் 2014 பிப்ரவரிக்கும் பல ஆண்டுகள் முன்னரே ஓய்வுபெற்றிருக்கின்றனர். அத்துடன், “திருவாளர் அ” என்கிற நபர் பிரதமர் அலுவலக அதிகாரிகளின் பட்டிலில் எங்கேயும் இல்லை.

# 22

# பாஜக, ரிச்சர்ட் தாலர் மற்றும் பணமதிப்பிழப்பு

**பகிரப்பட்ட செய்தி:**

> *"இத்தகைய கொள்கையைத் தான் நான் நீண்ட நெடுங்காலமாக ஆதரித்து வருகிறேன். பணமில்லாப் பரிவர்த்தனைக்கான முதல்படி இது. ஊழலை ஒழிப்பதற்கான மிகச்சிறந்த துவக்கம் இது"*

என்று 2016 ஆம் ஆண்டு நவம்பர் மாதத்தில் மத்திய அரசால் அறிவிக்கப்பட்ட பணமதிப்பிழப்புத் திட்டத்தை பொருளாதார வல்லுநர் ரிச்சர்ட் தாலர் பாராட்டிப் பேசியதாக ஒருசெய்தி வலம்வருகிறது. மிகமுக்கியமாக, 2017 ஆம் ஆண்டு பொருளாதாரத்திற்கான நோபல் பரிசினை ரிச்சர்ட் தாலர் பெற்ற பின்னர், பாஜகவின் சமூக ஊடகப்பிரிவின் தலைவரான அமித் மால்வியாவின் தலைமையில் பாஜகவினர் இச்செய்தியை மிகப்பரவலாக சமூக ஊடகங்களில் பரப்பினர்.

**உண்மை என்ன?**

அமித் மால்வியாவும் மற்றவர்களும் கவனமாக ரிச்சர்ட் தாலரின் கருத்தை திரித்துவிட்டனர். 500 மற்றும் 1000 ரூபாய் நோட்டுகளை தடை செய்ததை மட்டுமே ரிச்சர்ட் தாலர் வரவேற்றிருந்தார். அதிக மதிப்பு பணத்தாள்களை எதிர்ப்பதே அவரது கருத்தின் முக்கிய சாராம்சம். இந்திய அரசு 500 மற்றும் 1000 ரூபாய் நோட்டுகளை தடை செய்தபோது, அவரின் கருத்தியலுக்கு இந்திய அரசு ஒத்துபோவதாக

நினைத்துக்கொண்டே, அந்தப் புள்ளியில் இருந்துமட்டுமே அவர் அந்த நடவடிக்கையை ஆதரித்தார். ஆனால் இந்திய அரசின் நோக்கம் அதுவல்ல என்பது, பின்னர் 2000 ரூபாய் நோட்டு அச்சிட்டதை வைத்து நாம் எளிதில் புரிந்துகொள்ளமுடியும். பணமில்லாப் பரிவர்த்தனை தான் ஊழலை ஒழிக்கும் என்று தெரிவித்த ரிச்சர்ட் தாலரின் அடிப்படையையே இந்த புதிய 2000 ரூபாய் நோட்டுகள் தகர்த்துவிட்டதே. ஆக அவருடைய கருத்தின் இப்பகுதியை தங்களுக்கு வசதியாக மறைத்துவிட்டனர் அமித் மால்வியா உள்ளிட்ட பாஜகவின் சமூக ஊடகப்பிரிவினர்.

மேலும், பணமதிப்பிழப்புத் திட்டம் குறித்த தன்னுடைய பார்வையினை பின்னர் தெளிவுபடுத்தினார் ரிச்சர்ட் தாலர். "அந்த யோசனை ஆரம்பத்தில் நன்றாகத்தான் இருந்தது, ஆனால் நடைமுறைப்படுத்தப்பட்ட விதமும், புதிய 2000 ரூபாய் நோட்டுகள் அறிமுகப்படுத்தப்பட்டதும் சேர்ந்து அத்திட்டத்தின் நோக்கத்தையே கேள்விக்குறியாகவும் குழப்பமானதாகவும் மாற்றியிருக்கிறது" என்றார் ரிச்சர்ட் தாலர்.

## 23
## 'உலகிலேயே நம்பிக்கையான அரசு' என்று மோடி அரசை அறிவித்த ஃபோர்ப்ஸ் நிறுவனம்

**பகிரப்பட்ட செய்தி:**

உலகிலேயே நம்பகத்தன்மை வாய்ந்த அரசென்றால் அது நரேந்திர மோடியின் அரசுதான் என்று ஃபோர்ப்ஸ் நிறுவனம் அறிவித்ததாக ஒரு செய்தி பரவிவருகிறது.

பல்வேறு செய்தி நிறுவனங்கள் தங்களது பத்திரிக்கை, இணையதளம் மற்றும் தொலைக்காட்சிகளில் நரேந்திர மோடியின் அரசை "உலகிலேயே நம்பகத்தன்மை வாய்ந்த அரசு" என்று பதிவுசெய்துகொண்டே இருந்தன. அதற்கு ஆதாரமாக 2017 ஆம் ஆண்டு போர்ப்ஸ் பத்திரிக்கையில் வெளியாகியிருப்பதாக ஒரு கட்டுரையை அவர்கள் அனைவரும் சுட்டிக்காட்டினர். அக்கட்டுரையின்படி, மக்களின் நம்பிக்கையைப் பெற்ற நாடுகளின் பட்டியலில் இந்தியாதான் முதல் இடத்தில் இருக்கிறது. மேலும், கனடா இரண்டாமிடத்திலும், துருக்கி மூன்றாமிடத்திலும், இரஷ்யா நான்காமிடத்திலும் இருக்கிறது என்று அக்கட்டுரையில் குறிப்பிடப்பட்டிருக்கிறது.

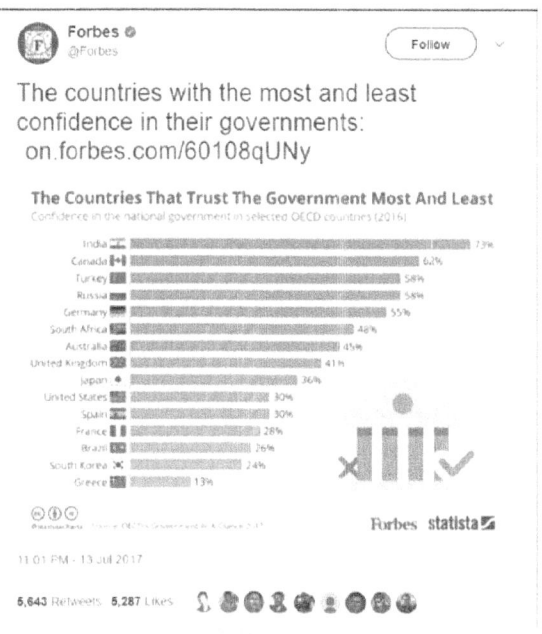

ஃபோர்ப்ஸ் பத்திரிக்கையின் இத்தகவலை அப்படியே பல்வேறு செய்தி நிறுவனங்களும் வெளியிடத்துவங்கிவிட்டன.

"உலகிலேயே அதிக நம்பிக்கையைப் பெற்ற அரசுகளின் பட்டியலில் இந்தியா முதலிடத்தில் இருக்கிறது" - டைம்ஸ் நவ்

"73% இந்தியர்களின் ஆதரவுடன் உலக அரசுகளிலேயே மோடி அரசு தான் மக்களின் நம்பிக்கைக்குரிய அரசாகத் திகழ்கிறது" - என்டிடிவி

"ஓஇசிடி அமைப்பின் கணக்காய்வில் மக்களின் நம்பிக்கையைப் பெற்ற நாடுகளின் பட்டியலில் இந்தியா முதலிடத்தில் இருக்கிறது. கனடாவுக்கு இரண்டாமிடம் கிடைத்திருக்கிறது" - ஸ்க்ரால்

**உண்மை என்ன?**

'தேர்ந்தெடுக்கப்பட்ட ஓஇசிடி நாடுகளில் நம்பிக்கையைப் பெற்ற நாடுகளின் பட்டியல் (2016)' என்று ஃபோர்பஸ் பத்திரிக்கையில் வெளியான அச்செய்தியின் கீழே துணைத்தலைப்பில் மிகத்தெளிவாக குறிப்பிடப்பட்டிருக்கிறது. அதில் 'தேர்ந்தெடுக்கப்பட்ட' என்கிற வார்த்தை மிகவும் முக்கியமானது. அதனை வசதியாக எல்லோரும் மறைத்துவிட்டனர். ஓஇசிடி என்கிற பொருளியல் கூட்டுறவு மற்றும் வளர்ச்சிக்கான அமைப்பானது, முப்பதைந்து நாடுகள் இணைந்து உருவாக்கிய ஒரு கூட்டமைப்பாகும். அந்த முப்பத்தைந்து நாடுகளிலிருந்தும் வெறுமனே பதினைந்து நாடுகளை மட்டுமே போர்ப்ஸ் நிறுவனம் 'தேர்ந்தெடுத்து' ஒரு பட்டியலைத் தயாரித்து கட்டுரையாக்கியிருக்கிறது.

ஃபோர்ப்ஸ் நிறுவனம் தயாரித்த பட்டியலே ஓஇசிடி அமைப்பு தயாரித்ததாக கூறுகிறது. ஆனால் ஓஇசிடி அமைப்பும் தனியாக எந்த ஆய்வும் நடத்தவில்லை. அதற்கு பதிலாக, 'கேலப் உலக கணக்கெடுப்பு நிறுவனம்' நடத்திய ஆய்விலிருந்துதான் ஓஇசிடி அமைப்பே இத்தகவலை எடுத்திருக்கிறது. கேலப் நிறுவனம் வெளியிட்ட கணக்கெடுப்பு முடிவுகளின்படி, இந்தியா 73% மதிப்பெண்களைப் பெற்றிருக்கிறது தான். ஆனால் இந்தியாவைவிடவும் பல நாடுகள் அதிகமாகப் பெற்றிருக்கின்றன. சுவிட்சர்லாந்து 80 சதவிகிதமும் இந்தோனேசியா 80 சதவிகிதமும் கூட பெற்றிருக்கின்றன.

ஆக, அரசின் மீது மக்கள் கொண்டிருக்கிற நம்பிக்கையின் அடிப்படையில் உலகிலேயே முதலிடத்தை இந்தியா பெற்றிருக்கிறது என்பது அப்பட்டமான பொய் என்பது இதிலிருந்து தெளிவாகத் தெரிகிறது. அதுமட்டுமல்லாமல், 2007 இல் இந்தியா 82 சதவிகிதம் பெற்றிருந்தது. அதிலிருந்து 9% குறைந்து மோடியின் ஆட்சியில் 73 சதவிகிதமாகக் குறைந்துதான் போயிருக்கிறது.

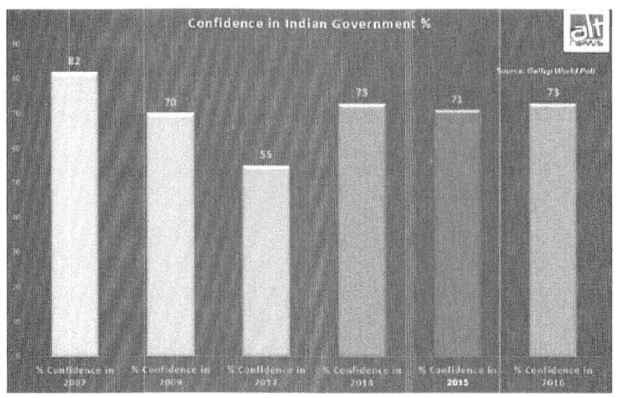

2012இல் இந்திய அரசின் மீதான மக்களின் நம்பிக்கை 55 சதவிகிதமாக குறைந்தது. அதேபோல கடந்த சில ஆண்டுகளிலேயே மிக அதிகமாக 82 சதவிகிதமாக இருந்ததும் 2007இல் ஐக்கிய முற்போக்குக் கூட்டணி ஆட்சியில் இருந்தபோதுதான். பின்னர் ஐக்கிய முற்போக்குக் கூட்டணி இரண்டாவது முறையாக ஆட்சியமைத்த 2009இல் 70 சதவிகிதமாக இருந்தது. அதுவே, பாஜக தலைமையிலான தேசிய ஜனநாயகக் கூட்டணி ஆட்சியமைத்ததும் தொடர்ந்து ஒரேமாதிரியாக 2016இல் 73 சதவிகிதமாகவும், 2015இல் 71 சதவிகிதிமாகவும், 2014இல் 73 சதவிகிதமாகவும் இருந்து வந்திருக்கிறது. ஆக இது நிச்சயமாக உலகிலேயே மக்களின் நம்பிக்கையை அதிகமாகப் பெற்ற முதன்மை அரசு என்று எவ்விதத்திலும் கூறமுடியாது.

---

References: India data: https://timesofindia.indiatimes.com/india/india-tops-global-index-of- countries-with-the-most-confidence-in-their-government/articleshow/59588709.cms

https://www.ndtv.com/india-news/indian-government-in-top-3-most-trusted-in-the-world-report-1724682

https://scroll.in/latest/843765/indians-top-oecd-survey-on-public-confidence-in-the-government- canada-second

# 24

# மோடி அரசில் ஒரே ஒரு ரூபாய் அளவிற்கு மட்டும்தான் இந்திய ரூபாயின் மதிப்பு சரிவு

**பகிரப்பட்ட செய்தி:**

*2014 லிருந்து இந்திய ரூபாயின் மதிப்பு மிகக்குறைவாக ஒரே ஒருரூபாய் அளவிற்குத்தான் சரிந்திருக்கிறது என்றொரு செய்தி பரவிவருகிறது.*

> *"ஹார்வர்ட் பல்கலைக்கழகத்தில் தங்க மெடல் எல்லாம் வாங்கிய பொருளாதார வல்லுநரின் ஆட்சியில் ஒரு டாலருக்கு 39 ரூபாயிலிருந்து (2008) 68 ரூபாய் வரை இந்திய ரூபாயின் மதிப்பு சரிந்திருக்கிறது. அதுவே, ஒரு தேநீர்க்கடையில் வேலைபார்த்தவரின் ஆட்சியில் ஒரு டாலருக்கு 68 ரூபபாயிலிருந்து (2014) 69 ரூபாயாக மட்டுமே மாறியிருக்கிறது. மோடி அரசில் ஒரே ஒரு ரூபாய் அளவிற்குதான் ரூபாயின் மதிப்பு சரிந்திருக்கிறது."*

இந்திய வரலாற்றிலேயே மிகமோசமான அளவிற்கு இந்திய ரூபாயின் மதிப்பு குறைந்திருப்பது குறித்து 2018 ஆம் ஆண்டு ஜூலை மாதவாக்கில் காரசாரமான விமர்சனங்களை மோடி அரசு சந்தித்துக்கொண்டிருந்த வேளையில், இப்படியானதொரு பதிவினை ஸ்க்வின்ட் நியோன் என்கிற ட்விட்டர் பயனர் உள்ளிட்ட பல்வேறு பாஜக ஆதரவாளர்களும் சமூக ஊடகங்களில் பகிர்ந்து பரப்பினர்.

முந்தைய ஐக்கிய முற்போக்குக் கூட்டணி ஆட்சியைவிடவும் இந்திய ரூபாயின் மதிப்பு பாஜக ஆட்சியில் சிறப்பாகவே இருப்பதாகவும், பாஜக ஆட்சிசெய்த 2014-2018 ஆண்டுகளில் மிகக்குறைவான அளவாக ஒரேயொரு ரூபாய் அளவிற்கு மட்டுமே இந்திய பணத்தின் மதிப்பு சரிந்திருப்பதாகவும் #RupeeAllTimeLow என்கிற தலைப்பில் சமூகவலைத்தளங்களில் பரவலாகப் பரப்பினர் பாஜகவினர்.

**Comrade Squinty**
@squintneon
Follow

Under gold medalist Havard economist

1 Dollar - Rs 39(2008)
1 Dollar - Rs 68 (2014)

Under Chaiwala

1 Dollar - Rs 68(2014)
1 Dollar - Rs 69(2018)

What this all Ranty-Rona all about?

11:10 PM - 28 Jun 2018

**உண்மை என்ன?**

அப்பதிவே முற்றிலும் பொய்யானது. டாக்டர் மன்மோகன் சிங் ஆட்சியை விட்டு விலகி நரேந்திர மோடி புதிய பிரதமராகப் பதவியேற்ற அன்று ரூபாயின் மதிப்பு டாலருக்கு எதிராக 68 ரூபாய் இருந்ததாக அப்பதிவில் குறிப்பிடப்பட்டிருக்கிறது.

ஆனால், 2014 ஆம் ஆண்டு மே 17 ஆம் தேதியன்று மன்மோகன் சிங் பதவி விலகியபோது டாலருக்கு எதிரான இந்திய ரூபாயின் மதிப்பு 58.57 ரூபாயாகத்தான் இருந்தது. அந்த ஆண்டில் மன்மோகன் சிங் பிரதமராக இருந்த காலகட்டமான ஜனவரி 1 முதல் மே 16 வரையிலும் ஒரேயொரு நாள் மட்டுமே டாலருக்கு எதிராக 63 ரூபாய் இருந்தது. அதுவும் ஜனவரி 26 ஆம் தேதியன்று மட்டுமே. பின்னர் அதுவும் உடனடியாகக் குறைந்துவிட்டது. 2014

ஆம் ஆண்டு மே 26இல் நரேந்திர மோடி இந்தியப் பிரதமராக பதவியேற்றபோது, டாலருக்கு எதிரான இந்திய ரூபாயின் மதிப்பு 58.86 ரூபாயாகத்தான் இருந்தது.

| US Dollars (USD) to Indian Rupees (INR) exchange rate for May 26, 2014 | | | |
|---|---|---|---|
| Convert | To | Result | Explain |
| 1 USD | INR | 58.6600 INR | 1 US Dollar = 58.6600 Indian Rupees on 5/26/2014 |

ஆக, 2014-2018 ஆண்டுகளில் இந்திய ரூபாயின் மதிப்பு ஒரு ரூபாய் அளவிற்கு மட்டுமே குறைந்திருக்கிறது என்பது பொய்யான தகவல். மோடி பிரதமராகப் பதவியேற்றபோது இருந்த 58.66 ரூபாயையும் 2018இல் 68 ரூபாயாக உயர்ந்திருப்பதையும் ஒப்பிட்டால், ஏறத்தாழ பத்து ரூபாய் அளவிற்கு டாலருக்கு எதிராக இந்திய ரூபாய் வீழ்ச்சியடைந்திருக்கிறது என்பது தான் உண்மை.

## எதிர்க்கட்சியினரை இந்து விரோதிகளாகச் சித்தரித்தல்

பிரதமர் நரேந்திர மோடியையும் பாஜகவையும் மிகக்கடுமையாக உயர்த்திப்பிடித்து பிரச்சாரம் செய்யும் அதேவேளையில், அதற்கு இணையாக எதிர்க்கட்சிகளின் மீது சேற்றை வாரி இறைப்பதையும் செய்துவருகின்றனர் பாஜகவின் சமூக ஊடகப் பிரச்சாரக்குழுவினர். தங்களுடைய அரசியல் எதிரிகளை தேச விரோதிகளாகவோ, இந்து விரோதிகளாகவோ அல்லது சுயநலவாதிகளாகவோ சித்தரிப்பதற்காகவே பாஜகவின் சமூக ஊகடப்பிரிவினர் கூடுதல் நேரம் செலவழித்தனர். பாஜக ஆளாத மாநிலங்களில் உள்ள அரசுகளின் கொள்கைகள் குறித்த பொய்யான தகவல்களைப் பரப்புவதும் அவர்களின் மற்றொரு உத்தியாகும்.

# 25

# மாணவர்களுக்கு குர் ஆன் வரிகளை போதிக்கும் கர்நாடக மாநிலப் பள்ளிகள்

2018 சட்டமன்றத் தேர்தலுக்குப் பின்னர், தனக்கு எதிரான அரசியல் கட்சிகள் மீதும், அரசியல் தலைவர்களின் மீதும் பொய்யான குற்றச்சாட்டுகளை வைப்பதை பாஜகவினர் வழக்கமாகக் கொண்டனர். இந்துக்களின் விருப்பத்திற்கு எதிராகவே காங்கிரஸ் கட்சி செயல்படுவதாக போலியான செய்திகளை உருவாக்கி பரப்பினர்.

**பகிரப்பட்ட செய்தி:**

ஒரு பள்ளி ஆசிரியை குர் ஆனின் வசனவரிகளை தன்னுடைய மாணவர்களுக்கு கற்றுக்கொடுப்பதைப் போன்ற வீடியோ ஒன்று சமூக ஊடகங்களில் பரவலாகப் பகிரப்பட்டது. கர்நாடக மாநிலத்தின் ஒரு பள்ளியிலிருந்து அந்த வீடியோ எடுக்கப்பட்டதாகவும் பகிரப்பட்ட அச்செய்தியில் தெரிவிக்கப்பட்டிருந்தது.

Amit Mishra (अमित मिश्र)
@amitkalraj

Follow

In Karnataka the teacher in school is teaching Namaz to Hindu children.
Now this news is ignored by media. If the Gita is taught in any Madarsa.. till now the whole media might have forced the govt to resign.
know how our religion is being destroyed by these secular parties.

**உண்மை என்ன?**

அந்த வீடியோ நம்மை நன்றாகத் திசைதிருப்புகிறது. சிவமோகா என்னுமிடத்தில் இருக்கும் வித்யாதீப வித்யாலயா என்கிற பள்ளியில் தான் அந்த வீடியோ எடுக்கப்பட்டிருக்கிறது. இரண்டு பகுதிகளாக எடுக்கப்பட்ட வீடியோவின் முதல் பகுதியை மட்டுமே பகிர்ந்து குழப்பம் விளைவிக்க முயற்சிக்கின்றனர். அந்த வீடியோவின் முதல் பாகத்தில் அந்த ஆசிரியை குர் ஆனின் சில வரிகளை மாணவர்களுக்கு சொல்லித்தருகிறார். அதேபோல, அந்த வீடியோவின் இரண்டாவது பாகத்தில் பகவத் கீதையிலிருந்து சில வரிகளையும் பைபிளிலிருந்து சிலவரிகளையும் அந்த ஆசிரியர் சொல்லித்தருகிறார். எல்லா மத நூல்களிலிருந்தும் சில வரிகளை எடுத்து ஒற்றுமையைப் போற்றும் விதமாக, பள்ளியில் சுதந்திரதின நிகழ்வுக்காக, ஒத்திகை பார்த்துக் கொண்டிருந்தபோது எடுத்த வீடியோவின் ஒரு பகுதியை மட்டுமே திட்டமிட்டு வெட்டியெடுத்து பகிர்ந்திருக்கின்றனர்.

# 26

## சபரிமலை பக்தரை காவல்துறை கடுமையாகத் தாக்கியது போன்று வெளியான புகைப்படம்

கேரளாவில் இருக்கும் சபரிமலை ஐயப்பன் கோவிலுக்குள் வயது வித்தியாசமின்றி அனைத்து வயதுப்பெண்களும் போகலாம் என்று உச்சநீதிமன்றம் தீர்ப்பளித்ததைத் தொடர்ந்து, அதனை எதிர்த்து போராட்டங்கள் வெடித்தன. கேரள அரசை ஒரு இந்து விரோத அரசாக சித்திரித்து, சமூக ஊடகங்களில் திட்டமிட்டு ஒருங்கிணைந்த பரப்புரைப் பிரச்சாரமும் முடுக்கிவிடப்பட்டது.

**பகிரப்பட்ட செய்தி:**

சபரிமலை பக்தர் மீது மிகக்கொடூரமான தாக்குதலை கேரள போலீஸ் நடத்தியது என்றொரு செய்தி பரப்பப்பட்டது.

> "கொடூரமான தாக்குதலை எதிர்கொண்டபோதும், சிறிதளவுகூட அச்சமோ பயமோ இல்லாமல் அதிகாரத்திற்குப் பணியாத இந்த பக்தரைப் பாருங்கள். இதுதான் கடவுள் நம்பிக்கையின் சக்தி"

சிறியதொரு ஐயப்ப சிலையைக் கையில் வைத்துக் கொண்டு நிற்கும் ஒரு ஐயப்ப பக்தரின் புகைப்படத்துடன் இணைத்து இச்செய்தியினை டெல்லி பாஜக எம்எல்ஏ கபில் மிஷ்ரா ட்விட்டரில் பகிர்ந்திருந்தார். மேலும் அந்த ஐயப்ப பக்தரின் நெஞ்சில் ஒரு காவலர் தன்னுடைய காலணி அணிந்த காலை வைத்திருப்பது போலவும் அப்புகைப்படம் இருந்தது. ஐயப்ப

பக்தரின் மீதான காவல்துறையின் கொடூரத் தாக்குதலை எடுத்துக்காட்டுவதாக அப்புகைப்படம் இருந்தது.

## உண்மை என்ன?

இப்புகைப்படம் உண்மையான சம்பவத்தின் போதெல்லாம் எடுக்கப்படவில்லை. ஒரு புகைப்படக்காரரை வைத்து திட்டமிட்டு எடுக்கப்பட்ட ஒரு புகைப்படம் இது என்ற ஆதாரங்களை வெளியிட்டார் பத்திரிக்கையாளர் பாபின்ஸ் ஆப்ரகாம். காவல்துறையினரிடம் அடிவாங்குவது போல் இராஜேஷ் குருப் என்பவர்தான் அந்த புகைப்படத்திற்காக வேடமிட்டு நடித்தவர் என்றும் கண்டறிந்தார்.

இராஜேஷ் குருப்பை ஆல்ட் நியூஸ் தொடர்புகொண்டு விசாரித்தபோது, வேறுவழியின்றி ஒப்புக்கொண்டார். அவர்கள் திட்டமிட்டு எடுத்த புகைப்படங்களில் ஒன்றைத்தான் உண்மையாக நடந்ததைப் போல கபில் மிஷ்ரா பகிர்ந்திருக்கிறார் என்பதையும் இராஜேஷ் குருப் உறுதிசெய்தார்.

காவல்துறை கொடுமைப்படுத்துவது போன்ற போலியான புகைப்படங்களை வெளியிட்டதற்காக, ஆர்எஸ்எஸ் ஊழியரான இராஜேஷ் குருப்பை 153, 500, 120, 118 ஆகிய இந்திய தண்டனைச் சட்டங்களின் கீழ் வழக்குபதிவு செய்து கேரள காவல்துறை கைதுசெய்தது. பின்னர் அவர் பிணையில் வெளியே வந்துவிட்டார்.

Reference: https://twitter.com/kapilmishra_ind/status/1058321023 244873729?lang=en

https://timesofindia.indiatimes.com/city/kochi/rss-man-held-for-circulating-fake-pics/articleshow/66522443.cms

## 27
## இந்தியாவில் பாகிஸ்தான் கொடி கண்டெடுக்கப்பட்ட சந்தர்ப்பங்களின் பட்டியல்

சமூக ஊடகங்களின் கணிப்பை வைத்துப் பார்த்தோமானால், இந்தியாவில் எங்கு பார்த்தாலும் பாகிஸ்தான் கொடியாகத்தான் பறக்கிறது என்ற முடிவுக்கே நாம் வரவேண்டியிருக்கும். ஒவ்வொரு தேர்தலுக்கு முன்பும் இந்தியாவில் பாகிஸ்தான் கொடி ஆங்காங்கே பறந்துகொண்டிருப்பதாக சமூக ஊடகங்களில் செய்திபரவும். அதிலும் காங்கிரஸ் கட்சியின் ஊர்வலங்களில் மிகமுக்கியமாக பாகிஸ்தான் நாட்டின் கொடி அதிகமாகப் பறப்பதாக செய்திகள் பரவும் என்பதை ஆல்ட் நியூஸ் தெரிவிக்கிறது.

அப்படியான வதந்திகள் அனைத்தும் பாஜக அல்லாத கட்சிகள் ஆளும் மாநிலத்தைக் குறிவைத்து மட்டுமே பரப்பப்படுகின்றன. பாஜக அல்லாத கட்சிகளின் தேசப்பற்றைக் குறைசொல்வதுதான் அப்படியான வதந்திகளின் மைய நோக்கம் என்பது மிகத்தெளிவாகத் தெரிகிறது. இந்தியாவின் சிறுபான்மை மக்களையும் எப்படியாவது பாகிஸ்தானுடன் இணைத்து செய்திபரப்புவதையும் கவனமாகத் திட்டமிட்டு செய்யப்படுவதை இதில் நாம் கவனிக்கலாம்.

**கர்நாடகாவில் காங்கிரஸ் ஊர்வலத்தின்போது பறந்த பாகிஸ்தான் கொடி**

**பகிரப்பட்ட செய்தி:**

*2018 ஆம் ஆண்டு மே மாதத்தில் கர்நாடக சட்டமன்றத் தேர்தலுக்கு முன்பு ஒரு அரசியல் ஊர்வலத்தில் பச்சை நிறக்கொடி பறந்தது போன்ற வீடியோ ஒன்று சமூக ஊடகங்களில் பரவியது. அது காங்கிரஸ் கட்சியின் அரசியல் பிரச்சார ஊர்வலம் என்றும், அதில் பறந்தது பாகிஸ்தானின் கொடியென்றும் பரப்பப்பட்ட செய்தியில் கூறப்பட்டது.*

**உண்மை என்ன?**

*பச்சைக்கொடியை பாகிஸ்தானின் கொடிதான் என்று கொஞ்சம் உற்றுப்பார்க்காத பாமர மக்களை ஏமாற்றுவது மிகவும் எளிதானது தான். ஆனால் சற்றே கூர்ந்து கவனித்தால் அந்த செய்தியில் பகிரப்பட்ட பச்சைக்கொடி பாகிஸ்தான் கொடியல்ல என்பதையும், இந்திய யூனியன் முஸ்லிம் லீக் (ஐயூஎம்எல்) கட்சியின் கொடிதான் என்பதையும் கண்டுபிடித்துவிடலாம். காங்கிரசும் ஐக்கிய ஜனதாதளமும் அம்மாநிலத்தில் தேர்தலுக்குப்பின்னர் கூட்டணி அமைத்தபின்னரும், அதேவீடியோ பரவலாக பரப்பப்பட்டது. ஆட்சியமைத்திருக்கிற காங்கிரசும் ஐக்கிய ஜனதாதளமும்*

பாகிஸ்தான் ஆதரவுக் கட்சிகளே என்று மக்களிடையே ஒரு பொதுக்கருத்தை உருவாக்கத்தான், பொய்யென்று நிரூபிக்கப்பட்ட பின்னரும்கூட மீண்டும் மீண்டும் அந்த வதந்தி பரப்பப்பட்டுக் கொண்டே இருக்கிறது.

**காங்கிரஸ் ஊர்வலத்தில் பாகிஸ்தான் கொடியை அசைத்த அசோக் கெலட்**

**பகிரப்பட்ட செய்தி:**

காங்கிரஸ் தலைவர்களுள் ஒருவரும் இராஜஸ்தான் மாநில முதல்வருமான அசோக் கெலட் பாகிஸ்தான் கொடியை ஒரு ஊர்வலத்தில் அசைத்துக்காட்டினார் என்று சொல்லும்விதமாக ஒரு வீடியோ பகிரப்பட்டது. அதுவும், 2018 ஆம் ஆண்டு டிசம்பர் மாதம் இராஜஸ்தான் மாநில சட்டமன்றத் தேர்தல் பிரச்சாரக் காலத்தில் தான் வெளியானது.

Mahesh Vikram Hegde
@mvmeet
Follow

Can you identify the man behind the green flag?

I feel he was a chief minister of a state under the Congress party

Look how he waved the green flag

0:10 14.8K views

9:28 AM - 29 Nov 2018

1,350 Retweets 1,661 Likes

**உண்மை என்ன?**

இங்கும் அதேதான் நடந்தது. பச்சைக்கொடியெல்லாம் பாகிஸ்தான் கொடி என்று தவறாக சித்தரித்துப் பரப்பப்பட்ட செய்தி தான் இதுவும். அத்துடன் நிற்கவில்லை அவர்கள். தேர்தல் முடிவுகள் வெளியாகி காங்கிரஸ் பெரும்பான்மையான இடங்களைப் பெற்று இராஜஸ்தானில் ஆட்சியைப் பிடித்த செய்தி வெளியாகிக்கொண்டிருந்த தருணத்தில், மீண்டும் அதே வதந்தி சமூக ஊடகங்களில் பரப்பப்பட்டது.

**உத்தரப் பிரதேசத்தில் அடையாளங்காணப்பட்ட பாகிஸ்தான் கொடி**

**பகிரப்பட்ட செய்தி:**

*‘உத்தரப் பிரதேச மாநிலத்தின் கோண்டா பகுதியில் மின்சாரக் கம்பத்தின் மீது ஏற்றப்பட்ட பாகிஸ்தான் கொடியால் உருவான பதற்றம்’*

*2017 ஆம் ஆண்டு ஜூலை மாதத்தில் நியூஸ்18 இந்தியா என்கிற செய்தித் தொலைக்காட்சியில் பச்சை நிறக் கொடியொன்று மின்சாரக் கம்பத்தில் பறப்பதைப் போன்ற வீடியோவுடன் இத்தகைய செய்தி வெளியானது. உத்தரப் பிரதேச மாநிலத்தின் கோண்டா பகுதியில் இது நடந்ததாக அச்செய்திக் குறிப்பில் தெரிவிக்கப்பட்டது.*

गोंडा: बिजली के पोल पर लहराया पाकिस्तानी झंडा, मचा हड़कंप– News18 हिंदी

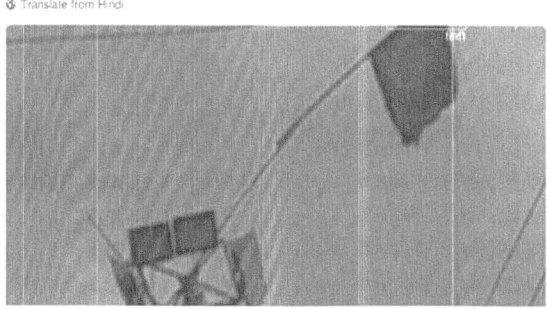

### உண்மை என்ன?

அது ஒரு மதத்தின் கொடியேயன்றி பாகிஸ்தானின் கொடியல்ல என்று ட்விட்டரில் பலரும் சுட்டிக்காட்டினர். அது பாகிஸ்தான் கொடியில்லை என்பதை பின்னர் கோண்டா காவல்துறையும் விளக்கம் கொடுத்திருக்கிறது. "அல்லாவை விட வணங்குதற்குரியர் வேறெவருமில்லை" என்றும் அதில் எழுதப்பட்டிருந்தது.

பச்சைக்கொடியை எல்லாம் பாகிஸ்தான் கொடியாகவே செய்திபரப்பும் இதே தவறினை, வேறுபல செய்தி நிறுவனங்களும் கூட செய்துகொண்டே தான் வந்திருக்கின்றன.

### மேற்கு வங்கத்தில் பாகிஸ்தான் கொடி

பாஜக ஆட்சியில் இல்லாத காரணத்தினாலேயே மேற்கு வங்க மாநிலமும் தொடர்ந்து அதிகமுறை பொய்ப்பிரச்சாரத்திற்கு ஆளாகும் மாநிலமாக இருந்துவருகிறது. சிறுபான்மை மக்களின் ஆதரவைப் பெறுவதற்காக பெரும்பான்மை மக்களுக்கு எதிராகவே செயல்படுவதாக திரிணாமுல் காங்கிரஸ் ஆட்சியைக் குறிவைத்து பிரச்சாரங்கள் செய்யப்படுகின்றன.

இந்துக்கள் கொடுமைப்படுத்தப்படுவதாக கட்டுக்கதைகளைப் பரப்பி, அவர்களின் உணர்வுகளைத் தூண்டிவிடுவதே இப்படியான சமூக ஊடகப் பதிவுகளின் முழுமுதற் நோக்கமாக இருக்கிறது.

### பகிரப்பட்ட செய்தி:

2018 ஆம் ஆண்டு டிசம்பர் மாதத்தில் கொல்கத்தா நகரில் எடுக்கப்பட்ட பல்வேறு புகைப்படங்கள் வாட்சப்பில் வலம்வந்தன. அதில் தெருக்களெங்கும் பச்சை வண்ணக் கொடிகளால் அலங்கரிக்கப்பட்டிருந்ததைப் பார்க்கமுடிந்தது.

எதிர்பார்த்தபடியே அவை பாகிஸ்தான் கொடிகள் என்றே செய்தி பரப்பப்பட்டன. கொல்கத்தாவில் புதிதாகத் தேர்ந்தெடுக்கப்பட்ட கொல்கத்தா மாநகராட்சியின் மேயரை வரவேற்பதற்காகவே அக்கொடிகள் ஏற்றப்பட்டிருக்கின்றன என்றும் அந்த வாட்சப் பகிர்வுகளில் குற்றஞ்சாட்டப்பட்டன.

**Dilip Singh**
Yesterday at 05:16 · 🌐

कोलकाता में फिरहाद हकीम के मेयर बनने पर कोलकाता में पाकिस्तानी झंडे के साथ जश्न मनाया गया । हिन्दुओं के लिए यह खतरे की घंटी ।

See Translation

👍❤️😢 187                                13 Comments  882 shares

உண்மை என்ன?

இசுலாமிய மதக்கொடியை பாகிஸ்தான் கொடியென்று சமூக ஊடகப் பயனாளர்கள் மீண்டும் குழப்பிக்கொண்டனர்.

ஒரு பேருந்தின் பின்னால் பச்சைக்கொடி கட்டப்பட்டிருந்த வீடியோவைப் பகிர்ந்து, "மேற்கு வங்கத்தில் ஒரு பேருந்து முழுக்க முஸ்லிம்கள்" என்ற தலைப்புடன் அதனையும் பாகிஸ்தான் கொடியாக மற்றொரு தருணத்தில் வதந்தி பரப்பப்பட்டது. அதுவும் பொய்யான தகவல் தான் என்று பின்னர் நிரூபிக்கப்பட்டது.

_____

Reference: https://www.timesheadline.com/india/false-news-news-18-india-accused-muslims-hosting-pakistani-flag-6738.html

ராகுல் காந்தி - திட்டமிட்ட பொய்ப்பிரச்சாரகர்களின் விருப்பமான தலைவர்

அரசியல் தலைவர்கள் மீது அவ்வப்போது சமூக ஊடகங்களில் வெறுப்புப் பிரச்சாரம் நடந்துகொண்டே தான் இருக்கின்றன. போட்டோஷாப் என்னும் மென்பொருளைக் கொண்டு மாற்றியமைக்கப்பட்ட புகைப்படங்களை உண்மையான புகைப்படங்கள் என்று சொல்லி அவர்களின் புகழுக்கு இழுக்கு ஏற்படுத்துவது வழக்கமாகியிருக்கிறது. அப்படியாக பொய்பரப்புபவர்களின் விருப்பமான தலைவராக ராகுல் காந்தி இருக்கிறார். எண்ணற்ற முறைகளில் அவர் குறித்த கீழ்த்தரமான பொய்கள் கட்டமைக்கப்பட்டு பரப்பப்பட்டிருக்கின்றன.

சில உதாரணங்களை இப்பகுதியில் பார்ப்போம்.

## 28
## ராகுல் காந்தியும் உருளைக்கிழங்கு தொழிற்சாலையும்

**பகிரப்பட்ட செய்தி:**

"உருளைக்கிழங்கையே தங்கமாக மாற்றும் எந்திரத்தை நான் நிறுவுவேன்"

இப்படியாக ராகுல் காந்தி சொன்னதைப் போன்ற ஒரு வீடியோ சமூக ஊடகங்களில் பரவத்துவங்கியதும், ராகுல் காந்தியை ஆளாளுக்கு கேலியும் கிண்டலும் செய்ய ஆரம்பித்துவிட்டனர். இது நகைச்சுவையாக இருப்பது போன்று தோன்றினாலும் சமூக ஊடகங்களில் மிகப்பரவலாகப் பரப்பப்பட்டது.

**உண்மை என்ன?**

ராகுல் காந்தி பேசிய உண்மையான முழுநீள வீடியோவிலிருந்து ஒரு சில நொடிகளை மட்டுமே வெட்டியெடுத்து தனியாகப் பகிர்ந்திருக்கின்றனர். பிரதமர் நரேந்திர மோடி அளித்த வாக்குறுதிகள் குறித்து கிண்டலாக ராகுல் காந்தி பேசியதன் ஒரு பகுதி தான் அது.

உருளைக்கிழங்கு விவசாயிகளுக்கு நரேந்திர மோடி அளித்த பொய்யான வாக்குறுதிகளைப் பட்டியலிட்டு குஜராத் மாநிலத்தின் பதான் நகரில் நடைபெற்ற தேர்தல் பிரச்சாரத்தின் போது ராகுல் பேசியவை தான் இவை. மோடி பேசியதைத் தான் ராகுல் குறிப்பிட்டிருந்தார். ஆனால் வெட்டியெடுத்த வீடியோவை

மட்டுமே பார்த்தால், ராகுல் சொன்னதைப் போன்ற தோற்றத்தை உருவாக்குகிறது.

**பகிரப்பட்ட செய்தி:**

உருளைக்கிழங்கு பொய்கள் அத்துடன் நிற்கவில்லை. விவசாயிகளுக்கு உருளைக்கிழங்கு தொழிற்சாலை வைத்துத் தருவதாக ராகுல் வாக்களித்ததாகவும் செய்தி பரப்பப்பட்டது.

**உண்மை என்ன:**

இப்பொய்யும் அதே வீடியோவிலிருந்து சிறிய பகுதியை வெட்டியெடுத்து பரப்பப்பட்டதுதான். உருளைக்கிழங்கு சிப்ஸ் செய்யும் தொழிற்சாலைகளை உருவாக்கித் தருவதாகத் தான் ராகுல் வாக்களித்தாரே தவிர, உருளைக்கிழங்கையே தயாரிப்பதற்கான தொழிற்சாலை உருவாக்குவதாக ராகுல் பேசவேயில்லை என்பதை முழு வீடியோவை பார்த்தால் அறிந்துகொள்ளலாம்.

# 29

## தானொரு 'இந்து அல்லாதவன்' என்று சோம்நாத் கோவிலில் கையெழுத்திட்ட ராகுல்காந்தி

2017 ஆம் ஆண்டு டிசம்பர் மாதத்தில் குஜராத் தேர்தல் நடைபெற்றது. அதில் வெற்றிபெற வேண்டுமென்பதற்காக இரு முக்கியக் கட்சிகளும் அனல்பறக்கும் பிரச்சாரங்களை செய்துகொண்டிருந்தன. 2017 ஆம் ஆண்டு நவம்பர் மாதத்தில் குஜராத்தில் இருக்கும் பிரசித்திபெற்ற சோம்நாத் கோவிலுக்கு ராகுல் காந்தி சென்றார். அதற்குப்பின்னர் அவரது மதப்பற்று குறித்தான சர்ச்சை ஒன்று உருவானது.

**பகிரப்பட்ட செய்தி:**

சோம்நாத் கோவிலின் வருகைப் பதிவில், "இந்து அல்லாதவர்களுக்கான" பகுதியில் ராகுல் காந்தி கையெழுத்திட்டார் என்ற செய்தி பரவியது.

**செய்தியின் துவக்கம்:**

> 'சோம்நாத் கோவிலுக்கு சென்ற காங்கிரஸ் கட்சியின் துணைத் தலைவரான ராகுல் காந்தி இந்துக்கள் அல்லாதவர்கள் கையெழுத்திடும் பகுதியில் தன்னுடைய வருகையைப் பதிவு செய்தார். அகமது பட்டேலும் அதையே தான் செய்தார்'

என்று ஒரு பத்திரிக்கையாளர் ட்விட்டரில் தெரிவித்தார்.

'காந்திகள் தங்களுடைய மத நம்பிக்கை குறித்து பொய் சொல்லிவருகின்றனர்'

என்று பாஜகவின் தகவல் தொழிற்நுட்பப் பிரிவின் தலைவர் அமித் மால்வியா சந்தேகம் எழுப்பினார். அதனைத் தொடர்ந்து பல்வேறு ஊடகங்கள் அதே செய்தியினை வெளியிட்டன. பல தொலைக்காட்சிகள் தங்களின் மிகமுக்கியமான ஒளிபரப்பு நேரத்தில் இச்செய்தியினை ஒளிபரப்பி விவாதமாக்கின.

'இந்துவாக இருப்பது ராகுலுக்கு பெருமையாக இல்லையா?' என்று தலைப்பிட்டு ஒரு நிகழ்ச்சியை ஜீ செய்தித் தொலைக்காட்சி ஒளிபரப்பியது.

#RahulHinduVidad என்னும் தலைப்பில் ஜீ செய்தித் தொலைக்காட்சியும், #RahulHinduOrCatholic என்னும் தலைப்பில் ரிபப்ளிக் தொலைக்காட்சியும் செய்திகள் வெளியிட்டு பரவலாக்கின.

"நீங்கள் இருபத்தேழு வயதாக இருக்கும்போது, உங்களை கத்தோலிக்கர் என்று குறிப்பிட்டு நியூயார்க் டைம்ஸ் பத்திரிக்கை செய்தி வெளியிட்டிருந்ததே, அது தவறு என்று பதிலளித்தீர்களா?"

"நியூயார்க் டைம்ஸ் உங்களுக்கு அளித்த ரோமன் கத்தோலிக்கர் என்கிற பட்டத்தை அமைதியாக வாங்கிக்கொண்டு, 2012இல் நீங்கள் ஒரு பிராமணர் என்று சொல்வது சரிதானா? ஆக, ஒவ்வொரு ஊருக்கும் தகுந்தாற்போல உங்களின் அடையாளங்களை மாற்றிக்கொண்டே இருப்பீர்கள். அப்படித்தானே?"

என்று முன்முடிவுகளோடு பல்வேறு கேள்விகளை எழுப்பின செய்தித் தொலைக்காட்சிகள். #RagaSomnathSelfGoal என்று தலைப்பிட்டு தன்னுடைய முக்கியமான விவாத நேரமான இரவு 8 மணிமுதல் 9 மணிவரையிலும் டைம்ஸ் நவ் தொலைக்காட்சி ஒரு விவாதத்தையும் நடத்தியது.

**உண்மை என்ன?**

ராகுல் காந்தி கையெழுத்திட்டதாக பரப்பப்பட்டதுடன் அவருடைய கையெழுத்துடைய மற்ற உண்மையான ஆவணத்தைப் ஒப்பிட்டுப் பார்த்தால், அது ஒத்துப்போகவே இல்லை என்பதை ஆதாரப்பூர்வமாக நிரூபித்தது ஆல்ட் நியூஸ். அத்துடன் ராகுல் காந்தி மற்றும் அஹமது பட்டேல் என இருவரது கையெழுத்தும் ஒரேயொருவர் எழுதியது போன்றும் இருக்கிறது. அஹமது பட்டேலின் பெயர் அஹெமது பட்டேல் என்றும், ராகுல் காந்தியின் பெயர் ராகுல் காந்திஜி என்றும் எழுதப்பட்டிருக்கிறது. தன்னுடைய சொந்தப்பெயரையே தவறாக அகமது பட்டேலோ, தன்னையே ஜீ என்று சேர்த்து ராகுல் காந்தியோ எழுத வாய்ப்பே இல்லை. ஆக இது முற்றிலும் பொய்யினால் கட்டமைக்கப்பட்ட ஒரு செய்திதான்.

சோம்நாத் கோவிலில் ராகுல் காந்தியும் அகமது பட்டேலும் இந்துக்கள் அல்ல என்றெல்லாம் கையெழுத்திடவே இல்லை என்று காங்கிரஸ் கட்சி உறுதியாக மறுத்தது. பார்வையாளர் பதிவேட்டில் ராகுல் காந்தி கையெழுத்திட்ட உண்மையான பக்கத்தையும் காங்கிரஸ் வெளியிட்டது.

'எல்லோரும் கையெழுத்திடுவதைப் போல ராகுலும் பார்வையாளர்கள் பதிவேட்டில் கையெழுத்திட்டார். அவ்வளவுதான். வேறெதையும் அவர் குறிப்பிடவில்லை'

என்று சோம்நாத் கோவில் காரியகர்த்தாவான பி.கே.லகரி, ஃபர்ஸ்ட் போஸ்ட் செய்தி நிறுவனத்தின் கேள்விக்கு பதிலளிக்கையில் தெரிவித்தார். இது காங்கிரஸ் கட்சியின் வாதத்தை ஒத்ததாகவும் இருக்கிறது.

---


References: https://twitter.com/amitmalviya/status/9358142065149 74720

https://indianexpress.com/article/opinion/columns/the-most-hindu-of-them-all-religious-identity-of- political-leader-rahul-gandhi-5065765/

https://twitter.com/Zee24Kalak/status/935799510541860864

https://twitter.com/TejashModiLive/status/935867092846256128

https://twitter.com/ZeeNews/status/935838642420908032

https://www.firstpost.com/politics/rahul-gandhi-a-non-hindu-somnath-temple-secretary-tells- firstpost-congress-vp-signed-visitors-book-nothing-else-4233725. html

## 30

## நீச்சலுடை அணிந்திருந்த பெண்ணின் புகைப்படத்தை தன்னுடைய செல்போனில் பார்த்துக்கொண்டிருந்த ராகுல் காந்தி

**பகிரப்பட்ட செய்தி:**

'நீச்சலுடை அணிந்திருந்த ஒரு பெண்ணின் புகைப்படத்தை தன்னுடைய செல்போனில் ராகுல்காந்தி பார்த்துக் கொண்டிருந்தார். புகைப்படங்கள் எப்போதும் பொய் சொல்லாது. ராகுல் என்ன செய்து கொண்டிருக்கிறார் என்பதை நீங்களே பாருங்கள்'

என்ற செய்தியுடன் நீச்சலுடை அணிந்த ஒரு பெண்ணின் புகைப்படத்தை ராகுல்காந்தி பார்த்துக் கொண்டிருப்பது போன்றதொரு புகைப்படமும் இணைக்கப்பட்டு சமூக ஊடகங்களில் வெகுவாக பரப்பப்பட்டது.

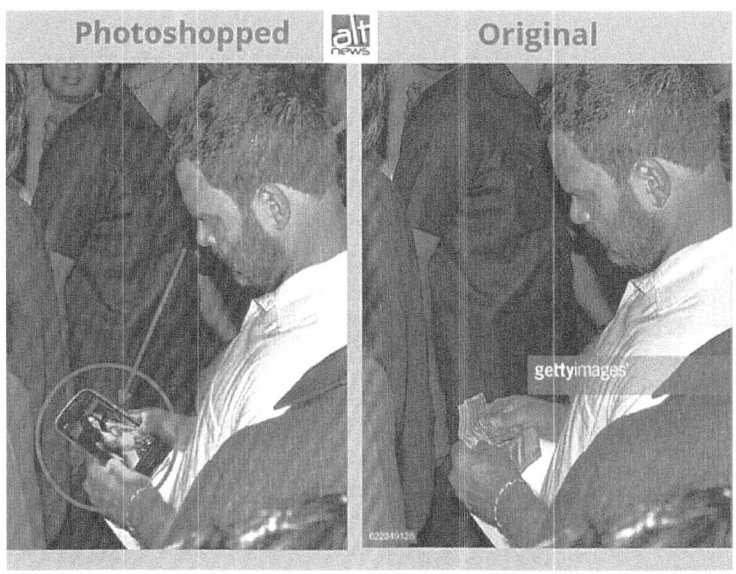

**உண்மை என்ன?**

இதுவும் ஒரு போட்டோஷாப்பால் மாற்றியமைக்கப்பட்ட புகைப்படம் தான்.

அதே படத்தை கூகிளில் தேடிப்பார்த்தால் உண்மையான புகைப்படம் கிடைக்கும். அதில், ராகுல் காந்தி கையில் செல்போனெல்லாம் இருக்கவில்லை. 2016 ஆம் ஆண்டு நவம்பர் மாதத்தில் தன்னுடைய பழைய செல்லாத ரூபாய் நோட்டுகளை மாற்றுவதற்காக ஒரு வங்கியின் வாசலில் வரிசையில் நின்றுகொண்டிருந்தபோது, கையில் வைத்து அவற்றை எண்ணிக்கொண்டிருந்தார். அந்தப் புகைப்படத்தை எடுத்து, அதில் இருந்த ரூபாய் நோட்டுகளை நீக்கிவிட்டு, ஒரு மொபைல் போனையும் அதற்குள் நீச்சலுடை அணிந்த பெண்ணின் படத்தையும் போட்டோஷாப் மென்பொருளின் உதவியுடன் இணைத்து, இந்த வதந்தியைப் பரப்பியிருக்கின்றனர். கெட்டி இமேஜஸ் என்கிற இணையதளம் அதன் உண்மையான புகைப்படத்தை வெளியிட்டிருக்கிறது.

# 31

# ராகுல் காந்தியை தனது கேள்வியால் மடக்கிய 14 வயது துபாய் சிறுமி

**பகிரப்பட்ட செய்தி:**

*‘துபாயைச் சேர்ந்த பதினான்கு வயது சிறுமியின் கேள்வியினால் காங்கிரஸ் தலைவர் ராகுல் காந்தி வாயடைத்துப் போனார்’*

2019ஆம் ஆண்டு ஜனவரி மாதம் ராகுல் காந்தி துபாய் சென்றிருந்தார். அப்போது அவரிடம் இரண்டு கேள்விகளைக் கேட்டு, அவரை ஒரு பதினான்கு வயது சிறுமி திணரடித்துவிட்டதாக மைநேசன் என்கிற பத்திரிக்கையில் ஒரு கட்டுரை வெளியானது.

*முதல் கேள்வி: ‘சமூகத்தில் சாதி வேறுபாடுகள் அதிகரிப்பதாகப் பேசும் ராகுல் காந்தியால், குஜராத் செல்லும்போது நெற்றியில் திருநீரு பூசிக்கொண்டும் காஷ்மீர் செல்லும்போது குல்லா அணிந்துகொண்டும் எப்படிச் செல்லமுடிகிறது?’*

*இரண்டாம் கேள்வி: ‘எழுபது ஆண்டுகளாக இந்தியாவை ஆண்டது காங்கிரஸ் கட்சிதானே. இத்தனை ஆண்டுகளாக சாதிக்காததையா அடுத்து ஆட்சிக்கு வந்து சாதிக்கப்போகிறது?’*

இவ்விரண்டு கேள்விகளையும் கேட்டபின்னர், பதிலேதும் கூறமுடியாமல் காங்கிரஸ் தலைவரான ராகுல் காந்தி அங்கிருந்து சிரித்துக்கொண்டே வெளியேறிவிட்டார் என்றும் அத்துடன் நேரடி ஒளிபரப்பையும் காங்கிரஸ் கட்சி நிறுத்தியேவிட்டது என்றும் அக்கட்டுரையில் எழுதப்பட்டிருக்கிறது. இது உண்மை என்று

நிரூபிப்பதற்கு எந்தவொரு வீடியோவையும் மைநேசன் என்கிற அந்த இணைய பத்திரிக்கை வெளியிடவில்லை.

## உண்மை என்ன?

மைநேசனில் வெளியாகியிருக்கும் அந்த சிறுமியின் புகைப்படம் மும்பையில் உள்ள பள்ளிக்கூடத்தில் எடுக்கப்பட்டது என்றும் அதுவும் மூன்றாண்டுகளுக்கு முன்பே எடுக்கப்பட்ட புகைப்படம் என்றும் ஆல்ட் நியூஸ் ஆதாரத்துடன் நிரூபித்தது.

மேலும், துபாயில் ராகுல் காந்தியின் நிகழ்ச்சிகளில் கலந்துகொண்டு பதிவுசெய்த பத்திரிக்கையாளர்களும் ராகுல்காந்திக்கும் பதினான்கு வயது சிறுமிக்குமான விவாத நிகழ்ச்சியே எங்கும் நடைபெறவில்லை என்று உறுதிப்படுத்தினர்.

ராகுல் காந்தி பங்கேற்ற நிகழ்ச்சியில் கலந்துகொண்ட ஒரே சிறுமியின் தந்தையும் அந்த நிகழ்ச்சியின் வீடியோவை பேஸ்புக்கில் பதிவிட்டு, தன் மகளும் எந்தக் கேள்வியும் கேட்கவில்லை என்று தெளிவுபடுத்தினார். ராகுல் காந்தி குறித்து பரப்பப்படுவது வெறும் வதந்திதான் என்றார்.

---

Reference: https://www.mynation.com/news/rahul-gandhi-dumbfounded-dubai-little-girl-questions- pl8fjb

32

# ராகுல் காந்திக்குப் பின்னால் ஔரங்கசீப் ஓவியம் இருப்பதைப்போன்று வெளியான புகைப்படம்

*‘சுவற்றில் எந்த தேசியவாதியின் படத்தை இந்த தேசப்பற்றாளர்கள் மாட்டி வைத்திருக்கிறார்கள் பாருங்கள்’*

என்ற செய்தியை இந்துத்துவ ஆதரவு பேஸ்புக் பக்கங்களில் பகிர்ந்திருந்தனர். ஔரங்கசீப்பெல்லாம் ஒரு தேசியவாதியா என்று நையாண்டி செய்யும்விதமாக, ராகுல் காந்திக்குப் பின்னால் சுவற்றில் மாட்டியிருந்த ஔரங்கசீப்பின் ஓவியம் வட்டமிட்டுக் காட்டப்பட்டிருந்தது.

#### உண்மை என்ன?

இதுவும் போட்டோஷாப் மென்பொருளால் திருத்தப்பட்ட ஒரு படம் தான். உண்மையான புகைப்படத்தில் ராகுல் காந்திக்குப் பின்னால் இருப்பது மகாத்மா காந்தியின் படமே.

காங்கிரஸ் கட்சியின் தலைவர் பதவிக்கான தேர்தலில் போட்டியிடுவதற்காக வேட்பு மனுவினை பூர்த்திசெய்து கொண்டிருந்தபோது எடுத்த படத்தைத்தான் இப்படி மாற்றியமைத்திருக்கிறார்கள் என்பதை ஆல்ட் நியூஸ் கண்டறிந்தது.

தி இந்தியன் எக்ஸ்பிரஸ் பத்திரிக்கையில் 2017ஆம் ஆண்டு டிசம்பர் மாதம் 4ஆம் தேதியன்று, 'ராகுல் காந்தியின் பதவியுயர்வு ஒரு புதிய விடியலின் துவக்கம் என்கிறது காங்கிரஸ்' எனத் தலைப்பிட்டு வெளியான கட்டுரையொன்றில் தான் இப்புகைப்படம் (காந்தியின் பின்னணியுடன்) முதன்முதலில் இடம்பெற்றிருக்கிறது.

இதுபோன்ற சூழலில், கூகிளின் ரிவர்ஸ் இமேஜ் சர்ச் என்கிற வசதி நமக்கு பெரியளவுக்கு உதவும். போட்டோஷாப்பில் மாற்றியமைக்கப்பட்ட படம் என்று நமக்குத் தோன்றினால், உடனே அப்படத்தை கூகிள் ரிவர்ஸ் இமேஜ் சர்ச் செய்து பார்த்தோமானால், உண்மையான திருத்தியமைக்கப்படாத புகைப்படம் நமக்குக் கிடைக்கும்.

ஒரு அரசியல் கட்சியின் அலுவலக சுவற்றில் ஔரங்கசீப்பின் ஓவியம் வைக்கப்பட்டிருக்கிறது என்றுகூட மக்களை எளிதாக ஏமாற்றமுடிகிறது இவர்களால். எதையும் ஆராய்ந்து பார்க்காமல் அப்படியே நம்பி, அதனைப் பரப்பவும் தயாராக இருக்கிற மக்களைக் குறிவைத்துதான் இதுபோன்ற வதந்திகள் உருவாக்கப்பட்டு பகிரப்படுகின்றன.

## 33

## பிரிட்டனில் நடந்த ராகுல் காந்தியின் கூட்டத்தில் பங்கேற்ற காலிஸ்தான் ஆதரவாளர்கள்

**பகிரப்பட்ட செய்தி:**

'முற்றிலும் அதிர்ச்சிகரமான செய்தி இது! லண்டனில் வாழும் காங்கிரஸ்காரர்களின் கூட்டத்தில் இந்தியாவுக்கு எதிரான தேசவிரோத காலிஸ்தான் ஆதரவாளர்கள் பங்கேற்றிருக்கின்றனர். ராகுல் காந்தியே, இந்திய தேசத்திற்கு எதிரான இந்த செயல்பாட்டிற்கு நீங்கள் விளக்கம் கொடுத்தே ஆகவேண்டும்.'

இதனை பாஜகவில் பொறுப்பில் இருக்கும் பிரீத்தி காந்தி சமூக ஊடகத்தில் பகிர்ந்து, ராகுல் காந்தியின் நிகழ்ச்சியில் பிரிவினைவாதிகள் பங்கேற்றதாக கொதித்தார்.

**ABSOLUTE SHOCKER!!!**
At the Indian Overseas Congress meeting in London, anti-India, pro-Khalistani protesters are participating in the event. @RahulGandhi you owe a serious explanation for this dangerous, anti-national narrative being created against India. #RahulGandhiInLondon

உண்மை என்ன?

இதுவும் ஒரு பொய்யான தகவலே. அந்த நிகழ்ச்சி நடக்கையில், நான்கு காலிஸ்தான் ஆதரவாளர்கள் பாதுகாவலர்களை ஏமாற்றி அனுமதியின்றி உள்ளே நுழைந்துவிட்டனர்.

இதனை தி டைம்ஸ் ஆஃப் இந்தியா பத்திரிக்கையின் பிரிட்டன் செய்தியாளரான நவோமி காண்டோன் உறுதிசெய்தார். அந்நிகழ்ச்சியில் அத்துமீறி உள்ளே நுழைந்தவர்களில் ஒருவரும் அதனை ஒப்புக்கொண்டார் என்று டைம்ஸ் ஆஃப் இந்தியா பத்திரிக்கையும் கூறியிருக்கிறது.

---

Reference: https://twitter.com/mrsgandhi/status/1033679759828348931

https://twitter.com/naomi2009/status/1033987907030269953

# பிரதமர் மோடியையும் பாஜகவையும் குறிவைத்தல்

சமூக ஊடகங்களின் ஆரம்பகாலத்தில் பாஜக ஆதரவாளர்களே ஆதிக்கம் செலுத்தி வந்தனர். வதந்திகளைப் பரப்புவதில் பாஜகவுக்கு எதிரணியில் இருப்பவர்களைவிடவும் பலமடங்கு பலம்வாய்ந்ததாகவே பாஜகவின் வலைப்பின்னல் இருந்து வந்தது.

தனக்கு எதிரான நிலைப்பாடுள்ள அரசியல் கட்சிகள் மற்றும் அரசியல் தலைவர்கள் குறித்து தவறான தகவல்களைப் பரப்பி அவர்களைப் பற்றிய மோசமான பொதுக்கருத்தை மக்கள் மனதில் உருவாக்குவதில் திறன்வாய்ந்தவர்களாகவும் இருந்தனர்.

காலப்போக்கில் இப்படியான வதந்திபரப்பும் செயல்பாட்டில், பாஜகவைப் போலவே வேறு சிலரும் இறங்கியதைப் பார்க்கமுடிகிறது. பாஜக அல்லாத கட்சிகளின் மீது மட்டுமே அரசியல் ரீதியான பொய்களைப் பரப்புவது என்றில்லாமல், பாஜகவின் மீதும் பிரதமர் நரேந்திர மோடியின் மீதும் அதேபோன்ற வதந்திகள் பரப்பப்படுகின்றன. பாஜக உருவாக்கிய அதே வழிமுறையைத்தான் இப்புதியவர்களும் பின்பற்றத் துவங்கியிருக்கின்றனர்.

## 34

## 'மோடி 420' என்று எழுதப்பட்ட கால்பந்தாட்ட சட்டை

**பகிரப்பட்ட செய்தி:**

'பிரதமர் மோடியைப் போல உலக வரலாற்றில் வேறெந்தப் பிரதமரும் இப்படி அவமானப்பட்டதில்லை. அவர் யார் என்பதையும், என்ன செய்திருக்கிறார் என்பதையும் ஃபிஃபாவும் புரிந்துகொண்டதோ!'

இப்படியொரு செய்தியுடன் பிரதமர் நரேந்திர மோடியின் புகைப்படம் சமூக ஊடகங்களில் பரவிவந்தது. 'மோடி 420' என்று எழுதப்பட்ட சட்டையை சர்வதேச கால்பந்து சங்கங்களின் கூட்டமைப்பான ஃபிஃபாவின் தலைவர் கியானின் இன்ஃபேன்டினோ அறிமுகப்படுத்துவது போலவும், அவருடன் மோடியும் உடனிருப்பது போலவும் அப்புகைப்படம் இருந்தது.

## உண்மை என்ன?

போட்டோஷாப் மென்பொருளால் மாற்றியமைக்கப்பட்ட புகைப்படம் தான் அது.

ஜி-20 நாடுகளின் மாநாட்டிற்காக மூன்று நாள் பயணமாக அர்ஜண்டைனா சென்றிருந்தார் மோடி. அப்போது 'ஜி-20' என்று எழுதப்பட்ட சட்டையை வெளியிட்டபோது அந்த படம் எடுக்கப்பட்டது. பிரதமரின் அதிகாரப்பூர்வ பேஸ்புக் பக்கத்திலேயே அது வெளியாகியிருந்தது.

'அர்ஜண்டைனாவுக்கு வந்துவிட்டு கால்பந்தாட்டம் குறித்து சிந்திக்காமல் இருக்கவேமுடியாது. அர்ஜண்டைனா விளையாட்டு வீரர்கள் இந்தியாவிலும் மிகப்பிரபலமாக இருக்கின்றனர். இன்று இந்த கால்பந்தாட்ட சட்டையினை ஃபிஃபா தலைவரான கியானின் இன்ஃபேன்டினோவிடமிருந்து பெற்றுக்கொண்டேன். அவருக்கு என் மனமார்ந்த நன்றிகள்' என்று அதனை வெளியிட்டமைக்காக ஃபிஃபா தலைவரான கியானின் இன்ஃபேன்டினோவுக்கும் அப்பதிவில் நன்றி தெரிவித்திருந்தார் மோடி.

## 35
### 'சுதந்திர இந்தியாவின் பிரதமர்களிலேயே மிகப்பெரிய ஊழல்வாதி மோடிதான்' என்ற அலோக் வர்மாவின் கூற்று

**பகிரப்பட்ட செய்தி:**

முன்னாள் சிபிஐ இயக்குநர் தன்னுடைய பதவியை ராஜினாமா செய்துவிட்டார். சுதந்திர இந்தியாவின் பிரதமர்களிலேயே மிகமோசமான ஊழல்வாதி நரேந்திர மோடி தான் என்று கடிதமும் எழுதியிருக்கிறார் என்று ஒருசெய்தி பரவியது.

முன்னாள் சிபிஐ இயக்குநர் அலோக் வர்மாவின் புகைப்படத்துடன் இணைத்து இச்செய்தி சமூக ஊடகங்களில் பகிரப்பட்டது. 'வைரல் இன் இந்தியா' என்ற லோகோவைக் கொண்டிருந்தது இப்பதிவு. அவர்கள் தொடர்ந்து பாஜகவுக்கு எதிரான பதிவுகளை வெளியிடும் ஒரு குழுவினர்.

## உண்மை என்ன?

இப்பதிவில் உண்மை இல்லை. சிபிஐ அமைப்பை தன் கட்டுப்பாட்டில் வைத்திருக்கும் பணியாளர் மற்றும் பயிற்சித்துறையின் செயலாளரிடம் தான் அலோக் வர்மா தன்னுடைய பதவி விலகல் கடிதத்தை சமர்ப்பித்தார். அக்கடிதத்தில் நரேந்திர மோடி குறித்த எந்தக் குறிப்பும் இடம்பெற்றிருக்கவில்லை.

## 36

## மோடிக்கு அருகில் ஒரு பெண் உட்கார்ந்திருப்பதைப் போன்று வெளியான புகைப்படம்

**பகிரப்பட்ட செய்தி:**

விமானத்தில் நரேந்திர மோடிக்கு அருகில் ஒரு பெண் உட்கார்ந்திருப்பதைப் போன்ற புகைப்படம் சமூக ஊடகங்களில் அதிகமாக பகிரப்பட்டு வந்தது. அதில், கனடாவின் பிரதமரான ஸ்டீபன் ஹார்ப்பரும் உடனிருந்தார்.

'ஐயா எதற்காக அயல்நாடு பயணம் சென்றுகொண்டிருக்கிறார் என்று நன்றாக உற்றுப்பாருங்கள்' என்ற வரியுடன் அந்தப் புகைப்படம் பகிரப்பட்டது.

**உண்மை என்ன?**

இதுவும் போட்டோஷாப் மென்பொருளால் திருத்தியமைக்கப்பட்ட புகைப்படம் தான். இதனை கூகிளின் ரிவர்ஸ் இமேஜ் வசதியைப் பயன்படுத்தித் தேடினால், மோடிக்கு அருகில் வேறொரு பெண் உட்கார்ந்திருக்கும் உண்மையான படம் கிடைக்கும். உண்மையான புகைப்படத்தில் மோடிக்கு அருகில் அமர்ந்திருக்கும் பெண்ணின் பெயர் டாக்டர் குர்தீப் கௌர் சாவ்லா. அவர் பல உயர் அரசியல்வாதிகளுக்கு மொழிபெயர்ப்பு உதவி செய்யும் பணியைச் செய்பவர்.

## 37

## நாதுராம் கோட்சேவின் சிலைக்கு மாலை அணிவிக்கும் நரேந்திர மோடி

**பகிரப்பட்ட செய்தி:**

நரேந்திர மோடியின் இரண்டு புகைப்படங்களை இணைத்தது போன்றதொரு புகைப்படம் பரவிக்கொண்டிருந்தது. இடதுபுறத்தில் இருக்கும் புகைப்படத்தில் மகாத்மா காந்தியின் மார்பளவு சிலைக்கு நரேந்திர மோடி மாலை அணிவிப்பது போலவும், வலதுபுறத்தில் இருக்கும் புகைப்படத்தில் மகாத்மாவைக் கொன்ற நாதுராம் கோட்சேவின் மார்பளவு சிலைக்கு மாலை அணிவிப்பது போலவும் இருந்தது அப்படம்.

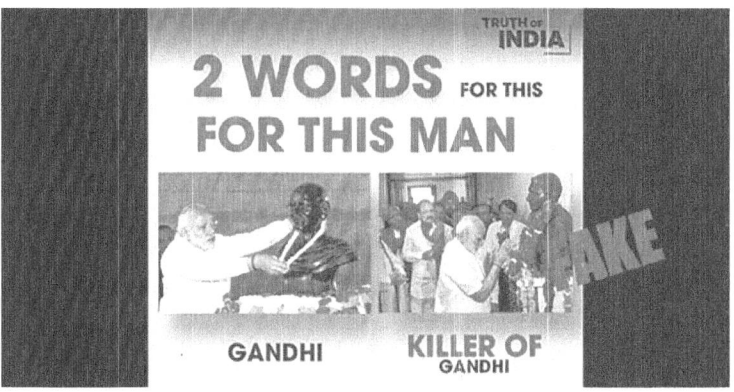

**உண்மை என்ன?**

இதுவும் ஒரு பொய்யான செய்திதான். பாரதிய ஜன சங்கத்தின் நிறுவனரும் சங்க்பரிவார் தத்துவத்தின் முக்கியமானவருமான தீனதயாள் உபாத்யாயாவின் மார்பளவு சிலைக்கு மாலைபோட்ட புகைப்படத்தைதான், நாதுராம் கோட்சேவின் சிலைக்கு மாலை போட்டதாக திரித்து பகிர்ந்திருக்கின்றனர்.

இதன் உண்மையான புகைப்படத்தை, 2017ஆம் ஆண்டு ஏப்ரல் மாதம் 6ஆம் தேதியன்று, 'பண்டிட் தீனதயாள் உபாத்யாயாவுக்கு பிரதமர் மோடி மரியாதை செலுத்தினார்' என்கிற செய்தியினைக்கொண்ட கட்டுரையில் இண்டர்நேசனல் பிசினஸ் டைம்ஸ் பத்திரிக்கை வெளியிட்டிருக்கிறது.

# 38

# மூன்றாவது பெரிய பொருளாதார நாடு என்கிற பெருமையிலிருந்து ஆறாவது இடத்திற்கு சரிந்த இந்தியா

2018ஆம் ஆண்டு உலக வங்கி வெளியிட்ட அறிக்கையின்படி, பிரான்சை முந்திக்கொண்டு உலகின் ஆறாவது பெரிய பொருளாதார நாடு என்கிற இடத்தை இந்தியா அடைந்தது. இது வரவேற்கத்தக்க செய்தியாக இருந்தபோதிலும், அதற்கு முந்தைய ஆண்டுகளை ஒப்பிடுகையில் இந்தியா சரிவையே சந்தித்திருப்பதாக சமூக ஊடகங்களில் செய்தி பரவின.

**பகிரப்பட்ட செய்தி:**

இரண்டாவது முறையாக ஐக்கிய முன்னணி ஆட்சி அமைந்திருந்த 2011 ஆண்டிலேயே இந்தியா உலகின் மூன்றாவது பெரிய பொருளாதார நாடாக உயர்ந்திருந்தது என்றும், அதிலிருந்து சரிந்து தற்போது ஆறாவது இடத்திற்கு வந்து சேர்ந்திருக்கிறோம் என்றும் செய்தி பரவிக்கொண்டிருந்தது.

காங்கிரஸ் கட்சியின் செய்தித் தொடர்பாளரான பிரிஜேஷ் கலப்பா மற்றும் அக்கட்சியின் முன்னாள் சமூக ஊடகப்பிரிவின் தலைவரான கௌரவ் பாந்தி உள்ளிட்ட பலரும் இதனை அப்படியே பகிர்ந்திருந்தனர்.

Brijesh Kalappa
@brijeshkalappa

Follow

Bhakts are exulting that India has beaten France to become the 6th largest economy in the world. Modi Effect!!
Ahem! India was 3rd Largest Economy in the world in 2011. Manmohan Defect!!

**India became third largest economy in 2011: World Bank**
In a matter of six years, India emerged as the world's third-largest economy in 2011 from being the tenth largest in 2005, moving ahead of Japan, while the US remai...
thehindu.com

**உண்மை என்ன?**

இருவேறு புள்ளிவிவரங்களை ஒன்றாக ஒரே தட்டில் வைத்து ஒப்பிட்டதால் வந்த குழப்பம் இது. இச்செய்தியில் இணைப்பாக கொடுக்கப்பட்டிருக்கிற புள்ளிவிவரம் மக்களின் வாங்கும் திறனைக் கணக்கிலெடுத்துக்கொண்டு தயாரிக்கப்பட்ட 'மொத்த உள்நாட்டு உற்பத்திப் பட்டியலில்' *(GDP-PPP)* இந்தியா மூன்றாம் இடம் பிடித்திருந்தது. ஆனால் பிரான்சை முந்திக்கொண்டு ஆறாம் இடத்தைப் பிடித்ததாக உலக வங்கி வெளியிட்ட அறிக்கையின் அடிப்படையோ, மக்களின் வாங்கும் திறனை எல்லாம் கண்டுகொள்ளாமல் தயாரிக்கப்படும் 'மொத்த உள்நாட்டு உற்பத்திப்பட்டியல்' *(GDP-Nominal)* ஆகும். ஆக இரண்டும் இருவேறு புள்ளிவிவரப் பட்டியல் என்பது கவனிக்கவேண்டிய முக்கியமான வேறுபாடு.

ஜிடிபி-பிபிபி-யின் அளவீட்டின்படி, 2011இல் மட்டுமல்ல, 2018லும் இந்தியா அதே மூன்றாம் இடத்தில்தான் இருக்கிறது. எந்த சரிவையும் சந்திக்கவில்லை. ஆனால், இன்றைக்கு ஆறாம் இடத்திற்கு

வந்திருக்கும் ஜிடிபி-நாமினல் அளவீட்டில், 2011 ஆம் ஆண்டு ஒன்பதாம் இடத்தில் தான் இந்தியா இருந்தது. 2018ஆம் ஆண்டில் அதில் முன்னேற்றம் கண்டு பிரான்சையும் முந்திக்கொண்டு ஆறாம் இடத்திற்கு இந்தியா வந்து சேர்ந்திருக்கிறது.

ஆக 2011 ஆம் ஆண்டு, இந்தியா மூன்றாம் இடத்தில் இருந்தது ஜிடிபி-பிபிபி அளவீட்டின்படி தானே தவிர, ஜிடிபி-நாமினல் அளவீட்டின் படியல்ல. ஜிடிபி-பிபிபி யைக் கணக்கெடுத்தோமானால், பகிரப்பட்ட கட்டுரைகளில் குறிப்பிடப்பட்டிருக்கும் அதே மூன்றாம் இடத்திலேயேதான் 2011ஆம் ஆண்டைப் போலவே 2018 ஆம் ஆண்டிலும் இந்தியா நீடிக்கிறது.

மொத்த உள்நாட்டு உற்பத்தி கணக்கிடும் முறை: ஒரு குறிப்பிட்ட ஆண்டில் ஒட்டுமொத்தமாக ஒரு நாட்டில் தயாரிக்கப்பட்ட பொருட்களின் அப்போதைய சந்தை விலையினை வைத்து செய்யப்படும் மதிப்பீடுதான் ஜிடிபி-நாமினல் ஆகும். ஒரு நாட்டின் ஒட்டுமொத்த பொருளாதார உற்பத்தியினைக் கணக்கிடுவதுதான் இதன் நோக்கம்.

மக்களின் வாங்கும் திறனையும் சேர்த்தே கணக்கிலெடுப்பது தான் ஜிடிபி-பிபிபி அளவீட்டின் அடிப்படையாகும். ஒருபொருளின் விற்பனை விலை ஒவ்வொரு நாட்டிற்கும் மாறுபடும். முடிவெட்டுவதற்கு இந்தியாவில் ஆகிற செலவும், அமெரிக்காவில் ஆகிற செலவும் ஒன்றல்லதானே. அந்த வேறுபாட்டையும் மொத்த உள்நாட்டு உற்பத்தியையும் இணைத்து கணக்கிடுவதே ஜிடிபி-பிபிபி ஆகும்.

---

Reference: https://twitter.com/brijeshkalappa/status/10172716133420 5235

# 39

# நான்காண்டுகளில் உலக பட்டினிக் குறியீட்டில் 55வது இடத்திலிருந்து 103வது இடத்திற்கு சரிந்த இந்தியா

2018 ஆம் ஆண்டின் உலகப் பட்டினிக் குறியீட்டுப் பட்டியல் அக்டோபர் 2018இல் வெளியிடப்பட்டது. அதில் மொத்தமுள்ள 119 நாடுகளில் 103 வது இடத்தை இந்தியா பிடித்தது.

**பகிரப்பட்ட செய்தி:**

2014இல் உலகப்பட்டினிக் குறியீட்டுப் பட்டியலில் 55 வது இடத்திலிருந்த இந்தியா, 2018 ஆம் ஆண்டில் 103 வது இடத்திற்கு தள்ளப்பட்டிருக்கிறது என்றொரு செய்தி பரவியது.

இந்தியாவின் இந்த சரிவுக்கு தற்போதைய அரசுதான் காரணம் என்று பல்வேறு ஊடகங்களும் எதிர்க்கட்சி உறுப்பினர்களும் கண்டனம் தெரிவித்தவண்ணம் இருந்தனர்.

இதனை என்டிடிவி தொலைக்காட்சி, தைனிக் பாஸ்கர் என்கிற இந்திப் பத்திரிக்கை உள்ளிட்ட பல செய்தி ஊடகங்களும் வெளியிட்டன. அதனை ராகுல் காந்தியும் இணையத்தில் பகிர்ந்தார்.

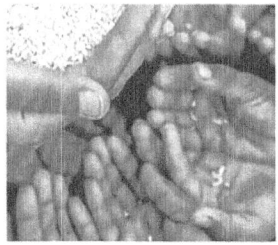

चौकीदार ने भाषण खूब दिया,
पेट का आसन भूल गये।
योग-भोग सब खूब किया,
जनता का राशन भूल गये।
कलंक: देश से भुखमरी दूर करने में पूरी तरह फेल हुई मोदी सरकार, 119 देशों की रैंकिंग में...
विकास के तमाम दावों के बीच सरकार की नींद उड़ा देने वाली एक रिपोर्ट सामने आई है. एक रिपोर्ट के मुताबिक भारत में भूख एक गंभीर समस्या है और 119 देशों के वैश्विक भूख सूचकांक में भारत...
bhaskar.com

**உண்மை என்ன?**

*2014 முதல் 2018 வரையிலான உலக பட்டினிக் குறியீட்டு அறிக்கைகளை ஆல்ட் நியூஸ் ஆய்வுசெய்தது. மேலோட்டமாகப் பார்த்தால், 2014இல் இந்தியா 55வது இடத்திலும், 2015இல் 80வது இடத்திலும், 2016இல் 97வது இடத்திலும், 2017இல் 100வது இடத்திலும் இந்தியா இருந்திருப்பதாகத்தான் தெரியும்.*

*ஆனால் அத்தகவல்களை உற்று நோக்கினால், 2016ஆம் ஆண்டிற்குப் பிறகும், அதற்கு முந்தைய ஆண்டுகளுக்கும் அப்பட்டியல் தயாரிக்கும் முறையில் வேறுபாடு இருப்பதை கவனிக்கலாம்.*

*2016ஆம் ஆண்டிற்கு முன்புவரையிலும், மிகமிகக் குறைந்த பட்டினிக் குறியீடாக 5க்கும் கீழே வாங்கியிருக்கும் நாடுகளை வரிசைப்பட்டியலில் இணைக்காமல் தனியாக வைத்திருந்தனர். இதனை மேலே உள்ள படத்தில் பார்க்கலாம். ஆனால் 2016 ஆம் ஆண்டிலிருந்து, 5க்கும் குறைவான பட்டினிக் குறியீடு வாங்கியிருக்கும் நாடுகளையும் தரவரிசைப் பட்டியலில் இணைத்திருக்கின்றனர். இதனை கீழே உள்ள படத்தில் பார்க்கலாம்.*

TABLE 2.1 COUNTRY GLOBAL HUNGER INDEX SCORES BY RANK, 1990 GHI, 1995 GHI, 2000 GHI, 2005 GHI, AND 2014 GHI

| Rank | Country | 1990 | 1995 | 2000 | 2005 | 2014 |
|---|---|---|---|---|---|---|
| 1 | Mauritius | 8.3 | 7.6 | 6.7 | 6.0 | 5.0 |
| 1 | Thailand | 21.3 | 17.3 | 10.2 | 6.7 | 5.0 |
| 3 | Albania | 9.1 | 6.3 | 7.9 | 6.2 | 5.3 |
| 3 | Colombia | 10.9 | 8.2 | 6.8 | 7.0 | 5.3 |
| 5 | China | 13.6 | 10.7 | 8.5 | 6.8 | 5.4 |
| 5 | Malaysia | 9.4 | 7.0 | 6.9 | 5.7 | 5.4 |
| 7 | Peru | 16.1 | 12.4 | 10.6 | 10.0 | 5.7 |
| 8 | Syrian Arab Republic | 7.8 | 6.1 | <5 | 5.1 | 5.9 |
| 9 | Honduras | 14.6 | 13.9 | 11.2 | 9.0 | 6.0 |
| 9 | Suriname | 11.3 | 10.1 | 10.9 | 9.0 | 6.0 |
| 11 | Gabon | 10.0 | 8.6 | 7.8 | 7.4 | 6.1 |
| 12 | El Salvador | 10.8 | 8.8 | 7.9 | 6.4 | 6.2 |
| 13 | Guyana | 14.5 | 10.9 | 8.1 | 7.9 | 6.5 |
| 14 | Dominican Republic | 15.6 | 11.5 | 9.9 | 9.6 | 7.0 |
| 15 | Vietnam | 31.4 | 25.4 | 17.3 | 13.1 | 7.5 |
| 16 | Ghana | 27.2 | 20.2 | 16.1 | 11.3 | 7.8 |
| 17 | Ecuador | 14.9 | 11.9 | 12.0 | 10.3 | 7.9 |
| 18 | Paraguay | 9.2 | 7.4 | 6.8 | 6.3 | 8.8 |
| 19 | Mongolia | 20.3 | 23.1 | 18.5 | 14.1 | 9.6 |
| 19 | Nicaragua | 24.0 | 19.7 | 15.4 | 11.4 | 9.6 |
| 21 | Bolivia | 18.6 | 16.8 | 14.5 | 13.9 | 9.9 |
| 22 | Indonesia | 20.5 | 17.8 | 16.1 | 15.2 | 10.3 |
| 23 | Moldova | – | 7.9 | 9.0 | 7.4 | 10.8 |
| 24 | Benin | 22.5 | 20.5 | 18.0 | 15.3 | 11.2 |
| 25 | Mauritania | 23.0 | 18.7 | 17.1 | 14.4 | 11.9 |
| 26 | Cameroon | 23.3 | 24.6 | 21.3 | 16.6 | 12.6 |
| 27 | Iraq | 8.6 | 11.9 | 12.8 | 11.6 | 12.7 |
| 28 | Mali | 27.2 | 27.2 | 24.8 | 20.7 | 13.0 |
| 29 | Lesotho | 13.1 | 15.4 | 14.6 | 15.0 | 13.1 |
| 29 | Philippines | 20.1 | 17.5 | 17.9 | 14.7 | 13.1 |
| 31 | Botswana | 15.6 | 16.5 | 18.1 | 16.8 | 13.4 |
| 32 | Gambia, The | 18.7 | 20.4 | 15.5 | 15.1 | 13.6 |
| 32 | Malawi | 31.3 | 28.8 | 21.9 | 18.9 | 13.6 |
| 34 | Guinea-Bissau | 22.6 | 20.4 | 20.5 | 17.3 | 13.7 |
| 35 | Togo | 23.6 | 19.4 | 20.8 | 18.0 | 13.9 |
| 36 | Guinea | 22.0 | 20.9 | 22.4 | 18.0 | 14.3 |
| 37 | Senegal | 18.9 | 19.6 | 19.5 | 14.3 | 14.4 |
| 38 | Nigeria | 25.9 | 23.0 | 17.9 | 16.7 | 14.7 |
| 39 | Sri Lanka | 22.2 | 20.2 | 17.6 | 16.8 | 15.1 |
| 40 | Guatemala | 15.6 | 16.0 | 17.3 | 17.0 | 15.6 |
| 40 | Rwanda | 30.6 | 35.1 | 30.6 | 24.1 | 15.6 |
| 42 | Côte d'Ivoire | 16.4 | 16.6 | 17.6 | 16.5 | 15.7 |
| 43 | Cambodia | 32.9 | 30.8 | 28.1 | 20.8 | 16.1 |
| 44 | Nepal | 28.4 | 26.8 | 25.2 | 22.2 | 16.4 |
| 44 | North Korea | 17.9 | 22.4 | 22.8 | 19.3 | 16.4 |
| 44 | Tajikistan | – | 21.5 | 22.3 | 18.8 | 16.4 |
| 47 | Kenya | 21.5 | 21.0 | 20.2 | 19.5 | 16.5 |
| 47 | Swaziland | 9.9 | 12.3 | 13.5 | 11.8 | 16.5 |
| 47 | Zimbabwe | 19.7 | 22.5 | 22.0 | 21.3 | 16.5 |
| 50 | Liberia | 24.5 | 28.9 | 25.1 | 20.7 | 16.8 |
| 51 | Namibia | 21.7 | 22.0 | 18.4 | 16.5 | 16.9 |
| 52 | Uganda | 21.5 | 22.7 | 20.2 | 18.4 | 17.0 |
| 53 | Tanzania | 23.5 | 26.8 | 26.3 | 20.8 | 17.3 |
| 54 | Angola | 40.8 | 38.9 | 32.3 | 24.1 | 17.4 |
| 55 | India | 31.2 | 26.9 | 25.5 | 24.2 | 17.8 |

| Rank | Country | 1990 | 1995 | 2000 | 2005 | 2014 |
|---|---|---|---|---|---|---|
| 56 | Congo, Republic | 22.6 | 22.7 | 18.3 | 18.3 | 18.1 |
| 57 | Bangladesh | 36.6 | 34.4 | 24.0 | 19.8 | 19.1 |
| 57 | Pakistan | 26.7 | 23.3 | 22.1 | 21.0 | 19.1 |
| 59 | Djibouti | 34.1 | 29.4 | 28.5 | 25.6 | 19.5 |
| 60 | Burkina Faso | 27.0 | 22.6 | 26.3 | 26.5 | 19.9 |
| 61 | Lao PDR | 34.5 | 31.4 | 29.4 | 25.0 | 20.1 |
| 62 | Mozambique | 35.2 | 32.3 | 28.2 | 24.8 | 20.5 |
| 63 | Niger | 36.4 | 36.1 | 31.2 | 26.4 | 21.1 |
| 64 | Central African Republic | 30.3 | 30.3 | 28.1 | 28.9 | 21.5 |
| 65 | Madagascar | 25.3 | 24.9 | 27.4 | 25.2 | 21.9 |
| 66 | Sierra Leone | 31.2 | 29.0 | 29.8 | 29.1 | 22.5 |
| 67 | Haiti | 33.6 | 32.9 | 25.3 | 27.9 | 23.0 |
| 68 | Zambia | 24.7 | 24.0 | 26.5 | 24.7 | 23.2 |
| 69 | Yemen, Republic | 30.1 | 27.8 | 27.8 | 28.0 | 23.4 |
| 70 | Ethiopia | – | 42.6 | 37.4 | 30.8 | 24.4 |
| 71 | Chad | 39.7 | 35.4 | 30.0 | 29.8 | 24.9 |
| 72 | Sudan/South Sudan* | 30.7 | 25.9 | 26.7 | 24.1 | 26.0 |
| 73 | Comoros | 23.0 | 26.7 | 34.0 | 30.0 | 29.5 |
| 74 | Timor-Leste | – | – | – | 25.7 | 29.8 |
| 75 | Eritrea | – | 41.2 | 40.0 | 38.8 | 33.8 |
| 76 | Burundi | 32.0 | 36.9 | 38.7 | 39.0 | 35.6 |

**COUNTRIES WITH 2014 GHI SCORES LESS THAN 5**

| Country | '90 | '95 | '00 | '05 | '14 | Country | '90 | '95 | '00 | '05 | '14 |
|---|---|---|---|---|---|---|---|---|---|---|---|
| Algeria | 6.6 | 7.3 | 5.1 | <5 | <5 | Lebanon | <5 | <5 | <5 | <5 | <5 |
| Argentina | <5 | <5 | <5 | <5 | <5 | Libya | <5 | <5 | <5 | <5 | <5 |
| Armenia | – | 10.5 | 9.0 | <5 | <5 | Lithuania | – | <5 | <5 | <5 | <5 |
| Azerbaijan | – | 14.8 | 12.0 | 6.2 | <5 | Macedonia, FYR | – | 5.6 | <5 | <5 | <5 |
| Belarus | – | <5 | <5 | <5 | <5 | Mexico | 5.8 | 5.6 | <5 | <5 | <5 |
| Bosnia & Herzegovina | – | <5 | <5 | <5 | <5 | Montenegro | – | – | – | – | <5 |
| Brazil | 8.8 | 7.7 | 6.5 | <5 | <5 | Morocco | 7.6 | 7.1 | 6.1 | 6.4 | <5 |
| Bulgaria | <5 | <5 | <5 | <5 | <5 | Panama | 11.6 | 10.7 | 11.8 | 9.5 | <5 |
| Chile | <5 | <5 | <5 | <5 | <5 | Romania | <5 | <5 | <5 | <5 | <5 |
| Costa Rica | <5 | <5 | <5 | <5 | <5 | Russian Fed. | – | <5 | <5 | <5 | <5 |
| Croatia | – | 5.4 | <5 | <5 | <5 | Saudi Arabia | 6.6 | 6.5 | <5 | <5 | <5 |
| Cuba | <5 | 8.4 | <5 | <5 | <5 | Serbia | – | – | – | – | <5 |
| Egypt, Arab Rep. | 7.0 | 6.3 | 5.3 | <5 | <5 | Slovak Republic | – | <5 | <5 | <5 | <5 |
| Estonia | – | <5 | <5 | <5 | <5 | South Africa | 7.5 | 6.4 | 7.4 | 7.8 | <5 |
| Fiji | 6.2 | 5.3 | <5 | <5 | <5 | Trinidad & Tobago | 6.7 | 7.6 | 6.8 | 6.7 | <5 |
| Iran, Islamic Rep. | 8.5 | 7.3 | 5.8 | <5 | <5 | Tunisia | <5 | <5 | <5 | <5 | <5 |
| Jamaica | 6.1 | <5 | <5 | <5 | <5 | Turkey | <5 | 5.0 | <5 | <5 | <5 |
| Jordan | <5 | 5.5 | <5 | <5 | <5 | Turkmenistan | – | 10.5 | 9.1 | 6.9 | <5 |
| Kazakhstan | – | <5 | 7.8 | <5 | <5 | Ukraine | – | <5 | <5 | <5 | <5 |
| Kuwait | 15.6 | 5.3 | <5 | <5 | <5 | Uruguay | 5.0 | <5 | <5 | <5 | <5 |
| Kyrgyz Republic | – | 11.2 | 9.0 | 5.4 | <5 | Uzbekistan | – | 7.7 | 8.9 | 6.9 | <5 |
| Latvia | – | <5 | <5 | <5 | <5 | Venezuela, RB | 7.5 | 7.3 | 6.8 | 5.8 | <5 |

*GHI scores could only be calculated for former Sudan as one entity, because separate undernourishment estimates for 2011–2013 and earlier were not available for South Sudan, which became independent in 2011, and present-day Sudan.

– = Data not available or not presented. Some countries, such as the post-Soviet states prior to 1991, did not exist in their present borders in the given year or reference period.

Note: Ranked according to 2014 GHI scores. Countries with a 2014 GHI score of less than 5 are not included in the ranking, and differences between their scores are minimal. Countries that have identical 2014 scores are given the same ranking (for example, Mauritius and Thailand both rank first). The following countries could not be included because of lack of data: Afghanistan, Bahrain, Bhutan, the Democratic Republic of the Congo, Georgia, Myanmar, Oman, Papua New Guinea, Qatar, and Somalia.

16 Global, Regional and National Trends | Chapter 02 | 2014 Global Hunger Index

5க்கும் குறைவான பட்டினிக் குறியீடு வாங்கிய நாடுகளையும் தரவரிசைப்பட்டியலில் இணைக்கும் 2016க்கு பிந்தைய காலத்தின் முறையிலேயே, 2016க்கு முந்தைய ஆண்டுகளின் பட்டியலையும் தயாரித்தால் தான், நம்மால் 2018இல் வெளியான பட்டியலையும் 2014இல் வெளியான பட்டியலையும் நேரடியாக ஒப்பிடமுடியும்.

TABLE 2.1 **GLOBAL HUNGER INDEX SCORES BY RANK, 2000 GHI, 2005 GHI, 2010 GHI, AND 2018 GHI**

| Rank[1] | Country | 2000 | 2005 | 2010 | 2018 |
|---|---|---|---|---|---|
| 2018 GHI scores less than 5, collectively ranked 1–15[2] | Belarus | 5.0 | <5 | <5 | <5 |
| | Bosnia & Herzegovina | 9.8 | 7.2 | 5.1 | <5 |
| | Chile | <5 | <5 | <5 | <5 |
| | Costa Rica | 6.1 | 5.6 | 5.0 | <5 |
| | Croatia | 6.2 | <5 | <5 | <5 |
| | Cuba | 5.3 | <5 | <5 | <5 |
| | Estonia | 6.7 | 5.4 | <5 | <5 |
| | Kuwait | <5 | <5 | <5 | <5 |
| | Latvia | 6.9 | 5.0 | <5 | <5 |
| | Lithuania | 5.0 | <5 | <5 | <5 |
| | Montenegro | — | — | <5 | <5 |
| | Romania | 8.3 | 6.8 | 6.1 | <5 |
| | Turkey | 10.3 | 7.1 | 5.3 | <5 |
| | Ukraine | 13.6 | 5.0 | <5 | <5 |
| | Uruguay | 7.7 | 8.1 | 5.4 | <5 |
| 16 | Bulgaria | 8.2 | 7.8 | 7.0 | 5.0 |
| 16 | Slovak Republic | 7.2 | 6.8 | 5.8 | 5.0 |
| 18 | Argentina | 6.7 | 6.2 | 5.9 | 5.3 |
| 19 | Kazakhstan | 11.3 | 12.4 | 8.8 | 5.5 |
| 20 | Macedonia, FYR | 7.7 | 8.5 | 7.0 | 5.9 |
| 21 | Russian Federation | 10.3 | 7.7 | 7.0 | 6.1 |
| 22 | Mexico | 10.8 | 9.1 | 7.7 | 6.5 |
| 22 | Serbia | — | — | 6.7 | 6.5 |
| 24 | Iran | 13.5 | 9.4 | 8.1 | 7.2 |
| 25 | Armenia | 18.4 | 12.8 | 11.3 | 7.6 |
| 25 | China | 15.8 | 13.0 | 10.0 | 7.6 |
| 27 | Colombia | 11.3 | 10.8 | 10.0 | 7.7 |
| 28 | Tunisia | 10.7 | 8.6 | 7.6 | 7.9 |
| 29 | Trinidad & Tobago | 11.7 | 12.2 | 12.2 | 8.0 |
| 30 | Georgia | 14.5 | 10.5 | 8.4 | 8.1 |
| 31 | Brazil | 15.0 | 7.0 | 6.6 | 8.5 |
| 31 | Paraguay | 13.9 | 12.5 | 11.4 | 8.5 |
| 31 | Saudi Arabia | 11.5 | 13.8 | 9.7 | 8.5 |
| 34 | Jamaica | 8.4 | 8.2 | 8.5 | 8.6 |
| 35 | Peru | 20.9 | 18.4 | 12.5 | 8.8 |
| 36 | Fiji | 9.8 | 9.3 | 8.6 | 9.0 |
| 37 | Panama | 19.8 | 17.7 | 12.6 | 9.1 |
| 38 | Kyrgyz Republic | 18.8 | 14.6 | 12.4 | 9.3 |
| 39 | Algeria | 15.6 | 12.9 | 10.6 | 9.4 |
| 40 | Azerbaijan | 27.4 | 17.4 | 12.5 | 9.6 |
| 41 | El Salvador | 16.3 | 13.3 | 12.8 | 10.1 |
| 42 | Suriname | 16.0 | 12.5 | 10.5 | 10.2 |
| 43 | Dominican Republic | 18.4 | 17.2 | 13.0 | 10.3 |
| 44 | Morocco | 15.7 | 17.8 | 10.2 | 10.4 |
| 44 | Thailand | 18.3 | 13.3 | 12.9 | 10.4 |
| 46 | Oman | 13.7 | 14.7 | 9.8 | 10.8 |
| 47 | Mauritius | 15.9 | 15.2 | 14.1 | 11.0 |
| 48 | Jordan | 12.2 | 8.5 | 8.5 | 11.2 |
| 49 | Venezuela | 15.2 | 12.7 | 8.4 | 11.4 |
| 50 | Lebanon | 9.1 | 10.3 | 8.0 | 11.7 |
| 51 | Ecuador | 20.6 | 17.6 | 14.1 | 11.8 |
| 52 | Uzbekistan | 23.7 | 17.9 | 15.6 | 12.1 |
| 53 | Albania | 21.6 | 16.9 | 15.4 | 12.2 |
| 53 | Turkmenistan | 22.0 | 17.4 | 15.3 | 12.2 |
| 55 | Guyana | 17.8 | 16.9 | 15.9 | 12.6 |
| 55 | Mongolia | 31.7 | 24.9 | 15.8 | 12.6 |
| 57 | Malaysia | 15.5 | 13.0 | 11.9 | 13.3 |
| 58 | Nicaragua | 24.7 | 17.8 | 16.4 | 13.6 |
| 59 | Honduras | 20.6 | 17.7 | 14.7 | 14.4 |
| 60 | South Africa | 18.1 | 20.8 | 16.1 | 14.5 |
| 61 | Egypt | 16.4 | 14.3 | 16.3 | 14.8 |
| 62 | Ghana | 29.0 | 22.2 | 18.2 | 15.2 |
| 63 | Gabon | 21.1 | 19.0 | 16.7 | 15.4 |
| 64 | Viet Nam | 28.2 | 23.8 | 18.8 | 16.0 |
| 65 | Bolivia | 30.3 | 27.1 | 21.8 | 16.7 |
| 66 | Senegal | 37.3 | 27.8 | 24.1 | 17.2 |
| 67 | Sri Lanka | 22.3 | 21.3 | 17.9 | 17.9 |
| 68 | Myanmar | 44.4 | 36.4 | 25.9 | 20.1 |
| 69 | Philippines | 25.9 | 21.6 | 20.4 | 20.2 |
| 70 | Guatemala | 27.5 | 23.8 | 22.0 | 20.8 |
| 71 | Cameroon | 41.2 | 33.7 | 26.1 | 21.1 |
| 72 | Nepal | 36.8 | 31.4 | 24.5 | 21.2 |
| 73 | Indonesia | 25.5 | 26.5 | 24.5 | 21.9 |
| 74 | Iraq | 26.5 | 24.9 | 24.4 | 22.1 |
| 75 | Gambia | 27.3 | 26.2 | 22.3 | 22.3 |
| 76 | Swaziland | 28.9 | 27.6 | 26.7 | 22.5 |
| 77 | Kenya | 36.5 | 31.5 | 28.0 | 23.2 |
| 78 | Cambodia | 43.5 | 29.6 | 27.4 | 23.7 |
| 78 | Lesotho | 32.5 | 29.7 | 26.3 | 23.7 |
| 80 | Benin | 37.5 | 33.5 | 28.1 | 24.3 |
| 80 | Namibia | 30.6 | 28.4 | 30.3 | 24.3 |
| 80 | Togo | 39.1 | 36.4 | 27.1 | 24.3 |
| 83 | Lao PDR | 48.0 | 35.8 | 30.1 | 25.3 |
| 84 | Botswana | 33.1 | 31.2 | 28.4 | 25.5 |
| 85 | Côte d'Ivoire | 33.7 | 34.7 | 31.0 | 25.9 |
| 86 | Bangladesh | 36.0 | 30.8 | 30.3 | 26.1 |
| 87 | Malawi | 44.7 | 37.8 | 31.4 | 26.5 |
| 88 | Mauritania | 33.5 | 29.7 | 24.6 | 27.3 |
| 89 | Burkina Faso | 47.4 | 48.8 | 36.4 | 27.7 |
| 90 | Mali | 44.2 | 38.7 | 27.5 | 27.8 |
| 91 | Rwanda | 58.1 | 44.8 | 32.9 | 28.7 |
| 92 | Guinea | 43.7 | 36.8 | 30.9 | 28.9 |
| 93 | Ethiopia | 55.9 | 45.9 | 37.2 | 29.1 |
| 93 | Guinea-Bissau | 42.4 | 40.3 | 31.0 | 29.1 |
| 95 | Angola | 69.6 | 50.7 | 38.7 | 29.5 |
| 95 | Tanzania | 42.4 | 35.8 | 34.1 | 29.5 |
| 97 | Papua New Guinea | 30.9 | 28.2 | 34.3 | 29.7 |
| 98 | Djibouti | 46.7 | 44.1 | 36.5 | 30.1 |
| 99 | Congo, Rep. | 37.8 | 37.2 | 32.1 | 30.4 |
| 99 | Niger | 52.5 | 42.6 | 36.5 | 30.4 |
| 101 | Comoros | 38.0 | 33.6 | 30.4 | 30.8 |
| 102 | Mozambique | 49.1 | 42.4 | 35.8 | 30.9 |
| 103 | India | 38.8 | 38.8 | 32.2 | 31.1 |
| 103 | Nigeria | 40.9 | 34.8 | 29.2 | 31.1 |
| 105 | Uganda | 41.2 | 34.2 | 31.3 | 31.2 |
| 106 | Pakistan | 38.5 | 37.0 | 36.0 | 32.6 |
| 107 | Zimbabwe | 38.7 | 39.7 | 36.0 | 32.9 |
| 108 | Liberia | 48.4 | 42.0 | 35.2 | 33.3 |
| 109 | North Korea | 40.3 | 32.9 | 30.9 | 34.0 |
| 110 | Timor-Leste | — | 41.8 | 42.4 | 34.2 |
| 111 | Afghanistan | 52.3 | 43.2 | 35.0 | 34.3 |
| 112 | Sudan | — | — | — | 34.8 |
| 113 | Haiti | 42.7 | 45.2 | 48.5 | 35.4 |
| 114 | Sierra Leone | 54.4 | 51.7 | 40.4 | 35.7 |
| 115 | Zambia | 52.0 | 45.8 | 42.8 | 37.6 |
| 116 | Madagascar | 43.5 | 43.4 | 36.1 | 38.0 |
| 117 | Yemen | 43.2 | 41.7 | 34.5 | 39.7 |
| 118 | Chad | 51.4 | 52.0 | 48.9 | 45.6 |
| 119 | Central African Republic | 50.5 | 49.6 | 41.3 | 53.7 |

— = Data are not available or not presented. Some countries did not exist in their present borders in the given year or reference period.

**Note: Rankings and index scores from this table cannot be accurately compared with rankings and index scores from previous GHI reports (see Chapter 1).**

[1] Ranked according to 2018 GHI scores. Countries that have identical 2018 scores are given the same ranking (for example, Bulgaria and the Slovak Republic are both ranked 16th). The following countries could not be included because of lack of data: Bahrain, Bhutan, Burundi, Democratic Republic of Congo, Equatorial Guinea, Eritrea, Libya, Moldova, Qatar, Somalia, South Sudan, the Syrian Arab Republic, and Tajikistan.

[2] The 15 countries with 2018 GHI scores of less than 5 are not assigned individual ranks, but rather are collectively ranked 1–15. Differences between their scores are minimal.

2018 Global Hunger Index | Chapter 02 | Global, Regional, and National Trends 13

அதன்படி, 2014ஆம் ஆண்டில் இந்தியா 99வது இடத்தையும் (55+44), 2015இல் 93வது இடத்தையும் (80+13) பெற்றிருக்கும். ஆக 2014இல் இடம்பெற்றிருந்த 99வது இடத்திலிருந்துதான், 2018இல் 103வது இடத்திற்கு வந்திருக்கிறதேயொழிய, ஊடகங்கள் சொல்வதைப்போல 55இல் இருந்து 103வது இடத்திற்கு தடாலடியாக இறங்கவில்லை என்பது தான் உண்மை. 2014 ஆக இருந்தாலும், 2018 ஆக இருந்தாலும், மோசமான பட்டினிக் குறியீட்டைக் கொண்டிருக்கும் நாடுகளின் வரிசையில் தான் இந்தியா தொடர்ந்து இருந்துவருகிறது என்பது குறிப்பிடத்தக்கது.

உலக பட்டினிக் குறியீட்டை மேம்படுத்தும்வகையில், ஒவ்வொரு ஆண்டும் புதியபுதிய முறைகளை அறிமுகப்படுத்திவருகின்றனர். அதனால் ஓராண்டின் குறியீட்டு எண்ணையும் தரவரிசை இடத்தையும் அதற்கு முந்தைய ஆண்டோடு ஒப்பிடுவது சரியாக இருக்காது. உலக பட்டினிக் குறியீடு தயாரிப்போரே இதனைத் தெளிவாகவே தங்களது அறிக்கையில் குறிப்பிட்டே இருக்கின்றனர்.

---

Reference: https://twitter.com/DainikBhaskar/status/105140576592 2119681

https://khabar.ndtv.com/news/india/global-hunger-index-india-got-103rd-rank-in-ghi-2018-worst- ranking-after-2014-1931809

https://twitter.com/RahulGandhi/status/1051759663308521472

# 40

# பனியா சமூகத்தினரை 'திருடர்கள்' என்று அழைத்த அமித்ஷா

ஒவ்வொரு தேர்தலுக்கு முன்பும் சாதியையும் மதத்தையும் முன்னிறுத்தி விவாதங்கள் உருவாக்கப்படும். அப்படியான முயற்சிகளுக்கு சமூக ஊடகங்களும் விதிவிலக்கல்ல. சாதியையும் மதத்தையும் குறித்த தவறான தகவல்களின் மீது பொய்கள் கட்டமைக்கப்படுவதை மீண்டும் மீண்டும் பார்க்கலாம். மக்களை பிரித்தாளும் முயற்சியாகவே இது செய்யப்படுகிறது.

பனியா சமூகத்தினரை திருடர்கள் என்றும் இலாபவெறி கொண்டவர்கள் என்றும் அமித்ஷா கூறியதாக ஒரு செய்தித்தாளின் பெட்டிச்செய்தி சமூக ஊடகங்களில் வலம் வந்துகொண்டிருந்தது. இராஜஸ்தானின் பண்டி என்னும் ஊரில் நடந்த தேர்தல் பிரச்சார ஊர்வலத்தில் அமித்ஷா இவ்வாறு பேசியதாகவும் அதில் குறிப்பிடப்பட்டிருந்தது. இராஜஸ்தான் சட்டசபைத் தேர்தலுக்கு முன்பாக இத்தகைய செய்தி பேஸ்புக், ட்விட்டர் உள்ளிட்ட பல்வேறு சமூக ஊடகத்தளங்களிலும் பகிரப்பட்டுக் கொண்டிருந்தது.

**பகிரப்பட்ட செய்தி:**

*பனியா சமூகத்தினரை 'திருடர்கள்' என்று பாஜக தலைவர் அமித்ஷா அழைத்ததாக ஒரு செய்தி பரவியது. இச்செய்தியினை*

முன்னாள் மத்திய அமைச்சரான பவன் குமார் பன்சால் உள்பட பலரும் சமூக ஊடகத்தில் பகிர்ந்திருந்தனர்.

## உண்மை என்ன?

ஒரு நாளிதழிலிருந்து கத்தரித்து எடுத்ததைப் போன்று காட்சியளித்தாலும், அது உண்மையாகவே அச்சில் வெளியான செய்தியல்ல. போட்டோஷாப் மென்பொருளால் மாற்றியமைக்கப்பட்ட போலியான ஒரு புகைப்படம் தான் அது.

பனியா சமூகத்தினரை 'திருடர்கள்' அல்லது 'ஏமாற்றுப் பேர்வழிகள்' என்று உண்மையாகவே பொதுவெளியில் சொல்லியிருந்தால், ஒரேயொரு பத்திரிக்கையின் மூலையில் வருவதற்கு பதிலாக அனைத்து வெகுமக்கள் ஊடகங்களிலும் முக்கியமான செய்தியாகியிருக்கும். ஆனால் அப்படியேதும் நிகழவில்லை என்பதும் கவனிக்கவேண்டியதாக இருக்கிறது.

டிசம்பர் 3 ஆம் தேதியன்று பண்டியில் அமித்ஷா பேசியிருக்கிறார். அதில் அமித்ஷா பேசிய வீடியோ பதிவை சரிபார்த்து, அதில் அவர் அவ்வாறு பேசவில்லை என்பதை உறுதி செய்தது ஆல்ட் நியூஸ்.

## 41

## மின்னணு வாக்குப்பதிவு எந்திரத்தில் குளறுபடி செய்தே பாஜக தேர்தலில் வெற்றிபெற்றதாக முன்னாள் தலைமைத் தேர்தல் ஆணையர் குற்றச்சாட்டு

தேர்தல் ஆணையத்தால் ஒவ்வொரு முறையும் தேர்தல் முடிவுகள் அறிவிக்கப்படும்போது, மின்னணு வாக்குப்பதிவு எந்திரங்கள் மீதான குற்றச்சாட்டுகள் எழுவது வாடிக்கை. தன்னால் ஏற்றுக்கொள்ளமுடியாத முடிவுகளை வதந்திகளின் மூலம் சமூக ஊடகங்களில் சிலர் எதிர்கொள்வதையும் பார்க்கமுடிகிறது. அப்படியான வதந்திகளின் நம்பகத்தன்மையினை அதிகரிப்பதற்காகவே, நம்பிக்கையான சில மனிதர்களின் கருத்தாக ஏதோவொன்றையும் ஆதாரமாக இணைப்பது இதுபோன்ற வதந்திகளின் போது வழக்கமாகவே நடந்துவருகிறது.

பகிரப்பட்ட செய்தி:

'மின்னணு வாக்குப்பதிவு எந்திரங்களில் குளறுபடி செய்துதான், குஜராத் மற்றும் இமாச்சலபிரதேச சட்டமன்றத் தேர்தல்களில் பாஜக வெற்றிபெற்றது'

என்று முன்னாள் தலைமைத் தேர்தல் ஆணையர் டி.எஸ். கிருஷ்ணமூர்த்தி கருத்து தெரிவித்ததாக சமூக ஊடகங்களில் பரவியது.

உத்தரப் பிரதேசம், குஜராத் மற்றும் இமாச்சலப் பிரதேசம் ஆகிய மாநிலங்களின் சட்டப்பேரவைத் தேர்தல்களின்போது மின்னணு வாக்குப்பதிவு எந்திரங்களில் குளறுபடி செய்துதான் பாஜக வெற்றிபெற்றதாக முன்னாள் தேர்தல் ஆணையர் டி.எஸ். கிருஷ்ணமூர்த்தி ஒரு புயலைக் கிளப்பியுள்ளார் என்றொரு கட்டுரை இணையத்தில் வெளியிடப்பட்டது. குஜராத் மற்றும் இமாச்சலப் பிரதேச தேர்தல் முடிவுகள் அறிவிக்கப்பட்ட மூன்று நாட்களுக்குப் பின்னர் (2017 ஆம் ஆண்டு டிசம்பர் மாதம் 21 ஆம் தேதியன்று) இக்கட்டுரை வெளியானது.

**உண்மை என்ன?**

இதுவும் ஒரு பொய்யான தகவல் தான். அப்படியாக எந்த அறிக்கையையும் தான் கொடுக்கவில்லை என்று ஆல்ட் நியூசின் கேள்விக்கு பதிலளிக்கையில் உறுதிப்படுத்தினார் கிருஷ்ணமூர்த்தி.

‘இது முற்றிலும் தவறான தகவல். குஜராத் தேர்தலில் மின்னணு வாக்குப்பதிவு எந்திரங்கள் எப்படிப் பயன்படுத்தப்பட்டன என்பது குறித்து நான் எங்கேயும் எப்போதும் கருத்து தெரிவிக்கவே இல்லை. மின்னணு வாக்குப்பதிவு எந்திரங்களை ஆதரித்துதான் எப்போதும் பேசியிருக்கிறேன். அவற்றின் மீது எனக்கு எந்த சந்தேகமும் இல்லை’ என்றார் கிருஷ்ணமூர்த்தி.

இன்னும் சொல்லப்போனால், அந்த வதந்தி பரவிக்கொண்டிருந்த அதேகாலகட்டத்தில், மின்னணு வாக்குப்பதிவு எந்திரங்கள் மீது குற்றஞ்சாட்டப்படுவது நிறுத்தப்படவேண்டும் என்றே 2017 ஆம் ஆண்டு டிசம்பர் 18ஆம் தேதியன்று அவர் அறிக்கையும் கூட கொடுத்திருக்கிறார்.

# 42

# நரேந்திர மோடிக்கும் அடால்ப் ஹிட்லருக்கும் உடல்மொழியில் ஒற்றுமை இருப்பதைக் காட்டும் புகைப்படம்

ஜெர்மனியின் நாஜித்தலைவராக இருந்த அடால்ஃப் ஹிட்லருடன் பிரதமர் நரேந்திர மோடி ஒப்பிடப்படுவதை அவ்வப்போது பார்க்கலாம். ஹிட்லரின் சர்வாதிகாரக் கொள்கையையும் பாசிசத்தன்மையும் கொண்டிருப்பவர் மோடி என்று காட்டுவதற்காக இவ்வாறான ஒப்பீடுகள் செய்யப்படுகின்றன. அப்படியாக செய்யப்படும் ஒப்பீட்டின் ஒருபகுதியாக போட்டோஷாப்பினால் மாற்றியமைக்கப்பட்ட படங்களும் சிலவேளைகளில் பயன்படுத்தப்படுகின்றன.

**பகிரப்பட்ட செய்தி:**

ஒரு குழந்தையுடன் அடால்ப் ஹிட்லர் இருப்பதைப் போன்ற படத்தையும், வேறொரு குழந்தையுடன் நரேந்திர மோடி இருப்பதைப் போன்ற படத்தையும் அருகருகே வைத்து, 'இரண்டுக்கும் உள்ள வேறுபாட்டைக் கண்டுபிடியுங்களேன்' என்று எழுதப்பட்டு சமூக ஊடகங்களில் பதிவிடப்பட்டிருந்தது.

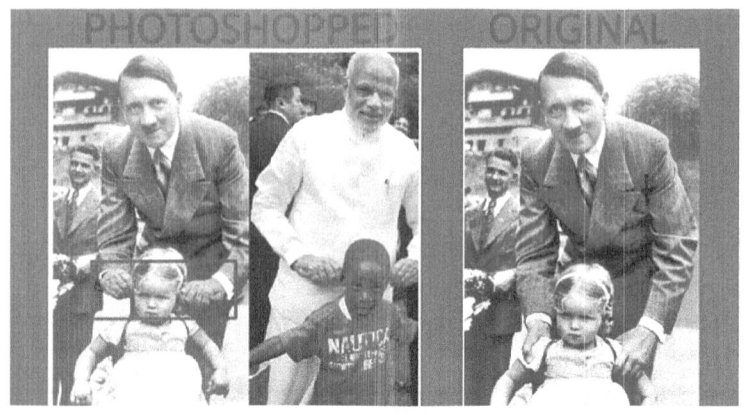

**உண்மை என்ன?**

அதில், அடால்ஃப் ஹிட்லரின் புகைப்படம் உண்மையான படமல்ல. அது போட்டோஷாப்பினால் மாற்றியமைக்கப்பட்ட ஒரு படம் என்பதை கூகிளின் ரிவர்ஸ் இமேஜ் தேடல் வசதியே காட்டிக்கொடுத்துவிட்டது. உண்மையான புகைப்படத்தில், குழந்தையின் காதை ஹிட்லர் திருகவில்லை. அதற்கு மாறாக, அந்தக் குழந்தையின் தோள்களில்தான் தன் கைகளை வைத்திருக்கிறார் ஹிட்லர். ஜெர்மனியக் குழந்தைகளின் நண்பனாகவும் இளைஞர்களின் பாதுகாவலனாகவும் தன்னைக் காட்டிக்கொள்ளவே ஹிட்லர் இப்படியொரு புகைப்படத்தை எடுக்கச்சொல்லி வெளியிட்டிருக்கிறார். தி சன் பத்திரிக்கையில் வெளியான கட்டுரையும் அதில் வெளியான உண்மையான புகைப்படமும் இதனை நமக்கு உணர்த்துகின்றன. மேலும் அந்த மாற்றியமைக்கப்பட்ட படத்தை உற்று கவனித்தால், மோடியின் வலதுகையை எடுத்து ஹிட்லரின் இடதுகைக்கு பதிலாகவும், மோடியின் இடதுகையை எடுத்து ஹிட்லரின் வலதுகைக்கு பதிலாகவும் வைத்திருப்பதையும் பார்க்கமுடியும்.

# சமூக ஊடகங்களில் குறிவைக்கப்படும் இன்னபிற அரசியல்வாதிகள்

## 43

# ‘பசுக்களைப் பாதுகாப்பதே நம் வேலை, பெண்களையல்ல’ என்று யோகி ஆதித்யநாத் பேசியதாக வெளியான செய்தி

ஒரு அரசாங்கம் எதற்கெல்லாம் முன்னுரிமை தரவேண்டும் என்பதைக் கண்டுகொள்ளாத ஆட்சியாகவே யோகி ஆதித்யநாத்தின் தலைமையில் உத்தரப் பிரதேசத்தில் உருவான அரசு பார்க்கப்படுகிறது. அதில் உண்மை இல்லாமல் இல்லை. மாடுகளுக்கென்று தனி அவசர மருத்துவ ஊர்தியை அறிமுகப்படுத்தியதில் துவங்கி, மக்களிடம் மாட்டுவரி என்று புதிய வரியினை அறிமுகப்படுத்தும் திட்டத்தை முன்மொழிந்தது வரையிலுமான பலவும் அதனை மெய்ப்பிக்கும்படிதான் இருக்கின்றன. அதற்காக சமூக ஊடகங்களில் மிகக்கடுமையாக விமர்சிக்கப்படும் அரசாகவே உத்தரப் பிரதேச அரசு இருந்துவருகிறது. சில நேரங்களில் அதுவே எல்லைமீறி, வதந்திகள் வரையிலும் கூட சென்றுவிடுகின்றன.

**பகிரப்பட்ட செய்தி:**

*‘நம்முடைய வேலை பசுக்களைப் பாதுகாப்பதுதான், பெண்களைப் பாதுகாப்பதல்ல’*

என்று உத்தரப் பிரதேச முதல்வர் யோகி ஆதித்யநாத் கூறியதாக ஒரு நாளிதழிலிருந்து வெட்டியெடுத்து புகைப்படமாக சமூக ஊடகங்களில் பதியப்பட்டது. இதனை பத்திரிக்கையாளரும் திரை

இயக்குநருமான அவினாஷ் தாஸ் என்பவர் சமூக ஊடகத்தில் பகிர்ந்திருந்தார்.

**உண்மை என்ன?**

உண்மையல்லாத நையாண்டியான கட்டுரைகளை வெளியிடும் ரூமர் டைம்ஸ் என்கிற இணையப் பத்திரிக்கையில் தான் இச்செய்தி முதன்முதலில் (2018 ஆம் ஆண்டு ஏப்ரல் மாதல் 10 ஆம் தேதியன்று) வெளியானது. அந்த இணையதளமே தற்போது நீக்கப்பட்டுவிட்டது.

'ரூமர் டைம்ஸ் என்கிற இந்த இணையதளம் ஒரு நகைச்சுவை நையாண்டி பத்திரிக்கையாகும். வதந்திகளை நகைச்சுவை கலந்த கட்டுரைகளாக இந்த இணையதளம் வெளியிடும்' என்று அந்த இணையப் பத்திரிகையிலேயே சுயகுறிப்பாக எழுதியிருக்கின்றனர்.

---

Reference: https://twitter.com/avinashonly/status/10772132993709 13792

## 44

## இறைச்சி உணவு உண்ணும்போது மாட்டிக்கொண்ட சிவராஜ் சிங் சௌகான்

2018 ஆம் ஆண்டு டிசம்பர் மாதத்தில் மத்தியப் பிரதேச சட்டசபைத் தேர்தலுக்கான பிரச்சார வேலைகள் முழுமூச்சாக நடைபெற்றுக்கொண்டிருந்தன. அக்காலகட்டத்தில் சமூக ஊடகங்களில் பல்வேறு விதமான வதந்திகளும் பொய்யான தகவல்களும் திட்டமிட்டே பரப்பப்பட்டுக் கொண்டிருந்தன.

பகிரப்பட்ட செய்தி:

'சிவராஜ் சௌகான் அவர்களே, நீங்கள் தீவிரமான இந்து என்று போலியாக நடித்துக்கொண்டே, பொதுவெளியில் இறைச்சி உணவு உண்கிறீர்களே... இதற்கு நீங்கள் வெட்கப்பட்டே ஆகவேண்டும்'

என்ற செய்தியுடன் பொதுவெளியில் இறைச்சி உண்பதைப் போன்ற சிவராஜ் சௌகானின் புகைப்படம் ஒன்றும் இணைக்கப்பட்டு பரப்பப்பட்டது. பேஸ்புக் மற்றும் வாட்சப்பில் அது பரவலாக பகிரப்பட்டது.

#### உண்மை என்ன?

இதுவும் போட்டோஷாப் மென்பொருளால் மாற்றப்பட்ட ஒரு புகைப்படம் தான். தி ட்ரிபூன் என்னும் பத்திரிக்கையில் வெளியான கட்டுரையில் இதன் உண்மையான புகைப்படம் வெளியாகியிருக்கிறது என்பதை கூகிளின் ரிவர்ஸ் இமேஜ் தேடல் வசதியைக் கொண்டு ஆல்ட் நியூஸ் கண்டறிந்தது.

அதில் உண்மையான படத்தில் சௌகான் இறைச்சி உணவு உண்ணவில்லை. ஆனால் மாற்றப்பட்ட புகைப்படத்தில் இறைச்சி இருக்கிறது. 'தன்னைத் தீவிர இந்துவாகக் காட்டிக்கொண்டு, அவர் இறைச்சியை உண்கிறார்' என்கிற பிரச்சாரத்தை மேற்கொள்ளவே இவ்வாறு மாற்றியமைக்கப்பட்ட புகைப்படம் பரப்பப்பட்டிருக்கிறது.

# 45

# காஷ்மீரை இந்தியா கைவிடவேண்டும் என்று அர்விந்த் கேஜ்ரிவால் கூறியதாக பரவிய செய்தி

டெல்லி முதல்வரும் ஆம் ஆத்மி கட்சியின் தலைவருமான அரவிந்த் கேஜ்ரிவால், சமூக ஊடக வதந்திகளால் இடைவிடாமல் குறிவைத்துத் தாக்கப்பட்டுக் கொண்டிருக்கிறார். 2015 ஆம் ஆண்டு டெல்லி சட்டமன்றத் தேர்தலில் ஆம் ஆத்மி கட்சிக்குக் கிடைத்த மிகப் பிரம்மாண்டமான வெற்றிக்குப்பின்னர் அவர் குறித்த பொய்யான தகவல்களைப் பரப்புவதும் பலமடங்கு அதிகரித்தது.

பகிரப்பட்ட செய்தி:

'காஷ்மீர் மக்கள் இந்தியாவிடமிருந்து விடுதலையைத்தான் எதிர்பார்க்கிறார்கள் என்பதால், அவர்கள் மீதான உரிமையை இந்தியா கைவிடவேண்டும்'

என்று அரவிந்த் கேஜ்ரிவால் கூறியதாக ஏதோவொரு பத்திரிக்கையிலிருந்து வெட்டியெடுக்கப்பட்ட செய்தி, சமூக ஊடகங்களில் 2014 ஆம் ஆண்டிலிருந்தே பகிரப்பட்டு வருகிறது.

कश्मीर पर भारत अपना हक छोड दे, कश्मीरी लोग आजादी चाहते है : केजरीवाल

पाकिस्तान में जलाए गए भारतीय ध्वज

**உண்மை என்ன?**

இச்செய்தி எந்த செய்தித்தாளிலும் வெளியாகியிருக்கவில்லை. இதுவும் போட்டோஷாப்பினால் உருவாக்கப்பட்ட பொய்யான செய்திதான்.

இது பொய்யான செய்திதான் என்று நிரூபிப்பதற்கு பல ஆதாரங்கள் அச்செய்தியிலேயே உள்ளன. முதலாவதாக, அச்செய்தியில் தேதியோ கிழமையோ எதுவும் குறிப்பிடப்படவில்லை. இரண்டாவதாக, பல மோசமான இலக்கணப் பிழைகளும் அச்செய்திக் குறிப்பில் இருக்கின்றன. கேஜ்ரிவாலின் பெயரை கே என்று எழுதி இடைவெளிவிட்டு ஜரி என்று எழுதப்பட்டிருக்கிறது. ஒரு மாநிலத்தின் முதல்வரை இப்படி மரியாதைக்குறைவாக எந்த வெகுமக்கள் பத்திரிக்கையும் எழுதிவிடாது.

அடுத்த பத்தியிலோ, பாகிஸ்தான் பிரதமரான நவாஸ் செரீப்பின் கருத்து, மேற்கோள் கூட இல்லாமல் தொடர்ச்சியான வாக்கியமாக எழுதப்பட்டிருக்கிறது. அடுத்தடுத்த பத்திகளை வாசித்தால் இதேபோன்ற பல தவறுகள் இருப்பதைக் காணலாம்.

இதே செய்தியை அச்சுமாறாமல் அப்படியே வெளியிட்டு பாகிஸ்தான் பிரதமர் நவாஸ் செரீப் சொன்னதாக 2014 ஆம் ஆண்டு வலதுசாரி சமூகப்பதிவர் ஒருவர் பகிர்ந்திருந்தார். அதனை இச்செய்தியின் மூலவதந்திப்பதிவு என்றே சொல்லலாம். அச்செய்தியை அப்படியே எடுத்து நவாஸ் செரீப்புக்கு பதிலாக அரவிந்த் கேஜ்ரிவாலின் புகைப்படத்தை இணைத்து, இப்புதிய வதந்தி உருவாக்கப்பட்டிருக்கிறது என்று ஆல்ட் நியூஸ் உண்மையைக் கண்டறிந்து வெளியிட்டிருக்கிறது.

कश्मीर पर भारत अपना हक छोड दे, कश्मीरी लोग आजादी चाहते है : केजरीवाल

पाकिस्तान में जलाए गए भारतीय ध्वज

शराफ न कश्मार पर बातचात के लिए केजरी को न्योता दिया

पाकिस्तान में जलाए गए भारतीय ध्वज

# 46

# தேசியக் கொடியை அவமதித்த துணை ஜனாதிபதி ஹமித் அன்சாரி

இந்தியாவின் துணை ஜனாதிபதியாக ஹமித் அன்சாரி இருந்தபோது, தொடர்ந்து சமூக ஊடகங்களில் அவர் தாக்கப்பட்டுக்கொண்டே இருந்தார். அவருடைய மதத்தைத் தொடர்புபடுத்தி, அவருடைய தேசப்பற்றைக் கேள்விக்குள்ளாக்கி அவரை பலமுறை அவமதித்தனர். பாஜகவின் தேசிய செய்தித்தொடர்பாளரான சம்பித் பத்ராவும் ஹமித் அன்சாரி குறித்து தவறான தகவல்களை சமூக ஊடகங்களில் பகிர்ந்து அவதூறு பரப்பியவர்களில் ஒருவர்.

பகிரப்பட்ட செய்தி:

'ஹமித் அன்சாரி தேசியக் கொடியை அவமதித்துவிட்டார். யோகா தினத்திலும் கலந்துகொள்ளவில்லை'

2015 ஆண்டில் நடைபெற்ற குடியரசு தினக் கொண்டாட்டப் புகைப்படம் சமூக ஊடகங்களில் வெகுவாகப் பகிரப்பட்டது. அதில் அமெரிக்க அதிபர் பராக் ஒபாமா, பிரதமர் நரேந்திர மோடி, பாதுகாப்புத்துறை அமைச்சர் மனோகர் பாரிக்கர் மற்றும் துணை ஜனாதிபதி ஹமித் அன்சாரி ஆகியோர் இடம்பெற்றிருக்கின்றனர். நரேந்திர மோடியும் பாரிக்கரும் தேசியக்கொடிக்கு கொடிவணக்கம் செய்துகொண்டிருந்தனர். ஆனால் ஹமித் அன்சாரி அப்படிச் செய்யாமல் அமைதியாக இருந்தார். இந்த குறிப்பிட்ட

புகைப்படத்தைப் பயன்படுத்தி, இந்த தேசத்தை ஹமித் அன்சாரி மதிக்காமல் இருக்கிறார் என்று நிறுவ முயற்சித்தனர்.

அதேபோல, யோகா தினத்தில் ஹமித் அன்சாரி கலந்துகொள்ளாததையும் சுட்டிக்காட்டி அவரை பாஜக செய்தித் தொடர்பாளரான பத்ரா கடுமையாகத் தாக்கிப் பதிவிட்டார். பாஜகவின் தகவல்தொழில்நுட்பப் பிரிவின் தலைவர்களான ராம் மாதவ் மற்றும் அமித் மால்வியா உள்ளிட்ட பலரும், இதே காரணத்தைச் சொல்லி ஹமித் அன்சாரியை சமூக ஊடகங்களில் விளாசித்தள்ளினர்.

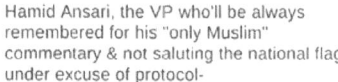

**உண்மை என்ன?**

இந்தியக் கொடிக்கென்று உருவாக்கப்பட்டிருக்கிற விதிகளை மிகச்சரியாகவே ஹமித் அன்சாரி பின்பற்றியிருக்கிறார். யோகா தினத்தைப் பொறுத்தவரையில், அந்நிகழ்வுக்கு அவருக்கு அழைப்பே விடுக்கவில்லை. அதனால் தான் அவர் பங்கேற்கவில்லை.

ஹமித் அன்சாரியை விமர்சித்த பத்ரா உள்ளிட்ட எவரும் இந்தியக் கொடியின் விதிகளையே அறிந்திருக்கவில்லை போலும். ஜனாதிபதி கலந்துகொள்ளும் நிகழ்வில் இந்தியாவின் முதல்குடிமகனான ஜனாதிபதிதான் கொடிக்கு முதல்வணக்கம் செலுத்தவேண்டும். ஜனாதிபதி இல்லாத நிகழ்வுகளில் தான் இந்தியக்கொடிக்கு முதல்வணக்கம் செலுத்தும் உரிமை துணை ஜனாதிபதிக்கு உண்டு. அதனால் தான் இந்தியக் கொடிவிதிகளைப் பின்பற்றி, ஹமித் அன்சாரி முதல்வணக்கம் செலுத்தாமல் அமைதியாக நின்றார்.

---

Reference: https://twitter.com/sambitswaraj/status/896594718087184 384

## 47

## ஆர்எஸ்எஸ் தொப்பியை அணிந்திருப்பது போன்று வெளியான பிரணாப் முகர்ஜியின் புகைப்படம்

நாக்பூரில் ஆர்எஸ்எஸ் நிகழ்ச்சியொன்றில் முன்னாள் ஜனாதிபதி பிரணாப் முகர்ஜி கலந்துகொள்ளப் போவதாக அறிவிப்பு வெளியானதுமே அதிர்ச்சியும் மகிழ்ச்சியும் கலவையாகத்தான் சமூகத்திலிருந்து வெளிப்பட்டது.

அவர் கொண்ட கொள்கையிலிருந்து விலகிப்போவதாக சிலர் இதனைப் பார்த்தனர். வேறுசிலரோ, ஜனநாயகத்தில் மாற்றுக் கருத்துடையோரின் கருத்தையும் இதுபோல காதுகொடுத்து கேட்பதும் சரிதான் என்றும் வாதிட்டனர்.

ஜூன் 7 ஆம் தேதி நாக்பூரில் இருக்கும் ஆர்எஸ்எஸ் தலைமையகத்தில் அவர் பேசிமுடித்ததும், சமூக ஊடகங்களில் ஒரு புகைப்படம் பரவலாகப் பகிரப்பட்டது.

**பகிரப்பட்ட செய்தி:**

ஆர்எஸ்எஸ் அமைப்பின் தொப்பியை அணிந்துகொண்டு, ஆர்எஸ்எஸ் பாணியினாலான வணக்கத்தையும் செய்துகொண்டு இருப்பதைப் போன்ற பிரணாப் முகர்ஜியின் புகைப்படம் வெளியானது.

Mihir Jha
@MihirKJha
Follow

What a Brilliant Pic taken by friend @DarrKeAage, who is attending this #RSSTritiyaVarsh event as guest....

7:07 AM - 7 Jun 2018

**உண்மை என்ன?**

இதில் இணைக்கப்பட்டிருக்கிற இரு புகைப்படங்களில், மேலே இருப்பது தான் உண்மையான புகைப்படம். கீழே இருப்பது போட்டோஷாப் மென்பொருளால் திருத்தியமைக்கப்பட்ட புகைப்படம்.

ஆர்எஸ்எஸ் இயக்கத்தின் பாரம்பரிய தொப்பியை கணிப்பொறி மென்பொருள் உதவியுடன் சேர்த்திருக்கின்றனர். அதேபோல அவர் ஆர்எஸ்எஸ் இயக்கத்தினர் போன்றே வணக்கம் சொல்வதாக வலது கையையும் இணைத்திருக்கின்றனர்.

போட்டோஷாப்பினால் திருத்தப்பட்ட புகைப்படத்தை முதன்முதலில் வெளியிட்டது மிஹிர் ஜா என்பவர் தான் என்று சமூக வலைத்தளத்தில் இயங்கும் ஒருவர் ஆல்ட் நியூசுக்கு சுட்டிக்காட்டி தகவல் கொடுத்தார்.

*'என்னை ட்விட்டரில் பிரதமர் நரேந்திர மோடி பின்தொடருகிறார் என்பதில் பெருமிதம் கொள்கிறேன்'* என்று குறிப்பிட்டிருக்கிற

மிஹிர் ஜா என்பவர், தன்னுடைய ட்விட்டர் கணக்கை பொதுவாக எல்லோரும் பார்க்கும் வண்ணம் வைத்திருக்காமல், அவர் விரும்பியவர்களுக்கு மட்டுமே அனுமதி வழங்கியிருக்கிறார்.

இப்புகைப்படத்தின் மூலத்தை அவரது பதிவில் வெளியிடப்பட்ட சுட்டியை வைத்துத் தேடி, அது நீக்கப்பட்டிருப்பதை ஆல்ட் நியூஸ் உறுதிசெய்தது. இணையத்தில் நீக்கப்பட்ட பகுதிகள், அவை நீக்கப்படுவதற்கு முன்பு பதிவு செய்யப்பட்டிருக்கும் இடத்திலிருந்து எடுக்கலாம். அப்படியாக அந்த ட்வீட்டை மீட்டெடுக்க முடிந்திருக்கிறது.

அதனை ட்விட்டரில் பகிர்வதற்கு 23 நிமிடங்களுக்கு முன்னர் (அதாவது இந்திய நேரப்படி இரவு 7.14 மணிக்கு),

மிஹிர் ஜா வேறொருவரிடம் ட்விட்டரில் இதன் உண்மையான புகைப்படத்தைப் பகிர்ந்து,

'இந்த புகைப்படத்தில் பிரணாப் முகர்ஜிக்கு ஒரு கருப்புத் தொப்பியைப் போட்டுவிட்டு, அவரது கையின் செய்கையையும் மாற்றியமைத்து எனக்கு அனுப்பமுடியுமா? காங்கிரஸ் கட்சியின் தகவல் தொழிற்நுட்பப் பிரிவில் இருக்கும் என்னுடைய நண்பர் ஒருவருக்காகத்தான் கேட்கிறேன்'

என்று எழுதியிருந்தார் மிஹிர் ஜா.

அப்புகைப்படத்தை பிரணாப் முகர்ஜியின் மகள் ஷர்மிஸ்தா முகர்ஜி, 'ஆர்எஸ்எஸ்/பாஜகவின் கேவலமான தந்திரத்தைப் பாருங்கள்' என்று ட்விட்டரில் பகிர்ந்திருக்கிறார். ஹரியானாவின் காங்கிரஸ் தலைவரான ருச்சி ஷர்மாவும் அதனைப் பகிர்ந்து பாஜகவின் தகவல் தொழிற்நுட்பப் பிரிவைக் குற்றஞ்சாட்டியிருக்கிறார்.

அந்த மாற்றியமைக்கப்பட்ட புகைப்படத்தை என்டிடிவி கூட வெளியிட்டது. பின்னர் அதனை நீக்கியதுடன் மன்னிப்பும் கோரியது.

---

References: https://twitter.com/richard49step/status/1004919820805079040

https://twitter.com/Sharmistha_GK/status/1004778490414051328

# 48

# சோனியா காந்திதான் உலகின் நான்காவது பணக்காரப் பெண்மணி

**பகிரப்பட்ட செய்தி:**

'சோனியா காந்திதான் உலகின் நான்காவது பணக்காரப் பெண்மணி' என்று ஒரு நாளிதழில் வெளிவந்ததாக சமூக ஊடகங்களில் பரப்பப்பட்டது. அக்கட்டுரையை உற்று நோக்கினால், 'உலகின் நான்காவது பெரிய பணக்கார பெண் அரசியல்வாதி' என்றே குறிப்பிடப்பட்டிருக்கிறது.

ஆனால், அதனை அப்படியே மாற்றி, ஒட்டுமொத்தமாக 'உலகின் நான்காவது பெரிய பணக்காரப் பெண்மணி' என்றும் 'உலகின் நான்காவது பெரிய பணக்கார மனிதர்' என்றும் மாற்றி பகிர்ந்திருக்கின்றனர்.

'சோனியா காந்தியே உலகின் நான்காவது பணக்கார அரசியல்வாதி' என்று தலைப்பிட்டு தைனிக் ஜகரன் என்கிற பத்திரிக்கையில் 2012 ஆம் ஆண்டு மார்ச் மாதம் 4 ஆம் தேதியன்று ஒரு கட்டுரை வெளியானது. அதில், அமெரிக்காவிலிருந்து வெளியாகும் பிசினஸ் இன்சைடர் என்கிற இணையப் பத்திரிக்கையில் இவ்வாறு குறிப்பிட்டிருப்பதாக தெரிவிக்கப்பட்டிருக்கிறது.

இரண்டு பில்லியன் டாலரிலிருந்து 19 பில்லியன் டாலர் அளவிற்கான சொத்துக்கள் சோனியா காந்தியிடம் இருப்பதாக அதில் குறிப்பிடப்பட்டிருந்தது. அதாவது ஏறத்தாழ ஒன்றரை இலட்சம் கோடி ரூபாய் வரையிலான சொத்துக்களை சோனியா

காந்தி வைத்திருக்கிறாராம். இச்செய்தியினை அப்படியே ஆஜ்தக், ஒன் இந்தியா, தைனிக் பாஸ்கர் மற்றும் ஸ்வராஜ்ய நியூஸ் உள்ளிட்ட பல்வேறு ஊடகங்கள் வெளியிட்டன.

## உண்மை என்ன?

இது, தவறான ஆவணங்களில் இருந்து எடுக்கப்பட்டு உருவாக்கப்பட்ட பொய்யான செய்தியாகும்.

இச்செய்திக்கு ஆதாரமாக இந்திய செய்தி ஊடகங்களில் குறிப்பிடப்பட்டிருந்த அமெரிக்க பிசினஸ் இன்சைடர் இணையதளத்தை முழுவதுமாக ஆல்ட் நியூஸ் ஆய்வு செய்தது. 'உலகின் 23 பணக்கார அரசியல்வாதிகளைப் பாருங்கள்' என்று தலைப்பிட்டு 2012 ஆம் ஆண்டு மார்ச் மாதம் 2 ஆம் தேதியன்று ஒரு கட்டுரையை அந்த இணையதளம் வெளியிட்டிருப்பதை ஆல்ட் நியூஸ் கண்டறிந்தது. அப்பட்டியலில் சோனியா காந்திக்கு 2 முதல் 19 பில்லியன் டாலர் வரையில் சொத்து இருப்பதாக தெரிவித்து, உலகின் நான்காவது பெரிய பணக்கார அரசியல்வாதி என்று குறிப்பிடப்பட்டிருக்கிறது. மேலும், அதில் 'வோர்ல்ட்ஸ் லக்சுரி கைட்' என்னும் இணையதளத்தை அக்கட்டுரைத் தகவலுக்கான ஆதாரமாகவும் குறிப்பிட்டிருந்தது.

| Michael McCaul | USA | Member, House of Representatives | $258-380 million |
| Jane Harman | USA | Member, House of Representatives | $160-326 million |
| John Kerry | USA | Senator | $181-281 million |

Sources: OpenSecrets.org, Forbes.com, Bloomberg.com, Wikipedia.org, Guardian.co.uk; Current as of March 2012

BUSINESS INSIDER    TECH  FINANCE  POLITICS  STRATEGY  LIFE  ALL

Gandhi, the assassinated former prime minister. As leader of the Congress party, Gandhi played a key role in reviving the party's fortune and power.

There's some dispute about her actual net worth, while Forbes doesn't list it. And India's National Election Watch has it listed at about $200,000.

Source: World's Luxury Guide (based on OpenSecrets.org, Forbes.com, Bloomberg.com, Wikipedia.org, Guardian.co.uk)

பிசினஸ் இன்சைடர் கட்டுரையில் குறிப்பிடப்பட்டிருந்த ஆதாரத்தின் சுட்டியில் சென்றுபார்த்தால், அப்படியொரு இணையப்பக்கமே இல்லை என்பதை ஆல்ட் நியூஸ் கண்டறிந்தது. அப்பக்கம் நீக்கப்பட்டிருக்கலாம் என்று சந்தேகித்து, இணையத்தில் அப்பக்கம் நீக்கப்படுவதற்குமுன் எங்காவது சேமிக்கப்பட்டிருக்கிறதா என்றும் ஆல்ட் நியூஸ் தேடியது. அம்முயற்சி வீண்போகவில்லை. நீக்கப்படுவதற்கு முன்னர் வெளியிடப்பட்ட உலக லக்சுரி கைட் இணையப்பக்கம் கிடைத்தது. அதில் அக்கட்டுரைக்கான ஆதாரமாக குறிப்பிட்ட கட்டுரையையோ இணையப்பக்கத்தையோ கொடுக்காமல், பொத்தாம்பொதுவாக ஓப்பன்சீக்ரட்.ஆர்க், போர்ப்ஸ்.காம், ப்ளூம்பர்க்.காம், விக்கிபீடியா. ஆர்க், கார்டியன்.கோ.யூகே என சில இணையதளங்களின் முகப்பு முகவரிகள் மட்டுமே குறிப்பிடப்பட்டிருந்தன.

சரி, இருந்துவிட்டுப் போகட்டும். அந்த இணையதளங்கள் எல்லாம் உலகின் பணக்காரர்களின் பட்டியலை வெளியிட்டிருக்கிறார்களா என்று தேடிப்பார்க்க முயற்சியெடுத்தோம்.

2011 ஆம் ஆண்டில் ‘இந்தியாவின் 100 பணக்காரர்கள்’ பட்டியலை போர்ப்ஸ் இணையதளம் வெளியிட்டிருக்கிறது. ஆனால், அதில் சோனியா காந்தியின் பெயர் இல்லை. 2012 ஆம் ஆண்டில் உலகின் பணக்காரத் தலைவர்களின் பட்டியலை வெளியிட்டிருக்கிறது. அதிலும் சோனியா காந்தியின் பெயர் இடம்பெறவில்லை.

ப்ளூம்பர்க் இணையதளத்தில் 2010 ஆம் ஆண்டு வரையிலும் பின்னோக்கித் தேடியும், உலகின் பணக்காரர்களின் பட்டியல் குறித்து எந்தவொரு கட்டுரையும் வெளியாகவில்லை. ஓப்பன்சீக்ரட் இணையதளத்திலோ இதுவரையிலும் சோனியா காந்தி குறித்து எந்தக்கட்டுரையும் வெளியிடப்பட்டிருக்கவில்லை. ஆக, உலக பணக்காரர் பட்டியலில் சோனியா காந்தி இடம்பெற்றிருப்பதாக, உலக லக்சுரி கைட் இணையதளம் வெளியிட்டு, பின்னர் நீக்கிய கட்டுரையில் குறிப்பிடப்பட்டிருக்கும் எந்த ஆதாரமும் உண்மை இல்லை. இது, ஒட்டுமொத்தமாக பொய்களின் மீது கட்டமைக்கப்பட முழு வதந்தியேயன்றி வேறில்லை.

2013 ஆம் ஆண்டு நவம்பர் மாதம் 29 ஆம் தேதியன்று ஹஃபிங்டன் போஸ்ட் இணையதளமும் உலகின் பணக்கார அரசியல்வாதிகளின் பட்டியல் ஒன்றினை வெளியிட்டது. அதில், சோனியா காந்தி பன்னிரண்டாவது இடத்தில் இருப்பதாகவும் எழுதியிருந்தது.

பிசினஸ் இன்சைடர் எதனை ஆதாரமென்று குறிப்பிட்டிருந்ததோ, அதையேதான் ஹஃபிங்டன் போஸ்ட் பத்திரிக்கையும் குறிப்பிட்டிருந்தது.

அக்கட்டுரையின் தகவல்களும் ஆதாரங்களும் தவறென்று இன்னபிற ஊடகங்கள் கேள்வியெழுப்பத் துவங்கியதும், அக்கட்டுரையிலிருந்து சோனியா காந்தியின் பெயரை மட்டும் ஹஃபிங்டன் போஸ்ட் நீக்கியது.

2014ஆம் ஆண்டு வருமானத்துறையிடம் அதிகாரப்பூர்வமாக சோனியா காந்தி தெரிவித்த தகவல்களின்படி, அவரது சொத்துக்கள் 9.28 கோடிதான். ஆனால், ஆறாண்டுகால பொய்யான ஒரு தகவலை ஆதாரமாக வைத்துக்கொண்டு சமூக ஊடகங்களில் தொடர்ந்து சோனியா காந்தியின் சொத்து தொடர்பாக வதந்தி பரப்பப்பட்டுக்கொண்டே வந்திருக்கிறது. இரண்டு பில்லியன் டாலர் முதல் 19 பில்லியன் டாலர் வரையில் சொத்துக்களை அவர் வைத்திருப்பதற்கான எந்தவிதமான முறையான ஆதாரங்களும் இல்லை.

Reference: https://www.jagran.com/news/national-sonia-worlds-fourth-richest-politician-9008314.html

https://www.businessinsider.com/richest-politicians-in-the-world-2012-2?IR=T

https://twitter.com/narendramodi_in/status/994229155523940353

## 49
# சோனியா காந்தியின் பாதங்களைத் தொட்டு வணங்கியது போன்ற மன்மோகன் சிங்கின் புகைப்படம்

முன்னாள் பிரதமர் டாக்டர் மன்மோகன் சிங்கை நேரு-காந்தி குடும்பத்திற்கு சேவகம் செய்யும் அடிமையாகவே அவரது எதிர்ப்பாளர்கள் தொடர்ந்து சித்தரித்து வருகின்றனர். அது உண்மை என்பதை மெய்ப்பிக்கும் முயற்சியாகவே, சோனியா காந்தியும் டர்பன் அணிந்த ஒரு மனிதரும் இருக்கும் புகைப்படமொன்று சமூக ஊடகங்களில் பரப்பப்படுகிறது.

### பகிரப்பட்ட செய்தி:

'இந்தியாவின் மிகப்பெரிய பொருளாதார வல்லுநர்' என்னும் தலைப்பிட்டு, சோனியா காந்தியின் பாதங்களைத் தொட்டு மன்மோகன் சிங் வணங்குவது போன்ற புகைப்படம் வெளியானது.

### உண்மை என்ன?

அப்புகைப்படத்தில் இருப்பது மன்மோகன் சிங்கே அல்ல என்பதுதான் உண்மை.

அதே புகைப்படம் சமூக ஊடகங்களில் பல இடங்களில் பல காலகட்டங்களில் பகிரப்பட்டுக்கொண்டே தான் வந்திருக்கிறது.

அதில் இருப்பது மன்மோகன் சிங் என்று சிலவற்றிலும், காங்கிரஸ் எம்எல்ஏ நவ்ஜோத் சிங் சித்து என்று வேறு சிலவற்றிலும் சூழலுக்கு ஏற்றாற்போல பகிரப்பட்டு வந்திருக்கிறது.

அதிகமாக அலட்டிக்கொள்ளாமல் கூகிள் ரிவர்ஸ் இமேஜ் தேடல் வசதியைப் பயன்படுத்தித் தேடினாலே, அந்த புகைப்படத்தில் இருப்பது யாரோ ஒரு காங்கிரஸ் கட்சிக்காரர் என்பது தெளிவாகத் தெரிந்துவிடும்.

‘2011 ஆம் ஆண்டு நவம்பர் மாதம் 29 ஆம் தேதியன்று, புதுடெல்லியில் நடைபெற்ற இந்திய இளைஞர் காங்கிரசின் தேசிய ஒன்றுகூடுகையின் போது, காங்கிரஸ் கட்சியின் பொதுச்செயலாளரான ராகுல் காந்தி அருகில் இருக்க, சோனியா காந்தியின் பாதங்களைத் தொட்டு வணங்கினார் ஒரு காங்கிரஸ்காரர்’ என்ற தலைப்பிட்டு கெட்டி இமேஜஸ் இணையதளம் இப்புகைப்படத்தை வெளியிட்டிருக்கிறது.

வியாபார நிறுவனங்களுக்கும் ஊடகங்களுக்கும் உரிமம் பெற்ற புகைப்படங்களை வழங்கும் அமெரிக்க நிறுவனம் தான் கெட்டி இமேஜஸ்.

ஏராளமான புகைப்படங்களை புகைப்படக்காரர்களிடமிருந்து அனுமதி பெற்று வாங்கி வைத்திருக்கும் நிறுவனம் என்பதால், உலகின் பல ஊடகங்களும் கெட்டி இமேஜசிடமிருந்து புகைப்படங்களை வாங்கி, தங்களது கட்டுரைகளில் பயன்படுத்துவார்கள். அதிலிருந்து பெறப்படும் புகைப்படங்களுக்கு புதிய கதை, திரைக்கதை, வசனம் எல்லாம் எழுதி பொய்பரப்புவதும் சிலரது வேலையாக இருக்கிறது.

முன்னாள் பிரதமர் மன்மோகன் சிங்கை சோனியா காந்தியின் காலடியில் கிடக்கும் சேவகனாகவும் அடிமையாகவும் மக்களிடையே ஒரு பொதுக்கருத்தை உருவாக்குவதற்காகவே இதுபோன்ற பொய்ப்பிரச்சாரங்களை வதந்தி வெறியர்கள் செய்துகொண்டே இருக்கின்றனர்.

## 50

## நீச்சலுடையில் இருக்கும் சோனியா காந்தியின் இளவயது புகைப்படங்கள்

முன்னாள் காங்கிரஸ் தலைவர் சோனியா காந்தியின் ஒழுக்கத்தை கேள்விக்குள்ளாக்கி குறைசொல்வதையே குறிக்கோளாகக் கொண்டு அவரைக் கேவலமான முறையில் சித்தரித்து ஏராளமான வதந்திகள் பரப்பப்படுகின்றன.

**பகிரப்பட்ட செய்தி:**

கடற்கரையில் நீச்சலுடையுடன் ஒரு இளம்பெண்ணின் புகைப்படங்களைப் பகிர்ந்து அதிலிருப்பது சோனியா காந்தியே தான் என்று பகிரப்பட்டிருக்கிறது.

'காங்கிரஸ் ஆதரவாளர்களே, இந்த புகைப்படங்களைப் பார்த்து, உங்கள் தலைவி சோனியா காந்தியை அடையாளம் கண்டுகொள்ளுங்கள். இப்போது என்ன சொல்லப் போகிறீர்கள்? இதுவும் பொய்யென்று சொல்லிவிட முடியுமா உங்களால்?'

என்கிற செய்தியுடன் பல புகைப்படங்களை இணைத்து 134 என்கிற பேஸ்புக் பக்கம் உள்ளிட்ட பல்வேறு பேஸ்புக் பக்கங்களில் பகிரப்பட்டது.

**உண்மை என்ன?**

அந்த புகைப்படங்களில் இருப்பது சோனியா காந்தியே அல்ல.

அப்புகைப்படங்கள் அனைத்தும் 1962இல் வெளியான டாக்டர் நோ என்ற ஜேம்ஸ் பாண்ட் படத்தின் படப்பிடிப்பின்போது எடுக்கப்பட்ட நடிகை உர்சுலா ஆண்ட்ரசின் என்கிற நடிகையின்

புகைப்படங்கள் தான். அதனை கூகிளின் ரிவர்ஸ் இமேஜ் வசதியைக் கொண்டு ஆல்ட் நியூஸ் கண்டறிந்து உறுதிசெய்தது.

நடிகை உர்சா ஆண்ட்ரசுடன் அப்புகைப்படங்களில் இருப்பது, முதன்முதலாக பிரிட்டன் ஒற்றர் ஜேம்ஸ் பாண்ட் வேடத்தில் நடித்த ஸ்காட்லாந்து நாட்டு நடிகரான சியான் கொன்னேரி என்பவராவார்.

மேற்குலக நடிகர்களின் புகைப்படங்களைக் கொண்டு சோனியா காந்தி தாக்கப்படுவது இது முதல் முறையல்ல. இதற்கு முன்பொருமுறை இளம் நடிகையான ரேசே விதர்ஸ்பூனின் புகைப்படங்களைப் பகிர்ந்து, அதிலிருப்பது இளவயது சோனியா காந்தி என்று பரப்பிக்கொண்டிருந்தனர்.

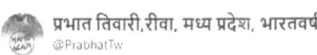

@mparunyadav.... Here is Sonia Gandhi as bar waitress... Pic says all. @TajinderBagga @malviyamit @RaghuwanshiBabu

10:58 PM - 5 Mar 2016 from Bengaluru, India

# வரலாற்றுத் திரிப்புகள்

சமூக ஊடகங்களை எளிதாகப் பயன்படுத்த முடிவதால், அபத்தமான வரலாற்றுப் பொய்களைப் பரப்புவோர் அதனை நன்கு பயன்படுத்திக்கொள்கின்றனர். அவர்களுக்கு வரலாறுதான், திரித்துப் பொய்யாக்குவதற்கு வசதியான தலைப்பாகவும் இருக்கிறது. உண்மைபோலவே பொய்களைப் பரப்புவதற்கு வரலாற்றை அவர்கள் பயன்படுத்திக்கொள்கின்றனர். தரவுகளை நிரப்பிய விளக்க வரைபடங்களைப் பயன்படுத்தும் வசதியும் வதந்தியாளர்களுக்கு விருப்பமானதாக இருக்கிறது.

வரலாற்றுப் புகைப்படம் எதையாவது எடுத்துக்கொண்டு, அதில் தங்களின் விருப்பத்திற்கேற்றாற்போல் வாக்கியங்களை இணைத்துவிட்டு, பொய்க்கதைகளைப் பரப்புவதற்கு அதிகமான நேரம்கூட அவர்களுக்குத் தேவைப்படுவதில்லை. பின்னர், அதனையே பல்வேறு சமூக ஊடகங்களிலும் பகிர்ந்து விடுகின்றனர்.

சில நேரங்களில் எவ்விதத் தொடர்புமற்ற பல புகைப்படங்களை ஒன்றாக இணைத்தோ, வரிசையை மாற்றியோ, வரலாற்று நிகழ்வுகளின் காலத்தையும் சூழலையும்கூட குழப்பி பொய்பரப்பி விடுகின்றனர். அதேபோல, வரலாற்று மேற்கோள்களையும் திரித்து பரப்பி விடுகின்றனர்.

## 51

# ஈகைப்பிறையை கிருஷ்ணர் பார்ப்பது போன்று வெளியான மத்திய வரலாற்றுக்காலத்து ஓவியம்

**பகிரப்பட்ட செய்தி:**

> *'குழுவாக நின்றுகொண்டிருக்கும் முஸ்லிம் ஆண்களிடமும் பெண்களிடமும் ஈகைப்பிறையை சுட்டிக்காட்டிக் கொண்டிருக்கிறார் பகவான் கிருஷ்ணர்'*

என்று ஈகைப்பிறையை சுட்டிக்காட்டுவது போன்ற கிருஷ்ணரின் ஓவியம் சமூக ஊடகங்களில் பகிரப்பட்டிருந்தது.

2018 ஆம் ஆண்டு ஈகைத் திருநாளின் போது ஒரு பிரபலமான ஓவியம் சமூக ஊடகங்களில் வலம்வந்து கொண்டிருந்தது. சசி தரூர் மற்றும் யோகேந்திர யாதவ் உள்ளிட்ட பல அரசியல் பிரபலங்களும் கூட அதனைப் பகிர்ந்திருந்தனர்.

அது முஸ்லிம் ஓவியர்களால் வரையப்பட்ட ஓவியம் என்று சிலரும், 18ஆம் நூற்றாண்டில் இராஜஸ்தானில் வரையப்பட்ட ஓவியத்தின் புகைப்படம் என்று வேறுசிலரும் சமூக ஊடகங்களில் பல்வேறுவிதமான தகவல்களை தெரிவித்துக்கொண்டிருந்தனர். ஆனால், அத்தகவல்கள் எவற்றுக்கும் எந்தவிதமான ஆதாரத்தையும் எவரும் கொடுக்கவில்லை. 2015 ஆம் ஆண்டில் ஸ்வராஜ்ய பத்திரிக்கையில் திபங்கர் தேவ் எழுதிய கட்டுரையில் தான் இந்த ஓவியம் முதன்முதலாக பகிரப்பட்டிருப்பதாகத் தெரிகிறது.

### உண்மை என்ன?

அந்த ஓவியத்தில் கிருஷ்ணர் நிலவையெல்லாம் சுட்டிக்காட்டவேயில்லை என்பதுதான் உண்மை.

கூகுளுடைய ரிவர்ஸ் இமேஜ் வசதியைப் பயன்படுத்திய ஆல்ட் நியூஸ், அந்த ஓவியத்தில் இருப்பதைப் போன்ற கதாபாத்திரங்களைக் கொண்ட ஓவியங்களை டெல்லியில் இருக்கின்ற தேசிய அருங்காட்சியகத்தில் இருப்பதாகக் கண்டுபிடித்தது. அந்த ஓவியங்கள் அனைத்தும் 18 ஆம் நூற்றாண்டில் மலைகளை மையமாகக் கொண்டு வரையப்பட்ட பகரி வகை ஓவியங்களாகும். 17 முதல் 19 ஆம் நூற்றாண்டுகள் வரையிலும் பகரி வகை ஓவியங்கள் தோன்றி மிகப்பிரபலமாகவும் இருந்தன. இன்றைய இமாச்சலப் பிரதேசப்பகுதிகளில் அப்போதிருந்த கங்கரா தேசத்தில் தான் பகரி வகை ஓவியங்கள் வரையப்பட்டன.

இதுகுறித்து மேலும் தகவலறிய, கலை வரலாற்றாய்வாளரும் விமர்சகருமான டாக்டர் பி.என்.கோஸ்வாமியை ஆல்ட் நியூஸ் தொடர்பு கொண்டது.

"சமூக ஊடகங்களில் பரப்பப்படும் தகவல் முற்றிலும் அர்த்தமற்றது. அதில், தாடியுடனும் நீளமான உடையுடனும் தலையில் தொப்பியுடனும் கிருஷ்ணரின் வளர்ப்புத் தந்தையான நந்தா இருப்பதால், அவரை முஸ்லிம் சேவகர் என்று தவறான முடிவுக்கு வருகின்றனர். பகவத் கீதையில் வரும் கதைகள் நடைபெற்ற காலத்திலெல்லாம் முஸ்லிம்களின் அடையாளங்கள் இருந்திருக்க வாய்ப்பில்லை. அக்காலகட்டத்தில் வரையப்பட்ட எல்லா ஓவியங்களிலும் நந்தா இப்படியான உடைகளில் தான் இருந்தார். அதையும் உற்று நோக்கினால், நந்தாவின் அந்த நீளமான உடையும்கூட இந்துக்கள் அணியும் உடைதான் என்பதை அவர் இடதுகையில் கட்டியிருக்கும் முறையைவைத்தே தெரிந்துகொள்ளலாம். இதில் எந்த சந்தேகமும் வேண்டாம்"

என்று சமூக ஊடகங்களில் பரப்பப்பட்ட செய்தியை மறுத்துப் பேசினார் கோஸ்வாமி.

ஆல்ட் நியூஸ் செய்த ஆய்வினாலும் வல்லுநர்களிடம் கேட்டறிந்த கருத்தின் அடிப்படையிலும் மூன்று முக்கியமான முடிவுக்கு வரமுடியும். முதலாவதாக அந்த ஓவியம் 18 ஆம் நூற்றாண்டின் இராஜஸ்தான் ஓவியம் அல்ல, அதுவொரு பகரி வகை ஓவியமே என்றும், இரண்டாவதாக ட்விட்டரில் பலரும் பகிர்ந்ததைப் போல கிருஷ்ணர் சுட்டிக்காட்டுவது ஈகைப் பிறையையெல்லாம் இல்லை என்றும், மூன்றாவதாக அந்த ஓவியத்தில் இருப்பவர்கள் முஸ்லிம் ஆண்களும் பெண்களுமே அல்ல என்றும் உறுதியாகிறது.

## 52

## எந்தக் காங்கிரஸ் தலைவரும் சிறையிலிருந்த பகத்சிங்கை சந்திக்கவில்லை - பிரதமர் மோடி

இந்தியாவின் சுதந்திரப் போராட்ட காலத்தில் நேருவின் குடும்பத்தினரைத் தவிர வேறெந்த சுதந்திரப் போராட்டத் தலைவர்களுக்கும் காங்கிரஸ் கட்சி மரியாதை கொடுக்கவே இல்லை என்று பிரதமர் நரேந்திர மோடி அவ்வப்போது காங்கிரஸ் கட்சியைத் தாக்கிப் பேசிக்கொண்டே இருக்கிறார்.

**பகிரப்பட்ட செய்தி:**

'இந்தியாவின் சுதந்திரத்திற்காகப் போராடிய பகத்சிங், பதுகேஸ்வர் தத், வீரசாவர்க்கர் போன்ற பல மாபெரும் மனிதர்கள் சிறையில் இருந்தபோது காங்கிரஸ் கட்சியின் ஏதாவது ஒரு தலைவராவது சிறைக்குச்சென்று அவர்களை சந்தித்திருப்பார்களா? ஆனால், சிறைக்கு சென்றிருக்கும் ஊழல்வாதிகளை மட்டும் மறக்காமல் சந்திக்கிறார்கள் காங்கிரஸ் தலைவர்கள்'

என்று இந்தியாவின் பிரதமர் நரேந்திர மோடி ட்விட்டரில் பகிர்ந்தார்.

**narendramodi_in** @narendramodi_in

Follow

When Shaheed Bhagat Singh, Batukeshwar Dutt, Veer Savarkar, greats like them were jailed fighting for the country's independence, did any Congress leader went to meet them? But the Congress leaders go and meet the corrupt who have been jailed: PM @narendramodi

8:24 PM - 9 May 2018

**உண்மை என்ன?**

மோடியின் கூற்று முற்றிலும் தவறான தகவலாகும். 1929 இல் பகத்சிங் சிறைப்படுத்தப்பட்டபோது ஏராளமான காங்கிரஸ் தலைவர்கள் அவரை சிறையில் சென்று சந்தித்துவிட்டு வந்திருக்கின்றனர்.

இந்தியாவின் முதல் பிரதமரான ஜவஹர்லால் நேருவின் சுயசரிதை நூலான ‘விடுதலையை நோக்கி: ஜவஹர்லால் நேருவின் சுயசரிதை’யில் 1929 ஆம் ஆண்டு பகத்சிங்கை சிறையில் சென்று சந்தித்த நினைவுகளை எழுதியிருக்கிறார்.

பகத்சிங்கும் பதுகேஸ்வர் தத்தும் 1929ஆம் ஆண்டு ஏப்ரல் மாதத்தில் மத்திய சட்டமன்றத்தில் குண்டு வீசியதற்காக கைது செய்யப்பட்டு சிறையில் வைக்கப்பட்டிருந்தனர். அப்போது பகத்சிங்கை சிறைக்கே சென்று நேரு சந்தித்ததை தி ட்ரிப்யூன் இதழின் 1929 ஆம் ஆண்டு ஆகஸ்ட் பதிப்பு செய்தியாக வெளியிட்டிருக்கிறது.

**The Tribune, Saturday, August 10, 1929.**

# THE GREAT SACRIFICE MAY BEAR FRUIT

## Pt. Jawaharlal's Impressions of Prisoners.

### JATINDRA DAS LOOKS FOR RELEASE IN DEATH

Lahore, Aug. 9.

Pandit Jawaharlal Nehru, in the course of a statement to the press, says :—I visited the Central Jail and the Borstal Jail yesterday and saw Sardar Bhagat Singh, Mr. Batukeshwar Dutt, Mr. Jatindranath Das and all the other accused in the Lahore conspiracy case, who are on hunger-strike. Attempts have been made for many days past to feed forcibly all these hunger-strikers. In the case of some of them the results of this forcible method were so injurious that all forcible feeding had to be given up in the face of a greater danger.

Some of the accused are just maintaining a measure of strength on account of forcible feeding which is given twice a day. Others are in a bad way. Those who cannot be forcibly fed, lest they should die under the force used, cannot obviously survive long now if present conditions continue. They are dying slowly from day to day and the final act in the tragedy cannot be long delayed.

The condition of Mr. Jatindranath Das is specially critical. He is very weak and cannot easily move. He speaks in whisper. He is in considerable pain and looks for release in death. Others whose condition is serious are L. Shiv Varma, Mr. Ajoy Kumar Ghosh and L. Jaidev.

It was very painful for me to meet these extraordinary brave youngmen and to see their manifest suffering. I gathered from them that they would adhere to their resolve, whatever the consequences to their individual selves might be. Indeed they did not care very much for their own selves. They could not undergo such tremendous suffering for a little personal comfort in future. They feel strongly, however, that the lot of political prisoners in India is bad and must be improved.

The position, as explained to me by Sardar Bhagat Singh, was that all political prisoners with one exception, if necessary, should be given special treatment. This exception was the case of an actual propetrator of murder.

I can only hope that the great sacrifice which these youngmen are making will bear fruit.—*Free Press.*

---

References: https://twitter.com/narendramodi_in/status/9942291555 23940353

https://www.indiatoday.in/fact-check/story/fact-check-was-modi-right-about-congress-leaders-not- meeting-bhagat-singh-in-jail-1231140-2018-05-10

## 53

## எலுமிச்சைச்சாறு விற்றவர்தான் கொக்கக் கோலா நிறுவனத்தையே துவங்கினார் - ராகுல் காந்தி

**பகிரப்பட்ட செய்தி:**

'கொக்கக் கோலா என்கிற நிறுவனத்தின் பெயரை இன்று கேள்விப்படாமல் யாராவது இருக்க முடியுமா? எல்லாரும் கேள்விப்பட்டிருப்போம் தானே? சரி, அந்த கொக்கக் கோலா நிறுவனத்தை துவக்கியது யாரென்று சொல்லுங்கள்? யாருக்காவது தெரியுமா? அது யாரென்று உங்களுக்கு நான் சொல்கிறேன். கொக்கக் கோலா நிறுவனத்தைத் துவங்கியவர், அதற்கு முன்னர் ஒரு எலுமிச்சைச்சாறு விற்பவராகத்தான் இருந்தார். சர்க்கரையையும் தண்ணீரையும் சேர்த்து அவர் அமெரிக்காவில் வியாபாரம் செய்தார். அவரது உழைப்புக்கும் திறமைக்கும் அனுபவத்திற்கும் அங்கே மரியாதை கிடைத்தது. அவருக்கு முதலீடும் கிடைத்தது. அதன்மூலம் கொக்கக் கோலா நிறுவனமும் உருவானது'

என்று டெல்லியில் நடைபெற்ற காங்கிரஸ் கட்சியின் தேசிய பிற்படுத்தப்பட்டோர் மாநாட்டில் ராகுல் காந்தி பேசினார்.

திறமைமிக்க பிற்படுத்தப்பட்ட சமூகத்து மக்களுக்கு எந்தவித வாய்ப்புகளையும் உருவாக்கிக் கொடுக்காத மோடி அரசைத் தாக்கிப் பேசுகையில் இந்த உதாரணத்தைக் கூறினார் ராகுல் காந்தி. 'அமெரிக்காவில் ஒரு ஷிக்காஞ்சி விற்பனையாளர் கூட கொக்கக் கோலா என்னும் பெரிய நிறுவனத்தை உருவாக்கமுடிகிறது, ஆனால் அதற்கான வாய்ப்பு இந்தியாவில் உருவாக்கப்படவில்லை' என்னும்

பொருளில் பேசியிருந்தார். ஷிகாஞ்சி என்பது வடஇந்தியாவில் கோடை காலத்தில் அதிகமாக விற்பனையாகும் எலுமிச்சைச்சாறு போன்ற ஒரு பானமாகும்.

**உண்மை என்ன?**

கொக்கக் கோலா நிறுவனத்தைத் துவங்கிய ஜான் ஸ்தித் பெம்பெர்தன் என்பவர் அட்லாண்டா மாகாணத்தின் ஜார்ஜியாவில் பிறந்தவர். அவர் மருத்துவம் படித்த ஒரு மருந்தாளுனர். அமெரிக்க உள்நாட்டுப் போரின் ஒரு பகுதியாக 1865இல் நடைபெற்ற கொலம்பஸ் போரில் காயமுற்று வலியால் துடித்தார். அந்த வலியிலிருந்து தப்பிக்க ஒரு வலிநிவாரணியாக, கோலா கொட்டையையும் கோக்கோ இலையையும் சேர்த்து 'பெம்பெர்தன் ப்ரெஞ்சு வைன் கொக்கோ' என்னும் பெயரில் ஒரு புதிய ஒயினை உருவாக்கினார். 1886இல் போதை தடுப்புச் சட்டம் உருவானபின்னர், அவர் கண்டுபிடித்த பானத்தை கொஞ்சம் மாற்றி போதையற்ற பானமாக்கினார். அதுவே கொக்கக் கோலாவானது. ஆக, மருந்தாளுனராக தன்னுடைய வாழ்க்கையில் தோல்வியுற்றவராகக் கருதப்பட்ட பெம்பெர்தன், பின்னாளில் அமெரிக்காவின் மருந்துக்கடைகளுக்குக் கூட தன்னுடைய தயாரிப்பான கொக்கக் கோலாவை விற்கும் நிலைக்கு உயர்ந்தார். இருப்பினும், அவர் எந்தக் காலத்திலும் எலுமிச்சைச் சாறெல்லாம் விற்கவில்லை.

---

Reference: https://www.ndtv.com/india-news/rahul-gandhi-says-coca-cola-maker-sold-shikanji-why- accordingtorahulgandhi-trended-1865748

# அவமானப்படுத்தப்படும் ஜவஹர்லால் நேரு

இந்தியாவின் முதல் பிரதமரான ஜவஹர்லால் நேரு இறந்து 50 ஆண்டுகளுக்கும் மேலாகியும் மிகமுக்கியமான மனிதராக இன்றளவும் பார்க்கப்படுகிறார்.

மதிப்புமிக்க மனிதராக பார்க்கப்படும் அதேவேளையில் வெறுப்பையும் அவருடைய பெயர் ஈன்றுகொண்டேதான் வந்திருக்கிறது. உலகில் வேறெந்த தலைவரும் நேருவின் அளவிற்கு அதிக பாராட்டுகளையும் எதிர்க்கருத்துகளையும் இவ்வளவு ஆண்டுகளாக பெற்றிருக்க வாய்ப்பில்லைதான்.

சமூக ஊடகங்கள் உருவானதற்குப் பின்னர், அவரை கேலிப்பொருளாகவும் வில்லனாகவும் சித்தரிப்பதற்காகவே ஒருங்கிணைந்த முயற்சிகள் முறையாக திட்டமிட்டே செய்யப்படுகின்றன.

அவர் சொல்லாதவற்றையும் சொல்லியதாக தவறான மேற்கோள்களை உருவாக்கி, அவரது புகழுக்கு களங்கம் விளைவிப்பதோடு மட்டுமல்லாமல் அவரை இந்திய தேசநலனுக்கு எதிரானவராகக் காட்ட முயற்சிப்பதும் பொதுவான உத்தியாகக் கடைப்பிடிக்கப்படுகிறது. அவரைப் பெண்பித்தராக சித்தரிப்பதும் மற்றொரு உத்தியாகப் பின்பற்றப்படுகிறது.

## 54

# ‘பிறப்பால் தற்செயலாகத்தான் நானொரு இந்து, ஆனால் கலாச்சார வாழ்க்கைமுறையின்படி நான் ஒரு முஸ்லிமே’ - ஜவஹர்லால் நேரு

**பகிரப்பட்ட செய்தி:**

*‘நான் கல்வியால் ஒரு ஆங்கிலேயன், கலாச்சாரத்தால் ஒரு முஸ்லிம், பிறப்பால் தற்செயலாகத்தான் நானொரு இந்து’*

என்று ஜவஹர்லால் நேரு கூறியதாகச் சொல்லி, அவரை முஸ்லிம் கலாச்சாரத்தோடும் ஆங்கிலேயக் கல்வி மூளையோடு இணைத்து சமூக ஊடகங்களில் மிகப்பரவலாக செய்தி பரப்பப்பட்டது.

இந்துக்களிடமும் இந்து மதத்திடமும் அவருக்கு வெறுப்பு இருப்பதைப் போன்ற தோற்றத்தை உருவாக்குவதே இதன் மைய நோக்கம்.

**உண்மை என்ன?**

இது உண்மையில் நேரு கூறிய கருத்தல்ல. அவர் குறித்து மற்றொரு தலைவர் கூறிய கருத்துதான்.

பி.ஆர்.நந்தா என்பவர் எழுதிய நேருவின் வரலாற்று நூலில் நேருவைப் பற்றி இந்து மகாசபையின் தலைவர் கூறிய கருத்துதான் இது என்பதை கூகுள் நூலக வசதியைக் கொண்டு கண்டறிந்தது ஆல்ட் நியூஸ்.

இந்தியாவின் முதல் பிரதமரைப் பற்றி பல அரசியல் ஆளுமைகள் கூறியவற்றைத் தொகுத்து எழுதப்பட்டு, 1959இல் வெளியான 'எ ஸ்டடி ஆஃப் நேரு' என்கிற நூலில்தான் முதன்முதலாக அந்த மேற்கோள் இடம்பெற்றது.

# The Angry Aristocrat

EVEN HIS worst critic will have to admit that Nehru is a world figure in modern times. He is a great man and has been a great actor on the Indian political stage. But his politics which resulted ultimately in the acceptance of the partition of India on a religious basis has caused eternal damage; this is, indeed, tragic because India's greatness must remain greater than Nehru's. He has been singularly lucky in being born the son of Motilal Nehru, a prince among lawyers, and later in having become the heir of Mahatma Gandhi. This has helped him greatly, and was largely responsible for making him great. Although the masses gather round him wherever he goes, he is really not a man of the masses. He is an aristocrat, and has never known what poverty is; how can he then understand the problems of our starving millions?

Nehru's is a very complex personality. As he himself has explained in his *Autobiography*, he is English by education, Muslim by culture and Hindu by an accident of birth. Maybe, on account of this, his words and actions appear to have emanated from a split personality; there is always a wide gap between his pronouncement and performance. Pronouncements, being spontaneous, are generally devout, but performances, being deliberate and calculated, are not so devout. Naturally, in spite of his popularity, he is subjected to pointed criticism by various parties and from different angles. His attitude towards his critics, therefore, is not uniform but

215

அதில் நேருவைப் பற்றிய கருத்துக்களைப் பகிர்ந்து கொண்டவர்களில் என்.பி.காரேவும் ஒருவர். அவர் 1950-1951 காலகட்டத்தில் இந்துமகாசபையின் தலைவராக இருந்திருக்கிறார். அந்நூலில் 'தி ஆங்கிரி அரிஸ்டோகிராட்' என்னும் தலைப்பில் அவர் எழுதிய கட்டுரையில் நேருவைப்பற்றி இன்று பரப்பப்படும் வரிகள் இடம்பெற்றிருக்கின்றன.

நேருவைப்பற்றி காரே இவ்வரிகளைக் குறிப்பிடுகையில் அதனை நேருவே சொல்லியிருக்கிறார் என்கிறார் காரே. ஆனால் நேருவின் சுயசரிதையில் கூட அவ்வரிகள் இடம்பெறவில்லை.

ஆக, நேரு சொல்லியதாக இந்து மகா சபையின் தலைவராக இருந்த என்.பி.காரே பரப்பிய பொய்தான், இத்தனை ஆண்டுகளாக உண்மையைப் போன்ற தோற்றத்தை உருவாக்கிக்கொண்டே வலம்வந்து கொண்டிருக்கிறது.

55

# பிரிட்டன் அரசாங்கத்திற்கு எழுதிய கடிதத்தில் சுபாஷ் சந்திர போஸை 'ஒரு போர்க்குற்றவாளி' எனக் குறிப்பிட்ட ஜவஹர்லால் நேரு

இந்தியாவின் முதல் பிரதமருடைய புகழை சிதைப்பதற்கு பல்வேறு விதமான முறைகளில் சிலர் முயன்று கொண்டிருக்கின்றனர். அதில் மிகமுக்கியமாக, சுபாஷ் சந்திர போசுடனான நேருவின் உறவு சுமூகமாக இருக்கவில்லை என்று தொடர்ந்து பரப்பப்பட்டுக்கொண்டே வருகிறது. நேதாஜி சுபாஷ் சந்திர போஸை போர்க்குற்றவாளி என்று குறிப்பிட்டிருக்கிறாரா நேரு? ஆம், அவர் எழுதியதாக சமூக ஊடகங்களில் பரவிக்கொண்டிருக்கும் கடித்ததைப் பார்த்தால் அப்படித்தான் நம்பவேண்டியிருக்கிறது.

**பகிரப்பட்ட செய்தி:**

சுபாஷ் சந்திரபோஸை 'ஒரு போர்க்குற்றவாளி' என்று பிரிட்டன் பிரதமராக இருந்த க்ளெமண்ட் அட்லீக்கு நேரு ஒரு கடிதம் எழுதியதாக சமூக ஊடகங்களில் பகிரப்பட்டு வருகிறது.

அக்கடிதத்தை நேருவே வாய்மொழியாகச் சொல்லி, அதனை அவரது உதவியாளர் எழுதி, பின்னர் அப்போதைய பிரிட்டன் பிரதமருக்கு அனுப்பியதாக அச்செய்தியில் சொல்லப்பட்டிருக்கிறது.

மேலும், 1945ஆம் ஆண்டு ஆகஸ்ட் மாதம் தைவானில் ஒரு விமான விபத்தில் இறந்ததாக நம்பப்பட்ட நேதாஜி சுபாஷ் சந்திர போஸ், அதற்குப்பின்னரும் ரஷ்யாவில் சிலகாலம் வாழ்ந்ததாகவும் பிரிட்டன் பிரதமருக்கு நேரு எழுதிய அக்கடிதத்தில் குறிப்பிடப்பட்டிருந்ததாகவும் பகிரப்பட்டிருந்தது.

> "Mr. Clement Attle
> Prime Minister of England,
> 10, Downing Street,
> London.
>
> 27th December, 1945.
>
> Dear Mr. Attle,
>
> I understand from reliable source that Subhas chandra Bose, your war criminal, has been allowed to enter Russian territory by Stalin. This is a clear treachery and betrayal of faith by the Russians as Russia has been an ally of the British-Americans, which she should not have done. Please take note of it and do what you consider proper and fit.
>
> Yours sincerely,
> Jawaharlal Nehru"

நேருவால் எழுதப்பட்டதாகக் கூறப்படும் அக்கடிதத்தைப் பார்த்தாலே, அதில் ஏராளமான எழுத்து மற்றும் இலக்கணப் பிழைகள் இருப்பது தெரியும். நேருவினுடைய மொழிப்புலமைக்கும் அவர் வகித்த பதவியின் உயரத்தையும் இணைத்துப்பார்த்தால், இப்படியான பிழைகள் நடக்க வாய்ப்பே இல்லையென்பதை நாம் புரிந்துகொள்ளலாம்.

## உண்மை என்ன?

எழுத்துப் பிழைகள் மற்றும் இலக்கணப் பிழைகளை எல்லாம் கூட ஒதுக்கி வைத்துவிட்டுப் பார்த்தாலும், அக்கடிதத்தில் மற்றுமொரு மிகப்பெரிய கவனிக்கவேண்டிய புள்ளியும் இருக்கிறது. 1945 ஆம் ஆண்டு ஆகஸ்ட் 18ஆம் தேதிதான் சுபாஷ்

சந்திர போஸ் அதிகாரப்பூர்வமாக இறந்த தினம். நேரு எழுதியதாக சொல்லப்படும் இக்கடிதத்தில், அதனை 1945 ஆம் ஆண்டு டிசம்பர் 27 ஆம் தேதியன்று எழுதியதாகக் குறிப்பிடப்பட்டுள்ளது.

2016 ஆம் ஆண்டுக்கு முன்புவரை அரசின் இரகசியமாகக் காக்கப்பட்டுவந்த சுபாஷ் சந்திர போஸ் குறித்த ஆவணங்களை மோடியரசு வெளிக்கொண்டு வந்ததாகவும், இக்கடிதமும் அதன் ஒரு பகுதிதான் என்றும் சமூக ஊடகங்களில் செய்தி பரப்பப்பட்டிருந்தது.

நேதாஜி சுபாஷ் சந்திர போஸின் மர்மமான மறைவு குறித்து விசாரணை செய்வதற்காக அமைக்கப்பட்ட ஜி.டி.கோஸ்லா விசாரணைக்குழுவின் முன்பு ஷ்யாமல் ஜெயின் என்பவர் வழங்கிய சாட்சியத்திலிருந்து தான் இக்கடிதம் எடுக்கப்பட்டிருக்கிறது. 1945 ஆம் ஆண்டு டிசம்பர் 26 அல்லது 27 ஆம் தேதியன்று டெல்லியிலிருக்கும் மற்றொரு காங்கிரஸ் தலைவரான ஆசாப் அலியின் வீட்டிற்கு வரச்சொல்லி, இக்கடிதத்தின் உள்ளடக்கத்தை நேருவே வாய்மொழியாக தனக்குச் சொல்லியதாகவும் ஷ்யாமல் ஜெயின் சாட்சியம் அளித்திருந்தார்.

( 7 )

"After handing over the said paper to me for typing, Shri Jawaharlal Nehru went to Mr. Asaf Ali and remained busy in conversation with him for 10-15 minutes. --- I could not complete the work, because the name of the writer on that letter was not readable, and I kept waiting for Shri Jawaharlal Nehru to come and tell the name. In the meantime I went through the letter several times and this is all that I could remember to the present day. Shri Jawaharlal Nehru could not discern the name of the writer and asked me to pull out the papers and hand them over to him as they were.

"I solemnly affirm and state on oath that thereafter Shri Jawahar Lal Nehru gave me four papers from his writing pad to make on the typewriter four copies of a letter, which he would dictate to me on typewriter with which I also complied. The contents of the letter as far as I could remember were as follows:

"To Mr. Clement Attlee, Prime Minister of Britain
10 Downing Street, London.

Dear Mr. Attlee,

I understand from a reliable source that Subhas Chandra Bose, your war criminal, has been allowed to enter Russian territory by Stalin. This is clear treachery and a betrayal of faith by the Russians. As Russia has been an ally of the British-Americans, it should not have been done. Please take note of it and do what you consider proper and fit.

Yours sincerely,
Jawaharlal Nehru"

நேரு இக்கடிதத்தை தட்டச்சு செய்யச் சொன்னதாக ஷ்யாமல் ஜெயின் கூறிய தேதிகளில் நேரு டெல்லியிலேயே இருந்திருக்கவில்லை என்பதற்கான வரலாற்றுப்பூர்வ ஆதாரங்களை ஆல்ட் நியூஸ் முன்வைத்திருக்கிறது. அவர் டிசம்பர் 25 ஆம் தேதி பாட்னாவில் இருந்திருக்கிறார். பின்னர் அங்கிருந்து அலகாபாத் சென்று அடுத்த சில நாட்களை அங்கு கழித்திருக்கிறார். அதேபோல 1945 ஆம் ஆண்டு டிசம்பர் 25 மற்றும் 26 தேதிகளில் அசாப் அலியும் பாம்பேயில் இருந்திருக்கிறார். 'தி இந்தியன் எக்ஸ்பிரஸ்' நாளிதழின் அன்றைய செய்திகளை புரட்டிப்பார்த்தே, நேரு மற்றும் ஆசாப் அலியின் அன்றாட பயண விவரங்களை எடுத்திருக்கிறது ஆல்ட் நியூஸ். மேலும், 25ஆம் தேதியில் பாட்னாவிலிருந்து அலகாபாத் சென்ற நேரு, 29ஆம் தேதிவரையும் கூட அங்குதான் இருந்திருக்கிறார். 'தி டிஸ்கவரி ஆப் இந்தியா' என்கிற அவரது நூலின் முன்னுரையை டிசம்பர் 29 ஆம் தேதியன்று அலகாபாத்தில் இருக்கையில் தான் எழுதினார்.

ஆக நேருவோ ஆசாப் அலியோ டெல்லியிலேயே இல்லாத காலகட்டங்களில், தன்னை நேரடியாக ஆசாப் அலியின் வீட்டிற்கே வரச்சொல்லி அக்கடிதத்திற்கான வரிகளை நேருவே வாய்மொழியாகச் சொன்னார் என்று ஷ்யாமல் ஜெயின் கூறிய சாட்சியத்தில் உண்மையில்லை என்பது குறிப்பிடத்தக்கது. அதனால் தான் ஷ்யாமல் ஜெயினின் சாட்சியத்தைக் கூட, சுபாஷ் சந்திர போஸின் மறைவு குறித்து விசாரிக்க அமைக்கப்பட்ட கோஸ்லா விசாரணைக்குழு தன்னுடைய அறிக்கையில் இணைக்காமல் புறக்கணித்தது. அக்குழுவின் இறுதி அறிக்கையிலும் 1945 ஆம் ஆண்டு ஆகஸ்ட் மாதம் தைவானில் நடந்த ஒரு விமான விபத்தில்தான் சுபாஷ் சந்திர போஸ் மறைந்தார் என்றும் தீர்ப்பெழுதப்பட்டிருந்தது.

## 56

## 1962 இல் சீனாவுடனான போரில் தோற்றதற்காக நேருவை பொதுமக்கள் நையப்புடைத்தனர்

**பகிரப்பட்ட செய்தி:**

1962 இல் இந்தியாவுக்கும் சீனாவுக்கும் இடையில் நடந்த போரில் தோற்றதற்காக நேருவை பொதுமக்கள் நையப்புடைத்தனர் என்ற செய்தி பரப்பப்பட்டது.

அச்செய்திக்கு நம்பகத்தன்மையை அதிகரிக்கும்பொருட்டு, ஜவஹர்லால் நேரு இருப்பதுபோன்ற ஒரு புகைப்படமும் அச்செய்தியுடன் இணைத்தே நேருவின் வெறுப்பாளர்களால் சமூக ஊடகங்களில் பகிரப்பட்டது.

ஒரு பெரிய மக்கள்கூட்டம் நேருவின் பின்னாலிருந்து அவரை அடித்து நையப்புடைப்பது போன்ற புகைப்படம் அது. 1946இல் காஷ்மீருக்கு செல்லமுயன்ற நேருவை விசா இல்லாத காரணத்தால் தடுத்து நிறுத்தப்பட்டபோது எடுத்த புகைப்படம் இது என்று மற்றொரு கதையும் இதே புகைப்படத்துடன் சுற்றிக்கொண்டிருக்கிறது.

இதுபோன்ற செய்திகள் அனைத்தும் நேருவை இந்தியாவுக்கு எதிரான வில்லனாக தொடர்ந்து சித்தரிப்பதற்காகவே உருவாக்கப்படுகின்றன. அனைத்திலும் நேரு தோற்றுப்போனார் என்பதை நிறுவ முயல்வதே அச்செய்திகளின் மையநோக்கம்.

1962இல் இந்தியாவுக்கும் சீனாவுக்கும் இடையே நடைபெற்ற போரின்போது நேரு செயல்பட்ட விதம்குறித்து வரலாற்று ஆய்வாளர்கள் சில கருத்து முரண்பாடுகளைத் தெரிவித்திருக்கிறார்கள் என்பது உண்மையே. அதனைத் தங்களுக்கு சாதகமாகப் பயன்படுத்திக்கொண்டு சிறிதும் தொடர்பற்ற புகைப்படங்களுடன் பொய்யான தலைப்புகளை சேர்த்து, வதந்திகளைப் பரப்புவது அவரது வெறுப்பாளர்களுக்கு வாடிக்கையாகிவிட்டது.

**உண்மை என்ன?**

இப்புகைப்படம் 1962 இல் தான் எடுக்கப்பட்டது. ஆனால் இதற்கும் சீனாவுடனான போருக்கும் எவ்விதத் தொடர்பும் இல்லை. இன்னும் சொல்லப்போனால், போர் துவங்குவதற்கு முன்பே எடுத்த படம் இது.

அப்புகைப்படத்தில் எழுதப்பட்டிருக்கும் வாக்கியத்தை நீக்கிவிட்டு, எழுத்தில்லாத புகைப்படத்தை மட்டுமே எடுத்து தேடிப்பார்த்ததில் 2014 ஆம் ஆண்டில் வெளியான அவுட்லுக் இதழில்தான்

முதன்முதலாக அச்செய்தி வெளியாகியிருப்பதை ஆல்ட் நியூஸ் கண்டறிந்தது.

'1962 இல் போருக்கு முன்னர் நடைபெற்ற ஒரு கூட்டத்தில் சிக்காமல் இழுத்து காப்பாற்றப்பட்ட நேரு' என்ற தலைப்பிட்டு, அசோசியட்ட ப்ரெஸ்ஸிடமிருந்து பெறப்பட்ட புகைப்படத்தையும் இணைத்து ஒரு கட்டுரையினை அவுட்லுக் வெளியிட்டிருந்தது.

அசோசியேட்டட் ப்ரஸ்ஸுடைய 1962 ஆம் ஆண்டு காலகட்டத்து புகைப்படங்களைத் தேடிப்பார்த்தபோது, இப்படம் எடுக்கப்பட்ட சூழலும் காரணமும் முற்றிலும் வேறாக இருந்தது.

'1962 ஆம் ஆண்டு ஜனவரி மாதத்தில் பாட்னாவில் நடைபெற்ற காங்கிரஸ் கட்சியின் கூட்டத்தின்போது நேருவைப் பார்ப்பதற்காகக் கூடிய கட்டுக்கடங்காத கூட்டத்திடம் சிக்கிக்கொள்ளாமல் அவரைப் பின்னிருந்து இழுத்துக் காப்பாற்றினார் ஒரு காவலாளி' என்று எழுதப்பட்டிருக்கிறது. இச்சம்பவம் நடந்ததற்குப் பின்னர்தான் இந்தியாவுக்கும் சீனாவுக்கும் இடையிலான போரே நடந்திருக்கிறது.

ஆக 'நேருவைப் பார்த்துவிட மாட்டோமா' என்கிற ஆவலில் கூடிய மக்கள் கூட்டத்தினால்தான் அப்போது அமளியாகியிருக்கிறது. கூட்டத்தை அமைதியாக்க நேருவே தலையிட்டு மக்களிடம் பேச முயன்றிருக்கிறார். ஆனால் அவரை காவலாளியொருவர் தடுத்து நிறுத்தி உள்ளே இழுத்திருக்கிறார். அந்த நொடியில் எடுக்கப்பட்ட புகைப்படம்தான் இது.

நேருவின்மீது கொண்ட அன்பால் கூடிய கூட்டத்தை, அடி கொடுக்கக் கூடிய கூட்டமென்று கதைகட்டி சமூக ஊடகங்களில் நேருவின் புகழைக் கெடுக்க முயற்சிக்கப்பட்டிருக்கிறது என்பது மிகத்தெளிவாகத் தெரிகிறது. அதுமட்டுமின்றி, இதே புகைப்படத்திற்கு, 'கடவுச்சீட்டு இல்லாமல் சட்டவிரோதமாக காஷ்மீருக்குள் நுழைய முயன்ற நேரு கைது செய்யப்பட்டார்' என்னும் மற்றொரு கதையையும் கூட பரப்பி விட்டிருக்கின்றனர்.

# 57

# காலணி வாங்குவதற்கு நிதி ஒதுக்காததால், ஒலிம்பிக் கால்பந்தாட்டத்தில் காலணிகூட அணியாமல் வெற்றுக்காலில் விளையாடிய இந்திய அணி

*1948 ஆம் ஆண்டு ஒலிம்பிக் கால்பந்தாட்டப் போட்டியில் காலணி அணியாமல் இந்திய வீரர்கள் விளையாடியது, இன்றைக்கும் விளையாட்டு ஆர்வலர்கள் மத்தியில் பரவலாகப் பேசப்படுவதைப் பார்க்கலாம். அதற்கும் சமூக ஊடகங்களில் ஒரு அரசியல் சாயம் பூசப்பட்டு வருகிறது.*

**பகிரப்பட்ட செய்தி:**

*1948 ஒலிம்பிக்கில் விளையாடிய இந்திய கால்பந்தாட்ட வீரர்களுக்கு நேரு முக்கியத்துவம் கொடுக்காமலும் நிதி ஒதுக்காமலும் விட்டதாலேயே, காலணிகூட அணியாமல் வெறும்காலுடனேயே அவர்கள் விளையாட வேண்டிய கட்டாயத்திற்கு தள்ளப்பட்டனர் என்று சமூக ஊடகங்களில் பகிரப்பட்டது.*

*1948 ஆம் ஆண்டில் நடைபெற்ற ஒலிம்பிக் போட்டியின்போது இந்திய கால்பந்தாட்ட வீரர் ஒருவர் காலணி அணியாத வெற்றுக்காலுடன் மற்றொரு வீரருடன் கைகுலுக்கும் போது எடுத்த ஒரு புகைப்படத்தையும், விமானத்தில் இருந்து தன்னுடைய வளர்ப்பு நாயுடன் ஜவஹர்லால் நேரு இறங்கும்போது எடுத்த*

மற்றொரு புகைப்படத்தையும் இணைத்து 'காங்கிரஸ் ஜமீன்களின் ஆடம்பரத்தைப் பாருங்கள்' என்று நேருவின் அக்கறையின்மையைக் காட்டும் விதமாகப் பகிரப்பட்டது.

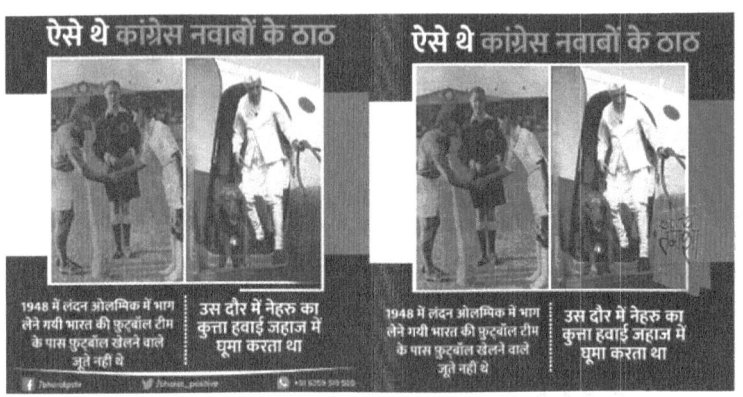

**உண்மை என்ன?**

பகிரப்பட்ட செய்தியில் சிறிதும் உண்மை இல்லை. அப்பகிர்வில் இருக்கும் புகைப்படங்களை தனித்தனியாக கூகிள் ரிவர்ஸ் இமேஜ் தேடல் வசதியைப் பயன்படுத்தித் தேடிப்பார்த்ததில், அப்புகைப்படங்கள் உண்மையானவைதான் என்று ஆல்ட் நியூஸ் உறுதி செய்தது.

1948 ஆம் ஆண்டு ஜூலை மாதத்தில் இந்திய கால்பந்தாட்ட அணியின் தலைவரான தலிமேரன் ஆவோவும் பிரான்சு அணியின் தலைவரான ஜி.ராபர்ட்டும் கைகுலுக்கும் உண்மையான படம்தான் அது என்று ப்ரண்ட்லைன் பத்திரிக்கையில் வெளியான கட்டுரையும் உறுதி செய்கிறது.

அதேபோல, நேருவுடைய புகைப்படமும் 1961 ஆம் ஆண்டு ஜனவரி மாதம் எடுக்கப்பட்டதாக தி டைம்ஸ் ஆஃப் இந்தியா குழுமத்தின் இணையதளமான டைம்ஸ் கண்டெண்ட் இணையதளம் எழுதியிருக்கிறது.

1948 இல் நடைபெற்ற ஒலிம்பிக் கால்பந்தாட்டப் போட்டிகளில் இந்திய வீரர்களுக்கு காலணிகள் வழங்கப்பட்டதுதான். மழை பெய்த காலங்களிலும் மென்மையான மண்ணைக் கொண்ட

மைதானங்களிலும் மட்டுமே வேறுவழியின்றி காலணி அணிந்து விளையாடினர். மற்ற விளையாட்டுப் போட்டிகள் அனைத்திலும் வெறுங்காலோடுதான் விளையாடினர்.

மழை நாட்களில் காலணி அணிந்துகொண்டு விளையாட வேண்டிய கட்டாயம் ஏற்பட்டபோதெல்லாம் அவர்கள் விளையாடுவதற்கே எவ்வாறு திணறினர் என்பதை பிரிட்டிஷ் ஊடகத்திடமிருந்து பெறப்பட்ட காணொளிக் காட்சிகளைப் பார்த்தாலே புலப்படும்.

இந்திய கால்பந்தாட்ட வீரர்கள் எப்போதும் காலணி அணியாமலே விளையாடிப் பழகியவர்கள். கால்பந்தாட்டப் போட்டிகளில் காலணி அணிவது கட்டாயமாக்கப்படும் காலம்வரையிலும் இந்திய வீரர்கள் வெறுங்காலில் தான் விளையாடிவந்தனர்.

'வெறுங்காலுடன் விளையாடுவது தான் இந்திய கால்பந்தாட்ட வீரர்களின் இயல்பே. அதுதான் அவர்களின் சிறப்பும்கூட' என்று 'நேசன் அட் ப்ளே: எ ஹிஸ்டரி ஆஃப் ஸ்போர்ட் இன் இந்தியா' என்கிற நூலில் ரோனோஜோய் சென் எழுதியிருக்கிறார்.

(இந்திய கால்பந்தாட்ட அணி, 1948)

ஆக, அவர்களின் சுயவிருப்பத்தின் பேரிலும் அவர்களுக்கு வசதியாக இருந்ததாலுமே வெறுங்காலுடன் காலணி அணியாமல் சர்வதேச கால்பந்துப் போட்டிகளில் கூட விளையாடினர். காலணி அணிவதை கட்டாயமாக்கியப் பின்னர்தான், இந்திய அணியினர் அதற்குப் பழக ஆரம்பித்தனர். இந்த உண்மையை எல்லாம் மறைத்து, சமூக ஊடகங்களில் பரப்பப்படும் பொய்களெல்லாம் ஜவஹர்லால் நேருவின் புகழுக்குக் களங்கும் விளைவிக்கும் முயற்சியேயன்றி வேறில்லை.

# 58

# பெண்களுடனான நேருவின் புகைப்படங்களே அவரது 'ஒழுக்கத்தை' வெளிக்காட்டும்

சுதந்திர இந்தியாவின் முதல் பிரதமர் பெண்களிடையே மிகப்பிரபலமாக இருந்தார். அவருடன் ஏராளமான பெண்கள் எடுத்துக்கொண்ட புகைப்படங்களும் அதற்கு ஆதாரமாக இருக்கின்றன.

இணையத்தில் எல்லோருக்கும் கிடைக்கும்விதமாக இருக்கிற இப்புகைப்படங்கள் அவ்வப்போது பல்வேறு புதிய பொய்யான கதைகளை இணைத்து சமூக ஊடகங்களில் தொடர்ச்சியாக பகிரப்பட்டுக்கொண்டே தான் வருகின்றன. இதன்மூலம் அவரை ஒரு பெண் பித்தராகவும் பெண் மோகியாகவும் சித்தரிப்பதுதான் அவர்களின் முக்கியமான நோக்கமாகும்.

2017 ஆம் ஆண்டு நவம்பர் மாதத்தில் பட்டேல் சாதியினருக்கு இடஒதுக்கீடு வேண்டுமென்று போராடிய ஹர்திக் பட்டேல் இருப்பதாகச் சொல்லப்பட்ட வீடியோ ஒன்று வெளியாகியிருந்தது. அப்போது, நேருவுக்கும் ஹர்திக் பட்டேலுக்கும் ஒரே மரபணுதான் போலிருக்கிறது என்று பாஜகவின் தகவல் தொழிற்நுட்பப் பிரிவின் தலைவரான அமித் மால்வியா சமூக ஊடகங்களில் வம்பிழுத்தார்.

பகிரப்பட்ட செய்தி:

'ஹர்திக் பட்டேலுக்கு இருப்பது நேருவின் மரபணு போலிருக்கிறது' என்று பெண்களுடன் நேரு இருப்பதுபோன்ற புகைப்படங்களை பாஜகவின் தகவல் தொழிற்நுட்பப்பிரிவின் தலைவரான அமித் மால்வியா ட்விட்டரில் பகிர்ந்திருந்தார். தற்போது ட்விட்டரிலிருந்து அப்பதிவு நீக்கப்பட்டிருக்கிறது.

Amit Malviya
@malviyamit

It seems Hardik has more of Nehru's DNA, contrary to what @shaktisinhgohil claimed..

**உண்மை என்ன?**

நேருவின் புகழுக்குக் களங்கம் ஏற்படுத்தும் விதத்தில் பகிரப்படும் புகைப்படங்கள் சிலவற்றில் அவருடன் இருப்பது அவரது சகோதரி என்பதைக்கூட கண்டுகொள்ளாமல் வதந்தியைப் பரப்புகின்றனர்.

அமித் மால்வியா பகிர்ந்த புகைப்படங்களில் மேலிருந்து இடதுபுறத்தில் இருக்கும் முதல் படத்தில் நேருவின் கன்னத்தில் பொதுவெளியில் முத்தம் கொடுப்பது அவரது சகோதரி விஜயலட்சுமி பண்டிட் அன்றி வேறில்லை. அவர் ஐநாவுக்கான இந்தியாவின் முதல் தூதராக 1949இல் இருந்தார். அப்போது அமெரிக்கப் பயணம் மேற்கொண்டிருந்த நேருவை அவரது சகோதரி வரவேற்றபோது எடுத்த புகைப்படம் தான் அது.

அதேபோல அதில் மேலிருந்து வலதுபுறத்தில் இருக்கும் முதல் புகைப்படத்தில் இருப்பதும் நேருவின் சகோதரி விஜயலட்சுமி பண்டிட் தான். அவர் ரஷ்யாவுக்கான இந்திய தூதராக இருந்தபோது, இந்தியா வருகையில் டெல்லி விமான நிலையத்தில் அவரது சகோதரரான நேரு வரவேற்றபோது எடுத்த புகைப்படம் அது.

அதேபோன்று, கீழிருந்து வலதுபுறக் கடைசிப் புகைப்படத்தில் இருப்பது நேருவின் சகோதரியான விஜயலட்சுமி பண்டிட்டின் இரண்டாவது மகளான நயன்தாரா சாகல். 1955இல் நேரு லண்டன் சென்றிருந்தபோது அவரை விமான நிலையத்தில் விஜயலட்சுமி பண்டிட்டும் அவரது மகளும் வரவேற்றபோது எடுத்த புகைப்படம் இது. அருகில் விஜயலட்சுமி பண்டிட்டும் இருக்கிறார் என்பதையும் நாம் கவனிக்கமுடியும். அப்போது பிரிட்டனுக்கான இந்திய உயர் ஆணையராக விஜயலட்சுமி பண்டிட் இருந்தார் என்பது குறிப்பிடத்தக்கது.

எட்வினா மௌண்ட்பேட்டன், ஜாக்லின் கென்னடி, நடனக்கலைஞர் மிரினாளினி சாராபாய் உள்ளிட்ட பிரபலமானவர்கள்தான் அவருடன் மற்ற புகைப்படங்களில் இருப்பது. அவர் சிகரட் பிடிப்பது போன்ற ஒரு புகைப்படம்கூட இந்த சமூக ஊடக வதந்தியாளர்களுக்கு பிரச்சனை போலும்.

---

Reference: https://timesofindia.indiatimes.com/india/bjp-it-cell-head-in-nehru-tweet-row/articleshow/61680161.cms

# வெகுமக்கள் ஊடகங்கள்

வரலாற்று நெடுகவே வாசிப்பாளர்களுக்கும் பார்வையாளர்களுக்கும் நேயர்களுக்கும் சரியான செய்திகளை மிகத் துல்லியமான முறையில் கொண்டு சேர்க்கும் கருவியாக செய்தி நிறுவனங்கள் இருந்து வந்திருக்கின்றன. சுதந்திர சமூகத்தில் ஊடகத்தின் பணி முக்கியத்துவம் வாய்ந்ததாகவும் இருக்கிறது.

மக்களாட்சியின் மூன்றாவது தூணான ஊடகங்களிடம் தான் கவனமாகவும் மிகச்சரியாகவும் செய்திகளைத் தரும் பொறுப்பு இருப்பதாக குடிமக்கள் நம்பிக்கை வைத்திருக்கின்றனர். ஆனால் பெரும்பாலான மக்களால் நம்பப்படும் ஊடகங்கள் நடந்துகொள்ளும் விதம் பல்வேறு தருணங்களில் கேள்விக்குறியதாக இருக்கின்றது. பரபரப்பிற்காகவும் மற்றவர்களைவிட அதிவேகமாக செய்திகளை முந்தித்தர வேண்டும் என்பதற்காகவும் செய்தியின் துல்லியமும் உண்மைத் தன்மையும் பலிகடாவாக்கப்படுகிறது. இத்தகைய போக்கு இன்றைக்கு தொலைக்காட்சி செய்தி அலைவரிசைகள் வரையிலும் ஊடுருவியிருக்கிறது.

## 59

## கத்துவா சிறுமி வன்புணர்வு செய்யப்படவில்லை என்பது பிணக்கூராய்வில் வெளிப்பட்டது

ஜம்மு காஷ்மீரின் கத்துவா என்னும் ஊரில் எட்டுவயது சிறுமி மிகக்கொடூரமாக வன்புணர்வு செய்யப்பட்டு கொல்லப்பட்ட சம்பவம் நாடு முழுக்க பெரும் அதிர்வலைகளை உண்டாக்கியது. குற்றஞ்சாட்டப்பவர்களுக்கு ஆதரவாக ஆளும் பாஜக உறுப்பினர்கள் ஆதரவுக்கரம் நீட்டியதும் அவர்களுக்கு ஆதரவாக ஊர்வலமெல்லாம் நடத்தியதும் மக்களின் கோபத்தை அதிகரித்தது. அதனைத் தொடர்ந்து கத்துவா கொலை தொடர்பாக பல்வேறு பொய்யான தகவல்கள் பரப்பப்பட்டன.

பகிரப்பட்ட செய்தி:

'கத்துவா சிறுமி வன்புணர்வெல்லாம் செய்யப்படவில்லை என்றும், சில காயங்கள் மட்டுமே தென்படுவதாகவும் பிணக்கூராய்வு முடிவுகள் தெரிவிக்கின்றன'

என்று தைனிக் ஜகரன் என்கிற பத்திரிக்கையில் முதல் பக்கத் தலைப்புச் செய்தியாக 2018 ஆம் ஆண்டு ஏப்ரல் மாதம் 18 ஆம் தேதியன்று வெளியானது.

கத்துவா சிறுமியை யாரும் வன்புணர்வு செய்ததாக பிணக்கூராய்வு அறிக்கையில் எங்கேயும் குறிப்பிடப்படவில்லை என்றும் உடலில் காணப்படும் காயங்களுக்கு வேறு ஏதாவது காரணம் இருக்கலாம் என்றும் அக்கட்டுரையில் எழுதப்பட்டிருக்கிறது.

அச்சிறுமியின் தொடையில் காணப்படும் சிராய்ப்புகள், அவள் எங்கிருந்தாவது கீழே விழுந்ததனால் ஏற்பட்டதாக இருக்கலாம் என்றும், சைக்கிள் ஓட்டியபோதோ நீச்சல் அடித்தபோதோ குதிரை ஓட்டியபோதோ அவளது யோனிச்சவ்வு கிழிபட்டிருக்கலாம் என்றும் பிணக்கூராய்வில் கூறப்பட்டிருப்பதாக அக்கட்டுரையில் எழுதப்பட்டிருக்கிறது.

பாலியல் வன்புணர்வினை நிரூபிக்கும் வகையிலான வேறுபல காயங்கள் குறித்து மிகக்கவனமாக எதையும் அக்கட்டுரையில் எழுதாமல் விட்டது தைனிக் ஜகரன் பத்திரிக்கை.

புது டெல்லி, ஆக்ரா, அலகாபாத், அமிர்தசரசு, அலிகார், கத்துவா மற்றும் ஜம்மு உள்ளிட்ட நாட்டின் பல்வேறு பதிப்புகளில் தைனிக் ஜகரன் அக்கட்டுரையை முதல் பக்கத் தலைப்பாக வெளியிட்டிருந்தது.

***உண்மை என்ன?***

கத்துவா சிறுமியின் பிணக்கூராய்வு அறிக்கையைப் பெற்று ஆல்ட் நியூஸ் ஆய்வுசெய்தது. பிறப்புறுப்பின் இதழ்கள், பிறப்புறுப்பின் கருவாய், யோனி போன்ற இடங்களில் இரத்தம் காணப்பட்டதையும் கன்னித்திரை கிழிபட்டிருப்பதையும் தொடைகள் மற்றும் வயிற்றில் இரத்தக்குறிகள் தென்படுவதையும் பிணக்கூராய்வு பதிவு செய்திருக்கிறது.

'பிணக்கூராய்வில் குறிப்பிடப்பட்டிருக்கிற காயங்கள் அனைத்தும் ஏதோவொரு வகையிலான பாலியல் தாக்குதலாலேயே ஏற்பட்டிருக்கக்கூடும்' என்று காவல்துறைக்கு அனுப்பிய அறிக்கையில் பிணக்கூராய்வு செய்த கத்துவா மாவட்ட மருத்துவக் குழுவினர் எழுதியிருந்தனர்.

வன்புணர்வு செய்பவர்களையும் அதனால் பாதிக்கப்படுபவர்களையும் பல்வேறு வழக்குகளில் ஆய்வுசெய்த கைரேகை நிபுணரும் மருத்துவருமான ஜெய்திப் சர்க்காரை ஆல்ட் நியூஸ் தொடர்பு கொண்டது. நித்தாரி தொடர் படுகொலைகளையும் கூட ஆய்வுசெய்த பிரபல மருத்துவர் அவர்.

1. கத்துவா சிறுமியின் பிணக்கூராய்வில் குறிப்பிடப்பட்டிருக்கும் காயங்கள் அனைத்துமே, வலுக்கட்டாயமாக பாலியல் வன்கொடுமை நடத்தியதற்கான ஆதாரங்களாகவே தென்படுகின்றன.

2. பிணக்கூராய்வில் தெரிவிக்கப்பட்டுள்ள தகவல்களையும் கத்துவா சிறுமியின் வழக்கில் கிடைத்திருக்கும் இதர தகவல்களையும் (கடத்தியது, கட்டாயப்படுத்தி போதையேற்றியது, கொலை செய்தது, குற்றவாளிகளின் வாக்குமூலம் உள்ளிட்டவற்றை) இணைத்துப் பார்க்கவேண்டும்.

3. இரண்டு பிணக்கூராய்வு அறிக்கைகளிலும் உள்ள தகவல்களை ஆய்வு செய்து பார்க்கையில், பாலியல் வன்கொடுமை நடந்ததற்கான சாத்தியக்கூறுகள் அதிகமாக இருப்பதைத் தெளிவாக்குகின்றன.

இப்படி உண்மைகள் ஒன்றாக இருக்க, பொய்களை தனது பத்திரிக்கையின் முகப்புப் பக்கத்திலேயே தலைப்புக் கட்டுரையாக வெளியிட்ட தைனிக் ஜகரன் இதழின் ஆசிரியரை ஆல்ட் நியூஸ் தொடர்புகொள்ள முயற்சித்தது. ஆனால் அதற்கெல்லாம் பதில் சொல்வதற்கு அவர் தயாராக இல்லை.

---

References: https://www.boomlive.in/after-disappearing-act-on-its-website-dainik-jagran-revives- kathua-no-rape-story/

https://twitter.com/JagranNews/status/987321568324980736

## 60

## பயங்கரவாதக் குழுவில் இணைந்த அலிகார் முஸ்லிம் பல்கலைக்கழக மாணவரால், மற்றொரு மாணவரைக் காணவில்லை

**பகிரப்பட்ட செய்தி:**

'அலிகார் முஸ்லிம் பல்கலைக்கழகத்தில் ஆய்வு மாணவராக இருந்த ஒருவர் பயங்கரவாத இயக்கத்தில் சேர்ந்ததால், அவருடைய அறையில் வசித்த மற்றொரு மாணவரையும் காணவில்லை' என்ற செய்தி பரவியது.

2018 ஆம் ஆண்டு ஜனவரி மாதம் தி டைம்ஸ் ஆப் இந்தியா பத்திரிக்கையில் 'ஹிஸ்புல் இயக்கத்தில் இணைந்த மாணவரின் அறைத்தோழரைக் காணவில்லை' என்ற தலைப்பிட்டு ஒரு கட்டுரை வெளியானது. அலிகார் முஸ்லிம் பல்கலைக்கழகத்தின் ஆய்வு மாணவரான மன்னன் பஷீர் வானி என்பவர் ஹிஜ்புல் முஜாகிதீன் இயக்கத்தில் இணைந்துவிட்டதாகவும், அந்த மாணவரின் அறையில் தங்கியிருந்த மற்றொரு மாணவரையும் காணவில்லை என்றும் அக்கட்டுரையில் எழுதப்பட்டிருந்தது. மேலும், பயங்கரவாத இயக்கத்தில் இணைந்து காணாமல் போன மாணவர், காஷ்மீரின் பாரமுல்லா என்னும் ஊரிலிருந்து வந்தவர் என்றும், அவர் 2017 ஆம் ஆண்டு ஜூலை மாதத்திலிருந்தே காணவில்லை என்றும் அலிகாரின் காவல்துறை ஆய்வாளர் ராஜேஷ் பாண்டே தெரிவித்ததாக அக்கட்டுரையில் குறிப்பிடப்பட்டிருக்கிறது.

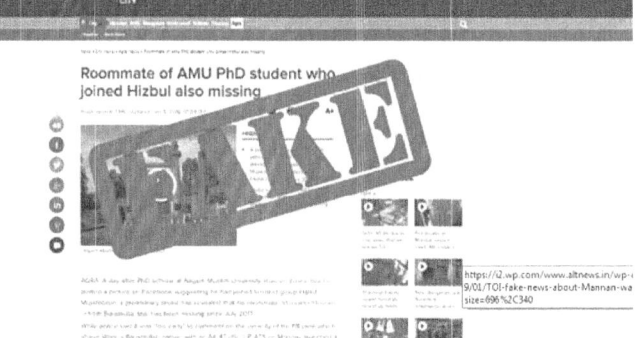

**உண்மை என்ன?**

அக்கட்டுரை முழுவதுமே பொய்யான தகவல்களைக் கொண்டுதான் எழுதப்பட்டிருக்கிறது.

> *'அக்கட்டுரையைப் படித்ததிலிருந்தே நான் மிகுந்த வருத்தத்தில் இருக்கிறேன். எனக்கும் வாழ்க்கை இருக்கிறது, எதிர்காலக் கனவுகள் இருக்கின்றன. ஆனால் இக்கட்டுரை என்னை பேராபத்தில் சிக்கவைத்திருக்கிறது. இக்கட்டுரையை எழுதியவர்கள் என்னைத் தொடர்புகொள்ளவுமில்லை, என்னிடம் பேசவுமில்லை. நான் இங்கேயேதான் இருக்கிறேன். ஆனால், நான் காணாமல் போய்விட்டதாக எந்த ஆதாரமும் இல்லாமல் இவர்களால் எப்படி எழுத முடிகிறது என்றே எனக்குத் தெரியவில்லை.'*

என ப்ரீ ப்ரெஸ் காஷ்மீர் என்னும் இதழுக்கு காணாமல் போனதாக கூறப்பட்ட அந்த மாணவரே அளித்த பேட்டியில் குறிப்பிட்டிருக்கிறார்.

இதனை பாராமுல்லா காவல்துறை தன்னுடைய ட்விட்டர் பக்கத்தில் தெரிவித்திருக்கிறது.

61

# ட்விட்டரில் இணைந்த ஒரே மணிநேரத்தில் முப்பது இலட்சம் பேரால் பின் தொடரப்பட்ட இந்திய ஜனாதிபதி இராம்நாத் கோவிந்த்

**பகிரப்பட்ட செய்தி:**

*2017 ஆம் ஆண்டு ஜூலை மாதத்தில் இந்தியாவின் புதிய ஜனாதிபதியாக இராம்நாத் கோவிந்த் பதவியேற்ற ஒரு மணி நேரத்திற்குள்ளாகவே ட்விட்டரில் முப்பது இலட்சம் பேரால் பின்தொடரப்பட்டார் என்று ரிபப்ளிக் டிவி, தி டைம்ஸ் ஆப் இந்தியா, ஜீ செய்திகள், தி எக்கனாமிக் டைம்ஸ், தி பைனான்சியல் எக்ஸ்பிரஸ் உள்ளிட்ட பல்வேறு ஊடகங்கள் செய்தி வெளியிட்டன.*

**உண்மை என்ன?**

அத்தகவல் முற்றிலும் பொய்யானது.

ஜனாதிபதி, துணை ஜனாதிபதி மற்றும் இன்னபிற அமைச்சர்களின் அதிகாரப்பூர்வ ட்விட்டர் கணக்குகள் அனைத்தும் அரசாங்கத்தின் சொத்தாகத்தான் கருதப்படுகின்றன.

இந்தியாவில் மட்டுமல்ல, உலகின் பல்வேறு நாடுகளில் இப்படியான வழக்கம்தான் பின்பற்றப்படுகிறது. அமெரிக்காவின் அதிபராக இருந்த ஒபாமா @potus என்கிற ட்விட்டர் கணக்கைப் பயன்படுத்தி வந்தார். அந்த ட்விட்டர் கணக்கும் அதனைப் பின்தொடர்ந்தவர்களின் எண்ணிக்கையும் அப்படியே அவருக்குப் பிறகு அதிபராகப் பதவியேற்ற ட்ரம்புக்கு கைமாற்றப்பட்டது. அதே வழக்கத்தைப் பின்பற்றி, பிரணாப் முகர்ஜி பயன்படுத்தி வந்த @RashtrapatBhvn என்கிற ட்விட்டர் கணக்கு இராம்நாத் கோவிந்திடம் ஒப்படைக்கப்பட்டது.

1. பிரணாப் முகர்ஜி ஜனாதிபதியாக இருந்தபோது @RashtrapatBhvn என்கிற ட்விட்டர் கணக்கில் எழுதிய அனைத்தும் @POI13 என்கிற பெயருக்கு மாற்றப்பட்டுவிட்டன

2. இராம்நாத் கோவிந்த் பதவியேற்றபின்னர் @RashtrapatBhvn என்கிற ட்விட்டர் கணக்கில், முன்பு பிரணாப் முகர்ஜி எழுதிய பதிவுகள் எதுவும் இல்லாமல் முதலில் இருந்தே துவங்கும். பிரணாப் முகர்ஜி எழுதிய பதிவுகள் இருக்காது என்றாலும், அவர் காலத்தில் @RashtrapatBhvn என்ற ட்விட்டர் கணக்கைப் பின்தொடர்பவர்களில் எந்த மாற்றமும் செய்யப்படவில்லை. ஆகவே பிரணாப் முகர்ஜி ஜனாதிபதியாக இருந்தபோது பின்தொடர்ந்த 30 இலட்சத்திற்கும் மேற்பட்டோர் இராம்நாத் கோவிந்த் ஜனாதிபதியான போது அப்படியே எவ்வித மாற்றமும் இன்றி பின்தொடர அனுமதிக்கப்பட்டார்கள். அதனால் தான் இராம்நாத் கோவிந்த் ஜனாதிபதி ஆனவுடனேயே, அவரை 30 இலட்சத்திற்கும் மேற்பட்டோர் புதிதாகப் பின்தொடர்வதைப் போன்ற மாயையைக் கொடுத்திருக்கிறது. உண்மையில் பிரணாப் முகர்ஜி காலத்திலேயே இருந்த எண்ணிக்கைதான் அது.

# 62

# இராமர் கோவிலுக்கு ஆதரவாகக் களமிறங்கிய முஸ்லிம் பெண்கள்

**பகிரப்பட்ட செய்தி:**

2018 ஆம் ஆண்டு நவம்பர் மாதத்தில் இராமர் கோவில்-பாபர் மசூதி விவகாரம் பரபரப்பாகப் பேசப்பட்டுக் கொண்டிருந்த வேளையில், மீரட் தெருக்களில் இறங்கி ஏராளமான முஸ்லிம் பெண்கள் இராமர் கோவிலுக்கு ஆதரவு தெரிவித்ததாக அமர் உஜாலா, நியூஸ் 18, பத்திரிக்கா, கேட்ச் நியூஸ் மற்றும் ஆஃப் இந்தியா உள்ளிட்ட பல்வேறு ஊடகங்கள் செய்தி வெளியிட்டன.

'கடவுள் மீது ஆணையிட்டுக் கூறுகிறோம், அங்கே (இராமர்) கோவில் கட்டப்படும்: முஸ்லிம் பெண்கள் ஆதரவு, ஆண்களின் நிலைப்பாடு தெளிவாக இல்லை' என்ற தலைப்பிட்டு மீரட்டிலிருந்து எழுதப்பட்டதாகக் குறிப்பிட்டு அமர் உஜாலா பத்திரிக்கையில் நவம்பர் 25 ஆம் தேதியன்று ஒரு கட்டுரை வெளியிடப்பட்டது.

'அயோத்தியாவின் இராமர் கோவில் குறித்து நாடு முழுவதிலும் மிகப்பெரிய விவாதம் நடந்துகொண்டிருக்கிறது. இந்து அமைப்புகள் மட்டுமல்லாமல், முஸ்லிம் பெண்களும் இராமர் கோவிலைக் கட்டுவதற்கு ஆதரவாகத் தங்கள் குரலை எழுப்ப ஆரம்பித்துள்ளனர்'

என்று மீரட்டில் உள்ள முஸ்லிம் பெண்கள் ஒட்டுமொத்தமாக இராமர் கோவிலுக்கு ஆதரவு தெரிவிக்க முன்வந்திருப்பது

போன்ற தோற்றத்தை அமர் உஜாலா பத்திரிக்கையின் கட்டுரை உருவாக்கியது.

'இராமர் கோவில் விவகாரத்தில் மீரட் முஸ்லிம் பெண்களின் மிகப்பெரிய முன்னெடுப்பு. கடவுள் மீது ஆணையாக, அங்கே (இராமர்) கோவில் கட்டப்படும். இராமர் பிறந்த இடத்தின்மீது எல்லோருக்கும் பிணைப்பு இருக்கிறது. பாபர் மசூதிக்கும் முஸ்லிம்களுக்கும் எந்தத் தொடர்பும் இல்லை. இன்னும் சொல்லப்போனால், பாபர் தான் முஸ்லிம்களை அடிமைப்படுத்தி வைத்திருந்தார்'

என்று உத்தரப் பிரதேச மாநிலத்தின் நியூஸ் 18 செய்தி நிறுவனம், தன்னுடைய ட்விட்டர் பக்கத்தில் 'முக்கியச்செய்திகள்' எனத் தலைப்பிட்டு செய்தி வெளியிட்டது.

வெகுமக்கள் ஊடகங்கள் | 225

**உண்மை என்ன?**

இச்செய்தியில், சொல்லப்படாத பொய்யொன்று ஒளிந்துகிடக்கிறது.

அப்போராட்டத்தில் கலந்துகொண்ட பெண்கள் அனைவரும் ஆர்எஸ்எஸ் இயக்கத்தின் துணையமைப்பில் உறுப்பினர்களாக இருப்பவர்கள் என்கிற உண்மையை மட்டும், இப்படியாக செய்திகளை வெளியிட்ட ஊடகங்கள் அனைத்துமே திட்டமிட்டு மறைத்திருக்கின்றன. 'முஸ்லிம் இராஷ்ட்ரிய மன்ச்' மற்றும் 'இராஷ்ட்ரிய ஏக்தா மிசன்' ஆகிய இரு அமைப்புகளும் ஆர்எஸ்எஸ் இயக்கத்தின் துணையமைப்புகளாகும். இவற்றில் உறுப்பினர்களாக இருக்கும் பெண்கள் தான் இராமர் கோவிலுக்கு ஆதரவாகக் குரல் கொடுத்தனர். அப்பெண்களின் முஸ்லிம் பெயர்களை முன்வைத்து அதிதீவிர பிரச்சாரத்தில் ஊடகங்கள் இறங்கியிருக்கின்றன. ஆனால், ஆர்எஸ்எஸ் அமைப்பின் உறுப்பினர்களாக இருக்கும் பெண்கள் இராமர் கோவிலுக்கு ஆதரவாகத் தெருவில் இறங்கி ஆதரவு தெரிவிப்பது இயல்பான நிகழ்வுதானே என்பதை மட்டும் கவனமாகத் தவிர்த்திருக்கிறார்கள்.

# 63

# அடல் பிகாரி வாஜ்பாய்க்கு மருத்துவர்கள் இறுதி மரியாதை செலுத்துவதைப் போன்று வெளியான புகைப்படம்

**பகிரப்பட்ட செய்தி:**

*‘முதுபெரும் அரசியல் தலைவருக்கு மருத்துவர்கள் தங்களது இறுதி மரியாதையை செலுத்தும் புகைப்படத்தை ஜீ செய்திகள் வெளியிடுகிறது’ என்று தலைப்பிட்டு முன்னாள் பிரதமர் அடல் பிகாரி வாஜ்பாய் மரணித்த மறுநாளே (16 ஆகஸ்ட் 2018) ஜீ செய்திகள் வெளியிட்டது.*

*‘அடல் பிகாரி வாஜ்பாய்க்கு இறுதி மரியாதையை செலுத்தும்விதமாக அனைத்து மருத்துவர்களும் வரிசையாக நின்று, அமைதிகாத்து, தலையைக் குனிந்து நின்றனர்’ என்று டிஎன்ஏ பத்திரிக்கையின் கட்டுரையிலும் எழுதப்பட்டிருக்கிறது. அத்துடன் பல மருத்துவர்கள் தலைகுனிந்து ஒரு கட்டிலில் கிடத்தப்பட்டிருக்கும் ஒருடலுக்கு அருகிலே நின்றிருப்பதைப் போன்ற புகைப்படத்தையும் இணைத்திருந்தது.*

*‘அடல் பிகாரி வாஜ்பாய்க்கு இறுதி மரியாதை செலுத்தும் எயிம்ஸ் மருத்துவர்கள்’ என்று தலைப்பிட்டு ஜீ செய்திகளும் டிஎன்ஏவும் இதே புகைப்படத்தை வெளியிட்டிருந்தன.*

**உண்மை என்ன?**

அப்புகைப்படமே சீனாவில் எடுக்கப்பட்ட வேறொரு புகைப்படம் தான்.

அதனை உற்றுப்பார்த்தாலே, அது இந்தியாவில் எடுக்கப்பட்ட புகைப்படமல்ல என்பது தெரிந்துவிடும். தன்னுடைய இறப்புக்குப் பின்னர் அனைத்து உடலுறுப்புகளையும் தானம் செய்துவிட்ட ஒரு பெண்ணின் உடலுக்கு அருகில், அப்பெண்ணுக்கு மரியாதை செலுத்தும் விதமாகவே மருத்துவர்கள் சிரம்தாழ்த்தி நின்றுகொண்டிருந்தனர். வெறும் பதினேழு வயதேயான வூ ஹுவாஜிங் என்பது தான் அப்பெண்ணின் பெயர். அவர் 2012 ஆம் ஆண்டு நவம்பர் 22 ஆம் தேதியன்று குவாங்டொங் என்னும் ஊரில் இறந்தபின்னர் உடலுறுப்பு தானம் நடைபெற்றது. இந்த உண்மையை அப்படியே மாற்றி அவ்வுடலை வாஜ்பாயின் உடல் என்று கூறி வதந்தி பரப்பப்பட்டிருக்கிறது. ஜீ செய்திகளும் டிஎன்ஏவும் தாங்கள் வெளியிட்ட செய்தி பொய்யென்று தெரிந்துகொண்டு, பின்னர் தங்களது ட்விட்டர் பக்கத்திலிருந்து நீக்கியிருக்கின்றன. ஆனால் மன்னிப்பேதும் கேட்கவில்லை.

# தனிநபர்கள் மீதான தாக்குதல்கள்

சமூக ஊடகங்களில் பரவும் அனைத்து வதந்திகளும் திட்டமிட்டு பரப்பப்படுபவையல்ல. அவ்வாறு திட்டமிட்டு பரப்பப்படாத பொய்செய்திகளையும் திட்டமிட்டே பரப்பப்படுகிற செய்திகளையும் வேறுபடுத்திப் புரிந்துகொள்ளவேண்டும். உணர்ச்சிவசப்பட்டு சில பொய்யான தகவல்களை உண்மையென்று நம்பி, சமூக ஊடகங்களில் பகிர்ந்து பரவலாக்குவதும் நடந்துகொண்டுதான் இருக்கிறது.

இருப்பினும் சமூக ஊடகங்களில் அனைத்து தளங்களிலும் ஒருங்கிணைந்து திட்டமிட்டே பொய்களையும் வதந்திகளையும் பரப்புவதற்காகவும் பல குழுக்கள் இயங்கித்தான் வருகின்றன. அப்படியானவர்கள் பல பேஸ்புக் பக்கங்களையும் ட்விட்டர் கணக்குகளையும் குழுக்களையும் இயக்கிவருகின்றனர். அவர்கள் ஒரு குறிப்பிட்ட தத்துவத்திற்காகவோ அரசியல் கட்சிக்காகவோ வேலை பார்க்கிறவர்களாகவோ அல்லது ஆதரவாளர்களாகவோ இருந்து, தங்களது அரசியல் எதிரிகளை குறிவைத்துத் தாக்கியே பொய்யான செய்திகளைப் பரப்புவார்கள்.

# 64

# வெறுப்புணர்வைத் தூண்டுவதைப்போன்ற பர்ஹான் அக்தரின் பொய்யான மேற்கோள்

2018 ஆம் ஆண்டு ஜனவரி மாதத்தில் உத்தரப் பிரதேசத்தின் காசகஞ்ச் பகுதியில் வகுப்புவாதக் கலவரம் வெடித்தபோது, நடிகர் பர்ஹான் அக்தர் கூறியதாக மேற்கோளிட்டு ஒரு செய்தி சமூக ஊடகங்களில் பரவத்துவங்கியது.

குடியரசு தினத்தன்று காசகஞ்சில் வெடித்த வகுப்புவாத கலவரத்தினால் சிலர் கொல்லப்பட்டனர். அதனை பர்ஹான் அக்தர் ஆதரித்துப் பேசியதாக அச்செய்தியில் கூறப்பட்டுள்ளது. இதனை போஸ்ட்கார்ட் நியூஸ் உள்ளிட்ட பல ஊடகங்களும் செய்தியாக வெளியிட்டன.

## உண்மை என்ன?

சமூக ஊடகங்களில் தான் பேசியதாக பரப்பப்படும் வரிகளை, தான் எங்கேயும் எப்போதும் பேசவில்லை என்றும், தன் மீது திட்டமிட்டு வன்மமான முறையில் பிரச்சாரம் செய்யப்படுவதாகவும், சமூக ஊடகங்களில் எதை நம்பலாம் எதை நம்பக்கூடாது என்பதில் மிகக்கவனமாக இருக்கவேண்டும் என்று தன்னுடைய ரசிகர்களுக்கு வேண்டுகோளும் விடுத்தார் பர்ஹான் அக்தர். ஆக, கலவரத்தைத் தூண்டுவதற்காகவே திட்டமிட்டு பரப்பப்பட்ட செய்தியாகத்தான் இதனைப் பார்க்க வேண்டியிருக்கிறது.

---

Reference: https://twitter.com/FarOutAkhtar/status/958205458371706880

# 65

## சிறுகுழந்தைகளை வன்புணர்ந்தவர்களுக்கு ஆதரவாகப் பேசியதாக பத்திரிக்கையாளர் ரானா அயூப் மீது குற்றச்சாட்டு

சமூக ஊடகங்களின் வதந்திகளில் மையப்புள்ளியாக இருப்பவர்களில் புலனாய்வுப் பத்திரிக்கையாளரான ரானா அயூப்புக்கும் முக்கியமான இடம் உண்டு. அவரை வைத்து பலவிதமான வதந்திகளை பெரும்பாலும் வலதுசாரி சமூக ஊடகங்கள் அவ்வப்போது பரப்பிக்கொண்டே இருக்கின்றன. அதிலும், அவர் கூறியதாக பல மேற்கோள்களை உருவாக்கி, சமூக ஊடகங்களில் பரவலாக்கி விடுகின்றனர்.

ஐநா சபையின் மனித உரிமை ஆணையமே இந்திய அரசைத் தொடர்புகொண்டு, ரானா அயூப்புக்கு எதிரான தொடர்ச்சியான தாக்குதல்களை உடனடியாகத் தடுக்குமாறு கேட்டுக்கொள்ளும் அளவிற்கு அவர் மீது வன்மமான முறைகளில் தாக்குதல்கள் நடத்தப்பட்டுக்கொண்டே இருக்கின்றன.

பகிரப்பட்ட செய்தி:

'வன்புணர்வு செய்யும் 18க்கும் குறைவான வயதுடையவர்களும் மனிதர்களே. அவர்களுக்கு மனித உரிமை மறுக்கப்படலாமா? மிகப்பெரிய எண்ணிக்கையிலான முஸ்லிம்களை கொல்வதற்காகவே, அப்படியான இளவயது வன்புணர்வுக் குற்றவாளிகளுக்கு தூக்குத் தண்டனை வழங்க இன்றைய

*இந்துத்துவா அரசாங்கம் சட்டம் கொண்டுவருகிறது. இந்தியாவில் முஸ்லிம்களுக்கு இனியும் பாதுகாப்பே இல்லை'*

என்று ராணா அயூப் கூறியதாக சமூக ஊடகங்களில் பரப்பப்பட்டது.

ரிபப்ளிக் தொலைக்காட்சி எப்போதுமே இதுபோன்ற வதந்திகளைப் பரப்பும் என்று கிண்டலாக சொல்வதற்காகவே உருவாக்கப்பட்ட ஒரு ட்விட்டர் கணக்கிலிருந்தும், இது பகிரப்பட்டிருக்கிறது. அதனை அப்படியே யோகி ஆதித்யநாத்தின் சேனை என்கிற ட்விட்டர் பக்கமும் பகிர்ந்திருக்கிறது.

**உண்மை என்ன?**

ராணா அயூப் கூறியதாக மேற்கோள் காட்டப்பட்ட வரிகள் முற்றிலும் பொய்யானவை. ஒரு நையாண்டி ட்விட்டர் கணக்கிலிருந்துதான் இது முதன்முதலாகத் துவங்கியிருக்கிறது. ஒரு செய்தித்தொலைக்காட்சியை நையாண்டி செய்பவர்களால் தான் இது பரவியிருக்கிறது என்றும், தான் இப்படியாக எந்தவொரு அறிக்கையும் கொடுக்கவில்லை என்றும் பேஸ்புக்கில் ராணா அயூப்பே தெளிவுபடுத்தியிருக்கிறார்.

---

https://scroll.in/latest/877007/network-of-women-in-media-demands-immediate-end- to-online-vilification-of-journalist-rana-ayyub

# 66

# ஒரு குறிப்பிட்ட அரசியல் கட்சிக்காகவே தான் வேலைபார்ப்பதாக வீடியோவில் ஒப்புக்கொண்டு மாட்டிக்கொண்ட இரவிஷ் குமார்

**பகிரப்பட்ட செய்தி:**

*2017 ஆம் ஆண்டு செப்டம்பர் மாதம், பத்திரிக்கையாளர் இரவிஷ் குமாரின் வீடியோ ஒன்றினை பாஜகவின் தகவல் தொழிற்நுட்பப் பிரிவுத் தலைவரான அமித் மால்வியா ட்விட்டரில் வெளியிட்டார். மறைமுகமாக ஒரு அரசியல் கட்சிக்காகவே அவர் வேலை பார்ப்பதை ஒப்புக்கொண்டதைப் போன்ற தோற்றமளித்தது அந்த வீடியோ.*

> *'அந்த நபர் மன்னிப்பு கேட்காதவரைக்கும் அவர் ஒரு தேசியவாதி மட்டுமல்ல இந்துத்துவவாதியும்கூட இல்லை என்று என்னுடைய கட்சிக்காரர்களிடம் சொல்வேன்'*

*என்று இரவிஷ் குமார் பேசிய வீடியோவை பகிர்ந்து, 'ஒரு பத்திரிக்கையாளர் ஒரு கட்சியில் அங்கம் வகிக்கலாமா?' என்று கேட்டிருக்கிறார் பாஜகவின் அமித் மால்வியா.*

 **Amit Malviya**
@amitmalviya

पत्रकार की कौन सी पार्टी होती है?

Translate Tweet

6:38 PM - 10 Sep 2017

**உண்மை என்ன?**

இந்திய பத்திரிக்கையாளர் சங்கத்தில் இரவிஷ் குமார் அளித்த பத்து நிமிட பேட்டியிலிருந்து வெறுமனே 11 நொடியை மட்டுமே வெட்டியெடுத்து தான் அமித் மால்வியா பகிர்ந்திருந்தார்.

> "பிரதமர் மோடி சீனா மற்றும் மியான்மர் சுற்றுப்பயணத்தை முடித்துக்கொண்டு இந்தியாவுக்கு திரும்பிவந்தவுடனேயே, தாதிச்சியை ட்விட்டரில் பின்தொடர்வதை நிறுத்துவதோடு, தன்னுடைய தவறையும் ஒப்புக்கொள்ளவேண்டும். அதுமட்டுமில்லாமல், 'அந்த நபர் (தாதிச்சி) மன்னிப்பு கேட்காதவரைக்கும் அவர் ஒரு தேசியவாதி மட்டுமல்ல இந்துத்துவவாதியும்கூட இல்லை என்று என்னுடைய கட்சிக்காரர்களிடம் சொல்வேன்' என மோடி உறுதிபட சொல்லவேண்டும். இந்திய மக்களாகிய நாம் இந்தியப் பிரதமரிடம் இதைச் செய்ய வலியுறுத்தவேண்டும்"

என்றே இரவிஷ் பேசியிருந்தார்.

அபிஷேக் தாதிச்சி என்பவரை ட்விட்டரில் பிரதமர் மோடி பின் தொடர்வதாக இரவிஷ் குமார் தன்னுடைய பேச்சில் குறிப்பிட்டிருந்தார். கௌரி லங்கேஷ் கொல்லப்பட்டதை ஆதரித்து, வெறுப்பூட்டும் பிரச்சாரம் செய்பவர்தான் தாதிச்சி என்பவர். அத்தகைய கொடூர மனம் படைத்த தாதிச்சியை ஆதரிக்கக்கூடாது என தன்னுடைய கட்சிக்காரர்களிடம் மோடி கூறவேண்டும் என்றுதான் இரவிஷ் குமார் குறிப்பிட்டாரேயொழிய, அவர் எந்தக் கட்சியையும் சார்ந்திருப்பதாகக் கூறவில்லை. பத்து நிமிட வீடியோவின் நடுவிலிருந்து பதினோரு நொடிப்பேச்சினை மட்டுமே எடுத்து வெளியிட்டு, பொய்யான தோற்றத்தையும் வதந்தியையுமே பரப்பியிருக்கின்றனர் அமித் மால்வியாவும் அவரது ஆதரவாளர்களும்.

---

Reference: https://twitter.com/amitmalviya/status/906866900172492800

# 67

# கத்துவா சிறுமிக்காக வசூலித்த நிதியை சுருட்டி எடுத்துக்கொண்டார் ஷீலா ரஷித்

**பகிரப்பட்ட செய்தி:**

வன்புணர்வு செய்யப்பட்ட கத்துவா/உன்னாவ் சிறுமிகளுக்காக பொதுமக்களிடம் கூட்டு நிதிதிரட்டல் செய்யப்பட்ட பணத்தை சுருட்டி எடுத்துக்கொண்டார் ஷீலா ரஷித் என்ற செய்தி பரவியது.

கத்துவாவில் வன்புணர்வு செய்யப்பட்டு கொல்லப்பட்ட சிறுமியின் குடும்பத்திற்காக கூட்டு நிதிதிரட்டல் செய்து, அதில் வசூலான மொத்த பணத்தையும் ஜவஹர்லால் நேரு பல்கலைக்கழகத்தின் மாணவர் தலைவரான ஷீலா ரஷித் சுருட்டியெடுத்துக் கொண்டார் என்று 2018 ஆம் ஆண்டு நவம்பர் மாதத்தில் சமூக ஊடகங்களில் செய்தி பரவியது. 2018 ஆம் ஆண்டு ஏப்ரல் மாதத்தில் கூட்டு நிதிதிரட்டல் துவங்கிய போதிலிருந்தே, ஷீலா ரஷித் மீது இப்படியான குற்றச்சாட்டு சமூக ஊடகங்களில் பகிரப்பட்டுக்கொண்டே தான் இருக்கிறது.

'கத்துவா வெறும் சாக்குதான், தேசம்தான் அவர்களின் இலக்கு' என்று ஹேஷ்டேக்கை உருவாக்கி, 'கூட்டுப்பாலியல் வன்புணர்வில் பாதிக்கப்பட்டவரின் பெயரைப் பயன்படுத்திக்கொண்டு லட்சக்கணக்கில் பணம் சம்பாதிக்கும் வித்தையைப் பாருங்களேன்' எனத் தலைப்பிட்டு, ஜீ தொலைக்காட்சியில் 'டெய்லி நியூஸ் அனாலிசிஸ்' என்கிற நிகழ்ச்சியில் சுதிர் சௌத்ரி பொய்களைப் பரப்பினார்.

ட்விட்டரில் தனக்கு எதிராகப் பரப்பப்படும் வெறுப்புப் பதிவுகளையும் நச்சுத்தன்மை வாய்ந்த பொய்களையும் காரணம்காட்டி ரஷித் ட்விட்டரிலிருந்தே வெளியேறிவிட்டார். அதன் பின்னர் அவர் மீதான அவதூறுகள் மேலும் தீவிரமாக சமூக ஊடகங்களில் கொண்டு செல்லப்பட்டன.

**Vibhor Anand** @vibhor_anand · 4d

If you donated to Shehla Rashid for the **Kathua** Victim and feel cheated, then please connect with me, I am planning to take legal action against her. If you know anyone who donated, please connect him/her with me.

◯ 95     ⟲ 2,373     ♡ 3,652     ⤴

**Vibhor Anand** @vibhor_anand · 5d

Someone has Just suggested that a PIL must be filed against @Shehla_Rashid for knowing where has 40+ Lacs gone which she collected in the name of **Kathua** Victim.If anyone has Screenshots of her tweets of that time, please DM me,i would initiate legal action to recover every penny.

◯ 78     ⟲ 1,167     ♡ 2,082     ⤴

**உண்மை என்ன?**

பகிரப்பட்ட செய்திகள் எவற்றிலும் உண்மை இல்லை.

2018 ஆம் ஆண்டு ஏப்ரல் 13 ஆம் தேதியன்று, கத்துவாவில் வன்புணர்வு செய்யப்பட்டு கொல்லப்பட்ட சிறுமியின் குடும்பத்திற்கு நிதிதிரட்டும் பணியினை கெட்டோ என்கிற அமைப்புடன் இணைந்து க்ரவுட்நியூசிங் என்னும் கூட்டு நிதித்திரட்டல் நிறுவனம் தொடங்கியது. பத்து லட்ச ரூபாய்

திரட்டுவதை இலக்காக நிர்ணயித்திருந்தனர். ஷீலா ரஷித்தும் அப்பிரச்சாரத்திற்கு உதவினார்.

மக்கள் கொடுத்த பேராதரவைத் தொடர்ந்து, நிதிதிரட்டும் பணியை உன்னாவ் பகுதியில் வன்புணர்வால் பாதிக்கப்பட்ட மற்றொருவருக்கும் சேர்த்தே கூடுதலாக நிதிதிரட்டுவதாக அதனை மாற்றினர். வசூலாகும் ஒட்டுமொத்த பணமும் சரிபாதியாக இரண்டு குடும்பங்களுக்கும் பிரித்துக்கொடுக்கப்படும் என்று ஏப்ரல் 14 ஆம் தேதியன்று க்ரவுட் நியூசிங் அறிவித்தது.

நவம்பர் 4 ஆம் தேதியன்று ஒரு பத்திரிக்கையாளர் சந்திப்பை நடத்தி, திரட்டப்பட்ட நிதிகுறித்து விரிவான விவரங்களை விளக்கியது க்ரவுட்நியூசிங் அமைப்பு. அத்துடன் சமூக ஊடகங்களில் பரப்பப்பட்டுவரும் தகவல்களை பொய்யாக்கும் விதமாக, கத்துவா சிறுமியுடைய குடும்பத்திற்கு வழங்கிய பணம் அவர்களது வங்கிக்கணக்கில் சென்று சேர்ந்ததற்கான ஆதாரத்தையும் வெளியிட்டனர்.

ஜம்மு காஷ்மீர் வங்கி அதிகாரிகளிடம் தனியாக விசாரித்து இதனை ஆல்ட் நியூசும் உறுதிசெய்தது. உன்னாவில் வன்புணர்வால் பாதிக்கப்பட்டவரின் குடும்பத்திடம் பணம் வழங்கப்பட்டதை அவர்களிடமும் விசாரித்து ஆல்ட் நியூஸ் உறுதி செய்திருக்கிறது.

கூட்டு நிதி திரட்டும் பிரச்சாரத்திற்கு ஆதரவு தெரிவித்து அப்பிரச்சாரத்திற்கு துணை நின்றதைத் தவிர, பணத்தை வசூல் செய்ததிலோ பணத்தைக் கையாண்டதிலோ ஷீலா ரஷித்துக்கு எவ்விதப் பங்கும் இருக்கவில்லை. அதனை க்ரவுட் நியூசிங் என்கிற சுயாதீன அமைப்புதான் செய்தது. உண்மை இப்படியிருக்கையில், ஷீலா ரஷித் மீது தொடர்ச்சியாக பொய்யான குற்றச்சாட்டுகளை வதந்திகளாக சமூக ஊடகங்களில் பரவவிட்டிருக்கின்றனர்.

---

References: https://twitter.com/sudhirchaudhary/status/987970226737168384
https://twitter.com/crowdnewsing/status/1063787503864426497

# போலிக் கருத்துக்கணிப்புகள், போலிப் பட்டியல்கள், போலி ட்விட்டர் கணக்குகள்

68

# போலி ட்விட்டர் கணக்கிலிருந்து பகிரப்பட்ட இந்து விரோதக் கருத்துகள்

**பகிரப்பட்ட செய்தி:**

*‘2019 இல் நடைபெறவிருக்கும் தேர்தல்களில் மோடி தோற்கப்போகும் நாளுக்காகக் காத்திருக்கிறேன். முஸ்லிம்களாகிய நாம் இந்துக்களின் வாழ்க்கையை நரகமாக்குவோம். அவர்களை நம் அடிமைகளாக மாற்றுவோம். என்னை நம்புங்கள். மோடி தோற்றபின்னர், முஸ்லிம்களாகிய நாம்தான் இந்தியாவை ஆளப்போகிறோம்’*

என்கிற பதிவொன்று 2018 ஆம் ஆண்டு பிப்ரவரி மாதத்தில் முகம்மதுஜீ69 என்னும் ட்விட்டர் கணக்கில் பதியப்பட்டது. அதனை எழுதியவர், திருபாய் அம்பானி சர்வதேசப் பள்ளியில் ஆசிரியராகப் பணிபுரிவதாகவும் அந்த ட்விட்டர் கணக்கின் சுயவிவரத்தகவல் தெரிவிக்கின்றது.

மதவெறியைத் தூண்டும் விதமாக எழுதப்பட்டிருப்பதாலும் திருபாய் அம்பானியின் பள்ளியில் பணிபுரிவதாக குறிப்பிடப்பட்டிருப்பதாலும், சமூக ஊடகங்களில் ஒரு கொதிநிலையை அந்த ட்விட்டர் பதிவு உருவாக்கியது. அதனை மது கிஷ்வார், போஸ்ட்கார்ட் நியூஸ் உள்ளிட்ட பலரும் பகிர்ந்து பரவலாக்கினர்.

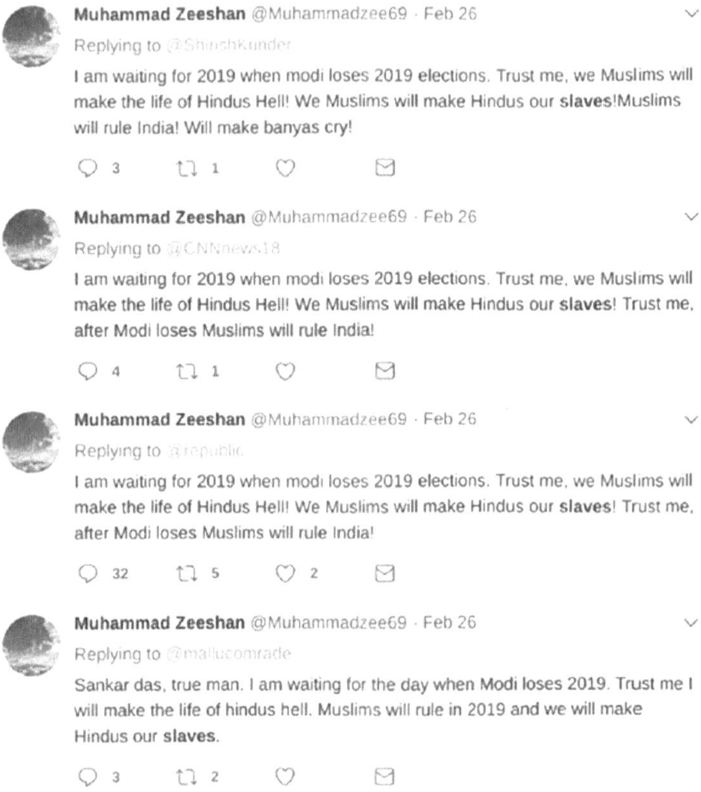

> **Muhammad Zeeshan** @Muhammadzee69 · Feb 26
> Replying to @ShirishKunder
> I am waiting for 2019 when modi loses 2019 elections. Trust me, we Muslims will make the life of Hindus Hell! We Muslims will make Hindus our **slaves**!Muslims will rule India! Will make banyas cry!
>
> ♡ 3    ⟳ 1    ♡    ✉

> **Muhammad Zeeshan** @Muhammadzee69 · Feb 26
> Replying to @CNNnews18
> I am waiting for 2019 when modi loses 2019 elections. Trust me, we Muslims will make the life of Hindus Hell! We Muslims will make Hindus our **slaves**! Trust me, after Modi loses Muslims will rule India!
>
> ♡ 4    ⟳ 1    ♡    ✉

> **Muhammad Zeeshan** @Muhammadzee69 · Feb 26
> Replying to @republic
> I am waiting for 2019 when modi loses 2019 elections. Trust me, we Muslims will make the life of Hindus Hell! We Muslims will make Hindus our **slaves**! Trust me, after Modi loses Muslims will rule India!
>
> ♡ 32    ⟳ 5    ♡ 2    ✉

> **Muhammad Zeeshan** @Muhammadzee69 · Feb 26
> Replying to @mallucomrade
> Sankar das, true man. I am waiting for the day when Modi loses 2019. Trust me I will make the life of hindus hell. Muslims will rule in 2019 and we will make Hindus our **slaves**.
>
> ♡ 3    ⟳ 2    ♡    ✉

## உண்மை என்ன?

இது, கலவரத்தைத் தூண்டுவதற்காக உருவாக்கப்பட்ட ஒரு போலியான ட்விட்டர் கணக்குதான். அப்பதிவை எழுதியதாக சொல்லப்படுபவரின் பெயரில் தங்களுடைய எந்தப் பள்ளிக் கிளைகளிலும் எவரும் பணிபுரியவில்லை என்று மும்பையில் இருக்கும் திருபாய் அம்பானியின் சர்வதேச பள்ளி நிர்வாகம் அறிவித்திருக்கிறது.

அந்த ட்விட்டர் கணக்கில் இருக்கும் முகப்புப் படமும் ஜம்மு காஷ்மீரைச் சேர்ந்த வேறொரு பத்திரிக்கையாளரின் புகைப்படம் தான் என்பதை ஆல்ட் நியூசும் உறுதிசெய்திருக்கிறது. அப்படத்தை

திருடியெடுத்து ஏதோவொரு பெயரில் உருவாக்கப்பட்ட போலியான கணக்கு தான் அது என்பது தெரியவந்திருக்கிறது.

இதே ட்விட்டர் கணக்கின் பழைய பதிவுகளைத் தேடிப்பார்த்தால், இப்பதிவைப் போலவே இந்துக்களுக்கு எதிராகப் பேசாமல், சிறுபான்மை மக்களுக்கு எதிராகவும் இந்துத்துவ வலதுசாரிகளுக்கு ஆதரவாகவும் ஏராளமாக எழுதப்பட்டும் பகிரப்பட்டும் இருக்கிறது. அதுதான் வேடிக்கையிலும் வேடிக்கை.

ஆக, இதுவொரு போலியான ட்விட்டர் கணக்குதான் என்பது மிகத்தெளிவாகத் தெரிகிறது. இதுவே முதலும் கடைசியுமான போலிக்கணக்கென்று சொல்லிவிடமுடியாது. இதுபோன்ற ஏராளமான ட்விட்டர் கணக்குகளை உருவாக்கி குழப்பங்களை விளைவித்து கலவரத்துக்கு வித்திட்டுக்கொண்டே இருக்கின்றனர்.

ஆஸ்திரேலியாவிலிருக்கும் கேன்பராவில் வசிப்பதாக சொல்லிக்கொண்டு, கினி கான் என்னும் முஸ்லிம் பெயரில் பிரதமர் நரேந்திர மோடியை புகழ்ந்து எழுதியும், யோகி ஆதித்யநாத்தை பாராட்டிப் பதிவிட்டும் இருக்கும் மற்றொரு ட்விட்டர் கணக்கும் அதே இந்துத்துவ வலதுசாரித் திட்டத்தின் ஒரு பகுதிதான்.

2017 ஆம் ஆண்டு ஜூலை மாதம் அமர்நாத் யாத்திரிகர்கள் மீது நடத்தப்பட்ட பயங்கரவாதத் தாக்குதலை ஆதரித்தும் இந்துக்களுக்கு எதிரான வெறுப்பூட்டும் பதிவுகளை வெளியிட்டுக்கொண்டும் இருந்த டாக்டர் அப்துல் வஷிஷ்த் என்னும் பெயரில் (@ஷேன்மால்வா) ஒரு ட்விட்டர் கணக்கு இயங்கி வந்தது. அதுவும் ஒரு போலியான ட்விட்டர் கணக்குதான் என்கிற உண்மையை ஆல்ட் நியூஸ் வெளிக்கொண்டு வந்தது.

அதேபோல, இராணுவக் குடும்பத்திலிருந்து வந்ததாக சொல்லிக்கொள்ளும் சுபினா அகமதுவும் வலதுசாரிகளின் விருப்பமான ஒரு ட்விட்டர் பயனாளர்தான். சுபினாவின் தந்தை இராணுவத்தில் பணிபுரிந்ததாகவும், சகோதரர் விமானப்படையில் இருந்ததாகவும் அந்த ட்விட்டர் கணக்கின்படி சொல்லப்படுகிறது. பல்வேறு பிரச்சனைகளின் மீதான அவரது கருத்தாக அவர் ட்விட்டரில் எழுதுவது அனைத்துமே அதிதீவிர வலதுசாரி தேசியவாதம்தான். தற்போது அந்த ட்விட்டர் கணக்கு நீக்கப்பட்டிருக்கிறது.

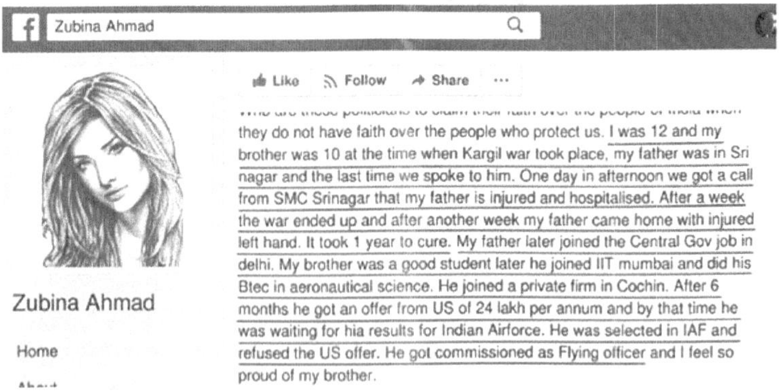

| Zubina Ahmad |

👍 Like  🔖 Follow  ➤ Share  …

they do not have faith over the people who protect us. I was 12 and my brother was 10 at the time when Kargil war took place, my father was in Sri nagar and the last time we spoke to him. One day in afternoon we got a call from SMC Srinagar that my father is injured and hospitalised. After a week the war ended up and after another week my father came home with injured left hand. It took 1 year to cure. My father later joined the Central Gov job in delhi. My brother was a good student later he joined IIT mumbai and did his Btec in aeronautical science. He joined a private firm in Cochin. After 6 months he got an offer from US of 24 lakh per annum and by that time he was waiting for hia results for Indian Airforce. He was selected in IAF and refused the US offer. He got commissioned as Flying officer and I feel so proud of my brother.

Zubina Ahmad

Home

இதுபோன்ற பல போலி கணக்குகளின் வாயிலாக சமூக ஊடகங்களில் எழுதப்படுவதை மற்றவர்கள் அதிக சிரத்தையெடுத்து ஆராய்ந்து பார்க்காமல், உணர்வு தூண்டப்பட்ட நிலையில் பகிர்ந்துவிடுகின்றனர். அரசியல் கட்சித் தலைவர்களின் பேச்சுகள், அரசியல் கட்சிகளின் நிலைப்பாடுகள் என பலவற்றையும் இணைத்து பொய்களைக் கலந்து, ஒருகலவையான வதந்தியை போலி ட்விட்டர் கணக்குகளைக் கொண்டு பரப்பிவிடுகின்றனர்.

# 69

# பிபிசி நியூஸ்ஹப்- இன் போலிப் பட்டியல்கள்

**பகிரப்பட்ட செய்தி:**

'உலகிலேயே மிகமோசமான முதல் பத்து ஊழல்வாதக் கட்சிகளின் பட்டியலில் ராகுல் காந்தி தலைமையிலான காங்கிரஸ் கட்சிக்கு இரண்டாம் இடம் கிடைத்திருக்கிறது. மிக மோசமான ஊழல்வாதக் கட்சிக்கு வாழ்த்துகள்...'

என்று எழுதப்பட்ட பதிவை மத்திய அமைச்சர் கிரிராஜ் சிங் ட்விட்டரில் பதிவுசெய்தார். அதற்கு www.bbcnewshub.com என்னும் இணையதளத்தை ஆதாரமாகவும் இணைத்திருந்தார்.

அந்த இணையதளம் தான், 2018 ஆம் ஆண்டின் மிகமோசமான அரசியல் கட்சிகளின் பட்டியலை வெளியிட்டிருந்தது. இந்திய தேசிய காங்கிரஸ் கட்சி இரண்டாம் இடத்தைப் பிடித்திருப்பதாக அப்பட்டியலில் குறிப்பிடப்பட்டிருக்கிறது.

இதனை மோகன்தாஸ் பை மற்றும் விவேக் அக்னிகோத்ரி போன்றோரும் பகிர்ந்திருந்தனர். பின்னர், அமைதியாக நீக்கியும் இருக்கின்றனர்.

**உண்மை என்ன?**

இந்த பிபிசி நியூஸ்ஹப் இணையதளமே ஒரு மோசடியான இணையதளம்தான்.

பிரிட்டனில் இயங்கிவரும் பிபிசி (பிரிட்டிஷ் ப்ராட்காஸ்டிங் கம்பெனி) செய்தி நிறுவனத்திற்கும் இந்த பிபிசி நியூஸ்ஹப் இணையதளத்திற்கும் எவ்விதத் தொடர்பும் இல்லை. தான் வெளியிடும் போலியான செய்திகளுக்கும் பொய்யான பரப்புரைகளுக்கும் லண்டனில் இருந்து இயங்கும் பிபிசியின் பெயரையும் இணைத்துக்கொண்டு செயல்பட்டால், ஒரு நம்பகத்தன்மை வந்துவிடும் என்று கணக்குப்போட்டே இப்பெயரை வைத்திருக்கிறார்கள்.

இதற்கும் லண்டன் பிபிசிக்கும் எவ்விதத் தொடர்பும் இல்லை என்பதை இக்கட்டுரையின் முதல் பத்தியைப் படித்தால்கூட தெரிந்துகொள்ளமுடியும். அந்தளவிற்கு ஏராளமான இலக்கணப் பிழைகளோடுதான் எழுதப்பட்டிருக்கிறது.

> *'உலகம் முழுக்க இருக்கும் மரியாதைக்குரிய வாசகர்களுக்காக முழுமையான, சுருக்கமான, மிகத்துல்லியமான, ஆரோக்கியமான, காத்திரமான தகவல்களை மிகச்சிறப்பாகத் தரும் ஒரே இடம் பிபிசி நியூஸ்ஹப் தான். தேசிய மற்றும் சர்வதேச நடப்புச்செய்திகளை உங்களுக்கு வழங்கும் இணையதளம் இது'*

என்று அவர்களுடைய இணைதளத்தைப் பற்றிய சிறுகுறிப்பாக அவர்களே அவர்களின் இணையதளத்தில் எழுதியதைப் பார்க்கையில் வேடிக்கையாகத்தான் இருக்கிறது.

## 70

# உலகின் இரண்டாவது பெரிய ஊழல்வாத பிரதமராக சித்தரிக்கப்பட்ட மோடி

*‘உலகின் முதல் பத்து பணக்கார அரசியற்குடும்பங்கள்’, ‘உலகின் முதல் பத்து ஊழல்வாத அரசியல்வாதிகள்’* என பல்வேறு விதமான பொய்யான பட்டியல்களை வெளியிடுவதில் பிபிசி நியூஸ்ஹப் என்னும் இணையதளத்திற்கு ஈடு இணையே இல்லை எனலாம். அப்படியாக, உலகிலேயே மிகப்பெரிய ஊழல்வாதப் பிரதமர்களில் இந்தியப் பிரதமர் நரேந்திர மோடி இரண்டாவது இடத்தைப் பிடித்திருக்கிறார் என்று ஒரு பட்டியலை வெளியிட்டிருக்கிறது.

foxnewspoint.co

Top 10 Most Corrupt Prim
World 201

| Rank | Name |
|---|---|
| 1 | Nawaz Sharif |
| 2 | Narendra Modi |
| 3 | Vladimir Putin |
| 4 | Shinzo Abe |
| 5 | Dmitry Medvedev |
| 6 | David Cameron |

இதற்கெல்லாம் எந்த ஆதாரத்தையும் அவர்கள் எப்போதும்போல தரவில்லை. அப்படியெல்லாம் உலகில் எங்கேயும் எவரும் எந்தப் பட்டியலையும் தயாரிக்கவில்லை என்பதுதான் உண்மை.

# 71

# கர்நாடகா மற்றும் இராஜஸ்தான் தேர்தல்களில் பாஜக வெற்றிபெறும் என்ற பிபிசியின் கருத்துக்கணிப்பு

மக்களிடயே ஒரு பொதுக்கருத்தினை உருவாக்கி தேர்தல் முடிவுகளிலேயே மாற்றத்தை ஏற்படுத்தும் வல்லமை கொண்டவைதான் தேர்தலுக்கு முந்தைய கருத்துக்கணிப்புகள்.

இதனை சமூக ஊடகங்களில் வதந்திகளைப் பரப்புவோர் நன்கு உணர்ந்திருக்கின்றனர். அதனாலேயே அப்படியான கருத்துக் கணிப்புகள் எங்கேயும் நடத்தியிருக்கா விட்டாலும், தாங்கள் சார்ந்திருக்கிற கட்சிக்கு சாதகமான முடிவுகளை எழுதி, சமூக ஊடகங்களில் பகிர்ந்து பரவலாக்கி விடுகின்றனர். இப்படியாக அவர்கள் பரப்பும் செய்திகளின் நம்பகத்தன்மையை அதிகரிப்பதற்காகவே புகழ்பெற்ற செய்தி நிறுவனங்களின் பெயர்களையும் முத்திரைகளையும் இணைத்தே பரப்பிவிடுகின்றனர்.

**பகிரப்பட்ட செய்தி:**

நடைபெறவிருக்கிற சட்டமன்றத் தேர்தல்களில் பாஜகவிற்கு அறுதிப்பெரும்பான்மை கிடைக்கப்போகிறது என்று பிபிசி நடத்திய கருத்துக் கணிப்பின் முடிவுகளின் மூலம் தெரிய வந்திருப்பதாக ஒரு செய்தி பரவியது.

கர்நாடக சட்டமன்றத் தேர்தலுக்கு முன்பாக 'ஜன்தா கி பாத்' ஒரு கருத்துக் கணிப்பு நடத்தியதாகவும், அதில் மொத்தமுள்ள 224 தொகுதிகளில் 135 இடங்களில் பாஜக வெல்லப்போகிறது என்று தெரிவிக்கப்பட்டிருப்பதாகவும் சமூக ஊடகங்களில் பரவிக்கொண்டிருந்த அச்செய்தியில் குறிப்பிடப்பட்டிருந்தது. அதில், பிபிசி நிறுவனத்தின் முத்திரையும் இணைக்கப்பட்டிருந்தது.

2018 ஆம் ஆண்டு டிசம்பர் மாதத்தில் இராஜஸ்தான் சட்டமன்றத் தேர்தலுக்கு முன்னரும் இதேபோல மற்றொரு கருத்துக்கணிப்பு முடிவுகள் சமூக ஊடகங்களில் பரவிக்கொண்டிருந்தது. அதில், மொத்தமுள்ள 200 தொகுதிகளில் 135ஐ பாஜக கைப்பற்றும் என்றும் குறிப்பிடப்பட்டிருந்தது. இதிலும் பிபிசியின் முத்திரை இணைக்கப்பட்டிருந்தது.

India - BBC News
Get the latest Asian news from BBC News in Asia: breaking news, features, analysis and special reports plus audio and video from across the Asian continent.
www.bbc.com

**Janta Ki Baat survey predicts huge BJP gain in Karnataka assembly elections.**

★ BJP        - 135 Seats
◆ JDS        - 45 Seats.
● Congress-  35 Seats
● Others.    - 19 Seats

The latest poll survey, conducted by Janta Ki Baat with the sample size of a 10.20 lakh respondents, says BJP is crossing 135 seats in Karnataka, a jump of 95 seats compared to the previous assembly elections. **This means, the BJP would end up as the single largest party with a clear Majority over the Congress.** The survey says that the BJP could get anything in between 125-135 seats. **PM Modi, Amit Shah ,Yogi Adityanath and former Karnataka CM Yeddyurappa are campaigning relentlessly for BJP in the state.**

**உண்மை என்ன?**

இவையிரண்டுமே போலியான கருத்துக் கணிப்புகள் தான். கருத்துக் கணிப்புகள் வெளியிடும் பணியில் எல்லாம் பிபிசி நிறுவனம் ஈடுபடுவதில்லை என்றும், பிபிசி அப்படியொரு கருத்துக் கணிப்பு முடிவுகளை வெளியிடவே இல்லை என்றும் பிபிசி நிறுவனம் தெளிவுபடுத்தி செய்தி வெளியிட்டது. கர்நாடகத் தேர்தலுக்கு முன்பாக 'ஜன் கி பாத்' என்னும் அமைப்பு ஒரு கருத்துக்கணிப்பை வெளியிட்டிருந்தது. அந்த அமைப்பின் பெயரில் 'ஜன்தா கி பாத்' என்று சிறிய மாற்றத்தை மட்டும் செய்து உண்மையைப் போன்றே ஒரு தோற்றத்தை உருவாக்கி வதந்தி பரப்பியிருக்கின்றனர். மேலும் கர்நாடக சட்டமன்றத்தில் இருப்பதே 224 தொகுதிகள் தான், ஆனால் அப்போலியான கருத்துக் கணிப்பு பதிவில் குறிப்பிடப்பட்டிருக்கும் தொகுதிகளைக் கூட்டினால் மொத்தமாக 234 வருகிறது.

72

# புகழ்பெற்ற செய்தி நிறுவனங்களை பகடி செய்தவதற்காக உருவாக்கப்பட்ட ட்விட்டர் கணக்குகளின் பதிவுகளால் ஏமாற்றப்படும் சமூக ஊடகப் பயனர்கள்

*தாங்கள் எதனை நம்பவேண்டும் என்று மனிதர்கள் விருப்பப்படுகிறார்களோ, அது பொய்யாக இருந்தாலும் எளிதில் நம்பிவிடுவார்கள் என்று நீண்ட நெடுங்காலமாக மனோதத்துவ நிபுணர்கள் கூறிவருகின்றனர். புகழ்பெற்ற செய்தி இணையதளங்களைப் போன்றே உருவாக்கப்படும் நையாண்டி/பகடி இணையதளங்களும் ட்விட்டர் கணக்குகளும் மனிதர்களின் இந்த இயல்பைப் பயன்படுத்திக்கொள்கின்றன. இவர்கள் வெளியிடுகிற, நம்புவதற்கே சாத்தியமற்ற மிகமிக மோசமான செய்திகளைக்கூட, நம்புவதற்கும் பரப்புவதற்கும் ஒரு கூட்டம் இருக்கத்தான் செய்கிறது. அவர்கள் நம்புகின்ற அரசியல் பார்வையைக் கொண்டிருக்கிற எந்தச் செய்தியையும் உண்மைத்தன்மை குறித்தெல்லாம் கவலைப்படாமல் நம்பிவிடுகின்றனர்.*

**சில நையாண்டி/பகடி ட்விட்டர் கணக்குகள்:**

1. CNNNewsl8

*@CNN என்பது தான் சிஎன்என் செய்தி நிறுவனத்தின் உண்மையான ட்விட்டர் கணக்காகும். ஆனால் அதேபோன்ற தோற்றத்தைக்*

கொடுப்பதற்காக, @CNNNewsI8 என்றொரு பகடி ட்விட்டர் கணக்கு துவங்கப்பட்டுள்ளது. இப்பகடிக் கணக்கில் 18 என்கிற எண் இருப்பதைப் போலே தோன்றினாலும் அதில் இருப்பது ஆங்கில எழுத்தான “ஐ” ஆகும். இதனை சமூக ஊடகப் பயனர்கள் அனைவரும் கூர்ந்து கவனித்து விடுவதில்லை. வலதுசாரி ட்விட்டர் பயனர்கள் பலரும் இப்பகடிக் கணக்கில் வெளியாகும் செய்திகளை உண்மையென நம்பி பகிர்ந்து விடுகின்றனர். காங்கிரஸ் எம்பி சசி தரூருக்கும் பாகிஸ்தான் பத்திரைக்கையாளரான மெஹர் தரருக்கும் திருமணம் நடைபெறப்போவதாக இப்பகடிக் கணக்கில் ஒரு செய்தி வெளியிடப்பட்டது. உடனே வலதுசாரி ட்விட்டர்கள் பலரும் இப்படியொரு செய்திக்காகவே காத்திருந்தவர்களைப் போல ஓடோடிவந்து அதனைப் பகிரவும் பரப்பவும் விவாதிக்கவும் ஆரம்பித்து விட்டனர். அவர்களுக்கு விருப்பமான செய்தியாக இது இருந்ததால், அப்பகடியான போலி ட்விட்டர் கணக்கினை வெறுமனே அறுபது பேர்தான் பின்தொடர்கிறார்கள் என்பதைக்கூட கவனிக்கவில்லை போலும். இப்பகடி ட்விட்டர் கணக்கின் பெயர் பின்னர் @CNNNews69 என்று மாற்றப்பட்டிருக்கிறது.

Abhinav Agarwal
@AbhinavAgarwal
Honeymoon to be in room number 345 of the Leela Palace hotel in Chanakyapuri, New Delhi, I suppose?
@CNNnewsI8 @CNNNewsI8
#Breaking : Wedding bells for #ShashiTharoor all set to marry #MehrTarar in Dubai. -Sources
10:23 PM · 11 Aug 18

2. India Tooday

தாங்கள் நம்ப விரும்பும் செய்தியைப் பார்த்துவிட்ட பிறகு, இந்தியாடுடே என்கிற ஆங்கிலப் பத்திரிக்கையைப் போன்றே தோற்றமளிக்க வேண்டுமென்று ஒரு ‘ஓ’ சேர்த்து இந்தியாடூடே என்று இருந்தாலும் கவனிக்காமல் விட்டுவிடுவார்கள் போலும். அப்போலியான பகடிக் கணக்கிலிருந்து வெளியான இச்செய்தியில் ஏராளமான இலக்கணப் பிழைகள் இருந்தபோதும், அதனைக் கண்டுகொள்ளாமல் உண்மையென்றே நம்பி, வலதுசாரி ட்விட்டர் பயனர்கள் பகிர்ந்து மகிழ்ந்திருக்கின்றனர்.

## 3. Times HOW

ட்விட்டர் பகடிக் கணக்குகளிலேயே சமூக ஊடகப் பயனர்களை அதிகமாக ஏமாற்றியது டைம்ஸ் ஹவ் ஆகத்தான் இருக்கமுடியும். புகழ்பெற்ற டைம்ஸ்நவ் செய்தித் தொலைக்காட்சியைப் போன்றே ஒரு பெயரைத் தேர்ந்தெடுத்து வதந்திகளைப் பரப்பும் ஒரு ட்விட்டர் கணக்கு. இதில் வரும் செய்திகளை, டைம்ஸ் நவ் செய்தி நிறுவனம்தான் வெளியிட்டதாகவே பலரும் நம்பிப் பகிர்ந்து விடுகின்றனர். அவர்கள் விரித்த வலையில் மது கிஷ்வர் மற்றும் மோகன்தாஸ் பை உள்ளிட்ட பல பிரபலங்களும் சிக்கியிருக்கின்றனர்.

**Mohandas Pai** ✓
@TVMohandasPai

Ha ha what a joke! What a juvenile! Will the Green Brigade, the JNU environmentalists pl protest at cutting trees for paper?

**TIMES HOW** @TiimesHow

Just In : "If Pakistan can use Ballot Papers for it's Elections, why can't India ? Using Ballot Papers instead of EVM...

5:04 PM · 25 Jul 18 from East Region, Singapore

இதில் வேடிக்கை என்னவென்றால், பல பிரபல செய்தி நிறுவனங்கள் கூட இப்படியான நையாண்டிப் பதிவுகளை நம்பி ஏமாந்து விடுகின்றன. 2018 ஆம் ஆண்டு பிப்ரவரி மாதத்தில் ஆஜ்தக் தொலைக்காட்சி தன்னுடைய மிக முக்கியமான ஒளிபரப்பு நேரத்தில் பகடி ட்விட்டர் கணக்கான டைம்ஸ்ஹவ் வெளியிட்ட ஒரு செய்தியை உண்மையென்று நம்பி விவாதத்திற்கு எடுத்துக்கொண்டு நிகழ்ச்சியொன்றை நடத்தியது. அதேபோல ஜன்தா கா ரிப்போர்ட்டர் பத்திரிக்கையும் ஒரு நையாண்டிப் பதிவை முன்வைத்து ஒரு கட்டுரையையே எழுதி வெளியிட்டு விட்டது.

---

reference: https://twitter.com/CNNViews18/status/1028146522616000512

73

# ஹர்ஷ வர்தன்: ஐன்ஸ்டீனின் கோட்பாட்டைவிட வேதங்களின் கோட்பாடுகளே மேலானதெனக் கூறிய ஸ்டீபன் ஹாக்கிங்

பண்டையகால இந்தியாவின் புகழைப்பாடி, பெருமைப்பட்டுக் கொள்வதை மத்தியில் ஆட்சியிலிருக்கும் பாஜக தலைமையிலான அரசு தொடர்ச்சியாக செய்துகொண்டிருப்பது அனைவரும் அறிந்ததே. அறிவியல் மற்றும் தொழிற்நுட்பத் துறையில் பல்லாயிரம் ஆண்டுகளுக்கு முன்னரே இந்தியா பெருவளர்ச்சி பெற்றிருந்ததாக பாஜகவின் முக்கியத் தலைவர்கள் பலரும் அவ்வப்போது பேசிக்கொண்டும், எழுதிக்கொண்டும், அறிக்கையாக வெளியிட்டுக்கொண்டும் இருக்கின்றனர். அதன்மூலம் தவறான தகவல்களில் துவங்கி கற்பனைக்கே எட்டாத அளவிற்கான பொய்கள் வரையிலும் பரப்பிவிடுகின்றனர்.

**பகிரப்பட்ட செய்தி:**

> *'ஆல்பர்ட் ஐன்ஸ்டீனின் சார்புக் கோட்பாட்டினை விடவும் வேதக் கோட்பாடுகள் உயர்ந்தவை'*

என்று மத்திய அறிவியல் மற்றும் தொழிற்நுட்ப அமைச்சரான டாக்டர் ஹர்ஷ வர்தன் கூறியிருக்கிறார்.

2018 ஆம் ஆண்டு மார்ச் மாதம் 16 ஆம் தேதியன்று இம்பாலில் நடைபெற்ற இந்திய அறிவியல் மாநாட்டின் துவக்கவிழா நிகழ்ச்சியில் இக்கருத்தை அவர் உதிர்த்ததுதான் மிகப்பெரிய முரண்.

'இந்துக்களின் ஒவ்வொரு சடங்கு சம்பிரதாயங்களிலும் அறிவியல் ஆழமாக ஊறிப்போய் இருக்கிறது. நவீன இந்தியாவின் அனைத்து சாதனைகளுக்கும் பண்டையகால இந்தியாவிலேயே உருவாகியிருந்த அறிவியல் சாதனைகள் தான் முழுமுதற் காரணமாகும். புகழ்பெற்ற அறிவியலாளரும் அண்டவியலாளருமான ஸ்டீபன் ஹாகிங்கை மிகச்சமீபத்தில் நாம் இழந்திருக்கிறோம். ஆல்பர்ட் ஐன்ஸ்டீனின் கோட்பாடுகளைவிடவும் ($E=mc2$) வேதங்களின் கோட்பாடுகள் மிக உயர்ந்தவை என்று ஸ்டீபன் ஹாகிங் குறிப்பிட்டது ஆவணமாகவே நம்மிடம் இருக்கிறது'

என்று விரிவாக அம்மாநாட்டில் பேசியிருக்கிறார் மத்திய அறிவியல் அமைச்சர்.

**உண்மை என்ன?**

ஐன்ஸ்டீனின் கோட்பாடுகளை விடவும் மேலான கோட்பாடுகள் வேதங்களில் இருந்திருக்கலாம் என்று ஸ்டீபன் ஹாக்கிங் தன் வாழ்நாளில் எப்போதும் கூறியதில்லை.

ஸ்டீபன் ஹாக்கிங்கின் அதிகாரப்பூர்வ இணையதளத்தில் வேதங்கள் குறித்த எந்தக்குறிப்பும் இல்லை என்பதை ஆல்ட் நியூஸ் உறுதி செய்திருக்கிறது.

ஐன்ஸ்டீன் கோட்பாட்டை விடவும் வேதங்களே மேலானது என்கிற இக்கருத்து இன்று நேற்றல்ல, பலகாலமாக சமூக ஊடகங்களில் சுற்றிக்கொண்டே தான் இருக்கிறது.

2011 ஆம் ஆண்டுக்கு முன்பிருந்தே இதே கருத்தை பதிவிட்டிருக்கிற அனைத்து இணையப் பதிவுகளையும் ஆல்ட் நியூஸ் தேடி எடுத்தது. அவை அனைத்திற்கும் ஹரி.சைன்டிஸ்ட் என்கிற பேஸ்புக் பக்கத்தில் எழுதப்பட்டது தான் மூலாதாரமாக இருந்திருக்கிறது என்பதை ஆல்ட் நியூஸ் கண்டறிந்தது. ஸ்டீபன் ஹாக்கிங்கின் அதிகாரப்பூர்வ பேஸ்புக் பக்கம் போன்ற தோற்றத்தை அதில் உருவாக்கி வைத்திருக்கின்றனர். ஆனால் அந்த பேஸ்புக் பக்கத்தின்

உண்மையான பெயரான 'ஹரி.சைன்டிஸ்ட்' என்பதை வைத்தே, அது பேராசியர் ஹாக்கிங்கின் அதிகாரப்பூர்வ பக்கமில்லை என்பதை அறிந்துகொள்ளலாம். இதனை மற்றொரு பதிவிலும் அப்பக்கத்தின் உரிமையாளரே ஒப்புக்கொண்டும் இருக்கிறார்.

'ஐன்ஸ்டீனின் கோட்பாட்டை விடவும் வேதங்கள் மேலானதாக இருக்கலாம்' என்று டாக்டர் சகமுரி சிவராம் பாபு என்பவர் தெரிவித்ததை அதே பேஸ்புக் பக்கத்தில் பதிவிட்டிருக்கின்றனர். அதை அப்படியே பிரதியெடுத்துத்தான் சமூக ஊடகங்களில் பலரும் ஸ்டீப் ஹாக்கிங்கே கூறியதாகப் பரப்பிக்கொண்டே இருக்கின்றனர். அதே பொய்யை எவ்வித ஆதாரமுமில்லாமல் மத்திய அறிவியல் மற்றும் தொழிற்நுட்ப அமைச்சரான ஹர்ஷ வர்தனும் அறிவியல் மாநாட்டிலேயே பேசியிருக்கிறார்.

---

Reference: https://www.indiatoday.in/fyi/story/science-minister-harsh-vardhan-may-have-been-a-victim-of-fake-social-media-info-1191469-2018-03-17

# இதர வதந்திகள்

# 74

# இந்திய இராணுவத்தினரால் காஷ்மீரில் வீடுகள் கொளுத்தப்பட்டபோது எடுத்த வீடியோ

**பகிரப்பட்ட செய்தி:**

'பந்திபோரா பகுதியில் வாழும் காஷ்மீர் மக்களுடைய வீடுகளை இந்திய இராணுவத்தினர் கொளுத்தத் துவங்கியிருக்கின்றனர். இந்த ஒடுக்குமுறைக்கு எதிராக இப்போது நீங்கள் குரல் எழுப்பவில்லை என்றால், நீங்கள் பேஸ்புக்கில் இருப்பதைவிட இல்லாமலே இருக்கலாம். பேசாமல் வெளியேறிவிடுங்கள்'

என்றொரு பதிவு பேஸ்புக்கில் உருது மொழியில் பதிவிடப்பட்டிருந்தது.

காஷ்மீர் மக்களின் வீடுகளை இந்திய இராணுவத்தினர் கொளுத்துவது போன்ற வீடியோ ஒன்று, பாகிஸ்தானில் சமூக ஊடகத்தைப் பயன்படுத்துவோர் மத்தியில் பரவ ஆரம்பித்தது. ஒரேயொருவர் பதிவிட்ட வீடியோவையே 16 இலட்சம் முறை பார்த்திருக்கின்றனர். காஷ்மீரின் பந்திபோராவில் இந்திய இராணுவம் தீ வைத்துக் கலவரம் நிகழ்த்திக் கொண்டிருப்பதாகவும் அதில் குறிப்பிடப்பட்டிருந்தது. அந்த வீடியோவை பல்லாயிரக்கணக்கானோர் அவரவர் பேஸ்புக் பக்கத்திலும் பகிர்ந்திருந்தனர்.

## உண்மை என்ன?

அந்த வீடியோவில் தெரிவது ஒரு தீவிபத்து தான். மேலும், அது பந்திபோராவில் எடுக்கப்பட்ட வீடியோ அல்ல என்றும், உரி என்னும் ஊரில் எடுக்கப்பட்ட வீடியோ என்றும் காஷ்மீரில் வாழும் சிலர் அதே வீடியோவில் தங்கள் கருத்தினை தெரிவித்திருந்தனர்.

அதனை தொடக்கப் புள்ளியாக வைத்துக்கொண்டு, உரி பகுதியில் ஏதேனும் தீ விபத்து நடந்திருக்கிறதா என ஆல்ட் நியூஸ் தகவல் சேகரிக்க ஆரம்பித்தது. 'உரியில் லச்சிபோரா என்னுமிடத்தில் தீப்பற்றி நான்கு வீடுகள் எரிந்தன' என்னும் தலைப்பிலான வீடியோ ஒன்றைக் கண்டுபிடித்தனர். இந்த வீடியோவும் இந்திய இராணவத்தினர் கொளுத்திவிட்டதாக பரப்பப்பட்ட வீடியோவும் ஒன்றுதான் என்பதையும் ஆல்ட் நியூஸ் உறுதிசெய்தது. பொய்யாக பரப்பப்பட்டதை விடவும் தரமான வீடியோவாக இருப்பது மட்டுமே வேறுபாடு.

தாங்கள் கண்டுபிடித்தவை அனைத்தும் உண்மைதானா என்பதை மேலும் உறுதி செய்வதற்காக ஜம்மு காஷ்மீரின் புகைப்படக் கலைஞரும் பத்திரிக்கையாளருமான பீர்சாதா வசீமைத் தொடர்புகொண்டது ஆல்ட் நியூஸ். உரியில் தீவிபத்து நடந்தபோது அங்கே வசீமும் இருந்திருக்கிறார். அவரும் சில புகைப்படங்களை அங்கே எடுத்திருக்கிறார். ரைசிங் காஷ்மீர் என்னும் இணையப் பத்திரிக்கையிலும் அவர் எடுத்த அப்புகைப்படங்கள் வெளியாகியிருக்கின்றன.

ஆக, 2018 ஆம் ஆண்டு மார்ச் மாதத்தில் காஷ்மீரின் பாரமுல்லா மாவட்டத்திலிருக்கும் லச்சிபோராவில் (உரி) ஒரு தீவிபத்தில் தான் நான்கு வீடுகள் எரிந்துபோயின என்பது உறுதியாகியிருக்கிறது. முதலில் மாட்டுக் கொட்டகையில் துவங்கி, பின்னர் அருகாமை வீடுகளுக்கும் அத்தீ பரவியிருக்கிறது.

---

Reference: https://www.youtube.com/watch?v=DEcxXFEs_MM

# 75

## மோடியும் சீன அதிபர் ஜீயும் 24 மணி நேரத்தில் 6 முறை உடலுறவு கொள்ளப்போவதாக வெளியான பத்திரிக்கை தலைப்புச்செய்தி

**பகிரப்பட்ட செய்தி:**

தி டைம்ஸ் ஆஃப் இந்தியா நாளிதழில் 'மோடியும் சீன அதிபர் ஜீயும் 24 மணி நேரத்தில் 6 முறை உடலுறவு கொள்வர்' என்று தலைப்பிட்டு ஒரு கட்டுரை வெளியானதைப் போன்ற புகைப்படம் சமூக ஊடகங்களில் பரவியது.

சரியாகத் தான் படித்திருக்கிறோமா என்ற சந்தேகமே வேண்டாம், நீங்கள் சரியாகத் தான் படித்திருக்கிறீர்கள். அப்படித்தான் டைம்ஸ் ஆஃப் இந்தியா நாளிதழில் கட்டுரை வெளியானதாக, சீனாவின் உகான் பகுதிக்கு இரண்டு நாள் பயணமாக 2018 ஆம் ஆண்டு ஏப்ரல் மாதம் நரேந்திர மோடி சென்றிருந்தபோது இப்படியான செய்தி பரவியது.

**உண்மை என்ன?**

தி டைம்ஸ் ஆஃப் இந்தியா நாளிதழில் வந்திருந்த உண்மையான கட்டுரையின் தலைப்பு, போட்டோஷாப் உதவியினால் மாற்றப்பட்டிருக்கிறது.

உண்மையான கட்டுரையில் மோடியும் ஜீயும் ஒரு நாளைக்கு ஆறுமுறை சந்திக்கப் போகின்றனர் (அதாவது ஆங்கிலத்தில் meet) என்று எழுதப்பட்டிருக்கிறது. ஆனால் இதனை மாற்றியவர்கள், meet என்கிற வார்த்தையை mate என்று திருத்தி பொருளையே மாற்றியிருக்கின்றனர். அதில், புதிதாக சேர்க்கப்பட்ட 't' என்கிற எழுத்து மற்ற எழுத்துக்களை விடவும் சற்று உயரம் கூடுதலாகவும், 'e' என்கிற எழுத்து சற்று பெரிதாகவும் இருப்பதைக் கவனிக்கலாம். அதேபோல, மாற்றப்பட்ட புகைப்படச் செய்தியை சற்று பெரிதாக்கிப் பார்த்தால், மாற்றப்பட்ட எழுத்துகளின் அளவிலும் வடிவிலும் கூட மாறுதல் இருப்பதைப் பார்க்கலாம்.

**Modi, Xi will meet 6 times in 24 hours**

Sachin.Parashar
@timesgroup.com

Wuhan: As the expansive highway from the airport leads up to a swish city centre dotted by shiny skyscrapers, it's difficult not to be impressed by Wuhan, a 10-million plus city in central China, where President Xi Jinping has chosen to host PM Narendra Modi.

It's here that Xi and Modi will have six meetings in 24 hours, including one in a boat, to discuss bilateral and global issues from, as Modi said in his departure statement, a strategic and long-term perspective and respective visions and priorities. Modi and Xi will not have only one-on-one meetings. The two will have at least two meetings in which both will be accompanied by

**Modi, Xi will mate 6 times in 24 hours**

Sachin.Parashar
@timesgroup.com

Wuhan: As the expansive highway from the airport leads up to a swish city centre dotted by shiny skyscrapers, it's difficult not to be impressed by Wuhan, a 10-million plus city in central China, where President Xi Jinping has chosen to host PM Narendra Modi.

It's here that Xi and Modi will have six meetings in 24 hours, including one in a boat, to discuss bilateral and global issues from, as Modi said in his departure statement, a strategic and long-term perspective and respective visions and priorities. Modi and Xi will not have only one-on-one meetings. The two will have at least two meetings in which both will be accompanied by a six-member delegation.

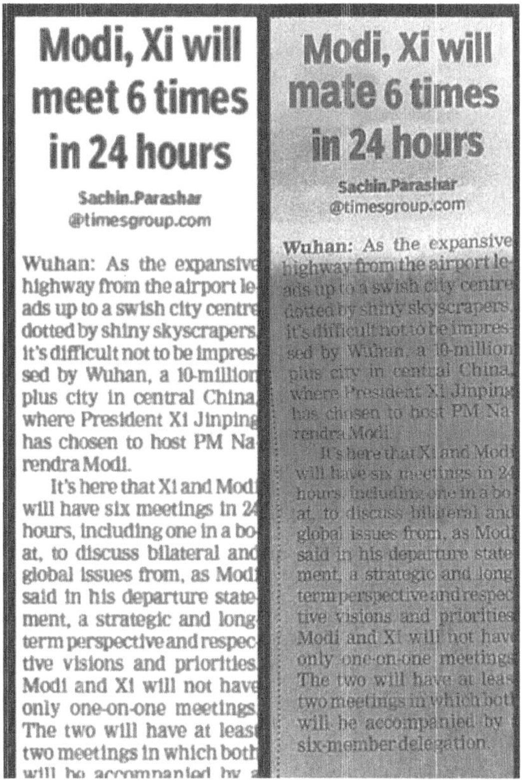

ஆக, 'மோடியும் ஜீயும் அடுத்த 24 மணி நேரத்தில் 6 முறை சந்திப்பார்கள்' என்பதைத் தான் மாற்றி பகிர்ந்திருக்கின்றனர். இதனை தி டைம்ஸ் ஆஃப் இந்தியா நாளிதழும் தனது ட்விட்டர் பக்கத்தில் உறுதிசெய்திருக்கிறது.

# 76

# வாட்சப் வதந்திகளும் கும்பல் படுகொலைகளும்

2018 ஆன் ஆண்டி மே-ஜூன் மாதங்களில் பொதுமக்களை அச்சுறுத்தும் விதமாக வதந்திகள் பரப்பப்பட்டன. பல்வேறு மாநிலங்களில் குழந்தைகளைக் கடத்துவோர் அதிகரித்திருப்பதாக வாட்சப்பில் அதிவேகமாக வதந்திகள் பரவின. குழந்தைகளைக் கடத்துவோரைப் பிடித்து அடித்து உதைப்பது போன்றும், அவர்கள் இரத்த வெள்ளத்தில் கிடப்பது போன்றுமான புகைப்படங்களும் வீடியோக்களும் வாட்சப் வதந்திச் செய்திகளுடன் இணைத்தே பரப்பப்பட்டன. சமூகத்தில் அச்சத்தையும் அவநம்பிக்கையையும் பயத்தையுமே அத்தகைய வதந்திகள் அதிகரித்தன. அதன் விளைவாகவே நாடு முழுவதிலும் இருபதுக்கும் மேற்பட்டோர் கொடூரமாக கும்பல் படுகொலை செய்யப்பட்டனர்.

### கொடூரக் கொலைகளை நிகழ்த்திய குழந்தைக் கடத்தல் வதந்திகள்

உத்தரப் பிரதேசத்திலிருந்து மகாராஷ்டிரா வரையிலும், மகாராஷ்டிரா முதல் தமிழ்நாடு வரையிலுமென ஜூன் மாதத்தில் நாடு முழுவதிலுமே வதந்திகள் வெடித்துப்பரவின. குழந்தைகளைக் கடத்தும் கொடூரமான கும்பல்கள் அலைந்து கொண்டிருப்பதாகவும் மக்கள் எச்சரிக்கையாக இருக்கவேண்டும் என்றும் வாட்சப்பில் வதந்திகள் பரப்பப்பட்டன.

ஒரே புகைப்படங்களை நாடு முழுவதிலும் அந்தந்த மாநிலங்களில் நடைபெறுவதைப் போன்று இடத்தை மட்டும் தலைப்பில் மாற்றிப்போட்டு வாட்சப்பில் பரப்பிக்கொண்டிருந்தனர்.

என்பதை ஆல்ட் நியூஸ் கண்டறிந்தது. அவற்றில் பெரும்பாலான புகைப்படங்கள் ஒன்றுக்கொன்று தொடர்பில்லாதவையாகவும், குழந்தைக் கடத்தலோடு சம்பந்தமில்லாதவையாகவுமே இருந்தன. இருப்பினும், அப்புகைப்படங்கள் ஒவ்வொரு மாநிலமாகப் பரவி சுற்றிக்கொண்டிருந்தன. இளம் பெண்களைக் கடத்தி அவர்களது உடல் உறுப்புகளை ஒரு கும்பல் வெட்டியெடுத்து விடுகிறது என்று அதே புகைப்படங்கள் மகாராஷ்டிராவில் வாட்சப்பில் பரப்பப்பட்டன. அத்தகைய வதந்திகள் தந்த அச்சத்தினால் சந்தேகப்படும்படியாக இருக்கிற எவரையும் பொதுமக்கள் அடித்தே கொல்லும் நிலைக்குத் தள்ளப்பட்டுவிட்டனர். அதனால் விசாரணையின்றி பொதுவெளியிலேயே பல கும்பல் கொலைகளும் நடந்தேறியிருக்கின்றன.

ஒரு குழந்தை கடத்தப்படும் வீடியோ ஒன்று மிகப்பரவலாக பகிரப்பட்டுக் கொண்டிருந்தது. பல மாநிலங்களிலும், அந்தந்த ஊர்களில் நடந்தது போன்ற செய்தி இணைக்கப்பட்டே அந்த வீடியோ பகிரப்பட்டது.

2016 ஆம் ஆண்டு ரோஷ்னி ஹெல்ப்லைன் என்கிற அமைப்பினால் குழந்தைக் கடத்தல் தொடர்பான சமூக விழிப்புணர்வை ஏற்படுத்துவதற்காக நாடகமாக எடுக்கப்பட்ட வீடியோதான் அது என்பதை ஆல்ட் நியூஸ் கண்டறிந்தது. 'ஒவ்வொரு ஆண்டும் பாகிஸ்தானின் கராச்சியில் 3000 குழந்தைகள் காணாமல் போகின்றனர். உங்கள் குழந்தை மீது உங்கள் பார்வை இருந்துகொண்டே இருக்கட்டும்' என்ற வரிகளுடன்

அந்த விழிப்புணர்வு வீடியோ முடிவுறுவதைப் போல எடுக்கப்பட்டிருக்கும். ஆக, கதை, திரைக்கதை எழுதப்பட்டு சிலரை நடிக்கவைத்து எடுக்கப்பட்ட வீடியோதான் அது.

### ஊருக்கேற்ற மாற்றங்களுடன் பரப்பப்பட்ட வதந்திகள்

ஒரே வதந்தி எல்லா மாநிலங்களிலும் பரப்பப்பட்டாலும், ஒவ்வொரு ஊரிலும் அந்தந்த ஊருக்கேற்றபடியாக இணைப்பு வரிகளில் மாற்றம் செய்தே பகிரப்பட்டன என்பதை ஆல்ட் நியூஸ் கவனித்தது. உதாரணத்திற்கு, மகாராஷ்டிராவில் ஒரு வதந்தி பரப்பப்படுகிறதென்றால், மராத்தி மொழியில் வரிகளை மாற்றி, மகாராஷ்டிராவில் உள்ள ஏதோவொரு ஊரில்தான் குழந்தைக் கடத்தல்காரர்கள் அலைந்துகொண்டிருப்பதாக அவ்வதந்தி பரப்பப்படுகிறது. அதேபோல, அவ்வதந்தி குஜராத்திற்கு சென்றவுடன், அதன் வரிகள் குஜராத்தி மொழியில் மாற்றப்பட்டு, குஜராத்தின் ஏதோவொரு ஊர்பெயரோடு இணைக்கப்பட்டு பகிரப்படுகிறது. ஆக, நாடு முழுவதும் பரப்பப்படும் இச்செய்திகளின் மையப்புள்ளியும் நோக்கமும் வதந்தி பரப்புவதாக இருந்தபோதும், மண்ணுக்கேற்ற மாற்றத்தையும் அவை காண்கின்றன.

### வகுப்புவாதக் கலவரத்தில் முடியும் வதந்திகள்

2018 ஆம் ஆண்டு ஆகஸ்ட் மாதம் ரோஹிங்க்யா முஸ்லிம்கள் கும்பலாக வந்து இந்துக் குழந்தைகளைக் கடத்திச்செல்வதாக வதந்திகள் பரப்பப்பட்டன. சமூகத்தில் மத அடிப்படையிலான குழப்பங்களையும் மக்களிடையே பிரிவினையையும் ஏற்படுத்தும் நோக்கத்தில் உருவாக்கப்பட்ட வதந்திகள் இவை. குழந்தைக் கடத்தல் வதந்திகளுக்கு அதிவேகமாக மதச்சாயம் பூசத்துவங்கியது இந்த காலகட்டத்தில் தான்.

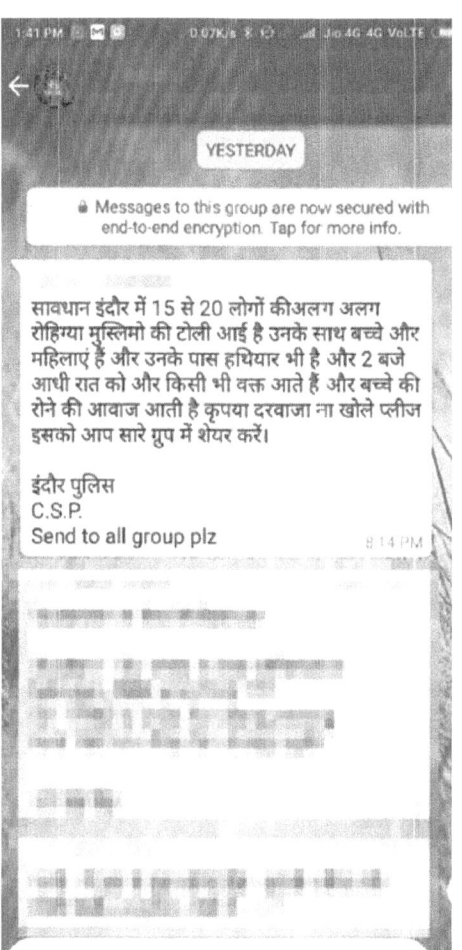

1:41 PM
YESTERDAY
Messages to this group are now secured with end-to-end encryption. Tap for more info.
सावधान इंदौर में 15 से 20 लोगों कीअलग अलग रोहिग्या मुस्लिमो की टोली आई है उनके साथ बच्चे और महिलाएं हैं और उनके पास हथियार भी है और 2 बजे आधी रात को और किसी भी वक्त आते हैं और बच्चे की रोने की आवाज आती है कृपया दरवाजा ना खोले प्लीज इसको आप सारे ग्रुप में शेयर करें।
इंदौर पुलिस
C.S.P.
Send to all group plz
8:14 PM

# அறிவியல் வதந்திகள்

77

# தட்டம்மை-ரூபெல்லா தடுப்பூசிக்கு எதிரான வதந்திகள்

*ஐக்கிய நாடுகள் சபையின் யூனிசெஃப் அமைப்புடன் இணைந்து தட்டம்மை மற்றும் ரூபெல்லா (ஜெர்மன் மணல்வாரி) போன்ற நோய்கள் வராமல் தடுப்பதற்காக எம்ஆர் தடுப்பூசியினை (MR Vaccine) நாடு முழுவதிலுமுள்ள குழந்தைகளுக்கு போடுவதற்கான பணியினை இந்திய அரசு துவக்கியது. இத்தடுப்பூசிக்கு எதிரான கருத்துகளைக் கொண்ட பல்வேறு வதந்திகள் சமூக ஊடகங்களில் பரப்பபப்பட்டு வருகின்றன. குறிப்பாக, இத்தடுப்பூசியை குழந்தைகளுக்கு செலுத்தினால், எதிர்காலத்தில் குழந்தை பெறமுடியாத அளவிற்கான மலட்டுத்தன்மையினை அது நிரந்தரமாக உருவாக்கிவிடும் என்றும், உயிரையேகூட பறித்துவிடும் என்றும் வாட்சப்பில் வதந்திகள் பரப்பபப்பட்டன.*

*சமீபத்தில் குஜராத்தில் இத்தடுப்பூசி கொடுக்கப்பட்ட 30 முதல் 115 மணி நேரங்களில் நான்கு குழந்தைகள் இறந்திருந்தனர்.[15] அதேபோன்று நாடுமுழுவதிலும் மேலும் அத்தடுப்பூசி வழங்கப்பட்ட 21 மாநிலங்களில் 14 இல் குழந்தைகளின் இறப்பும் நடந்திருக்கிறது. அதனைத் தொடர்ந்து எம்ஆர் தடுப்பூசி குறித்த வதந்திகள் மேலும் தீவிரமடைந்தன.*

*தட்டம்மை[16] என்பது மிகத் கடுமையான நோய்களில் ஒன்று. நடுச்செவி அழற்சி மற்றும் நுரையீரல் அழற்சி போன்ற நோய்களுடன் இணைந்துகொண்டு, இந்நோய் உடல்நிலையை மேலும் சிக்கலாக்கிவிடும். மூளையழற்சி நோய்வரையிலும் கொண்டுபோய் விடுவதில் தட்டம்மைக்கு முக்கியப்*

பங்கிருக்கிறது. மூளையழற்சி நோயால் பாதிக்கப்படுகிற 2000 பேரில் ஒருவர் தட்டம்மை நோயின் வழியாகத்தான் அந்நிலைக்கு வந்துசேர்கிறார்கள். மூளையழற்சியினால் பாதிக்கப்படுகிற ஒவ்வொரு 3000 பேரில் ஒருவருக்கு சுவாசக்குழாய் மற்றும் நரம்பியல் பிரச்சனைகள் உண்டாகி, நிரந்தரமாக மூளை செயலிழந்து இறந்தும் போகின்றனர்.

ரூபெல்லா[17] என்றழைக்கப்படும் ஜெர்மன் மணல்வாரி வைரஸ் நோய்க்கிருமி, சுவாசப்பாதை வழியாக உடம்பிற்குள் நுழைகிறது. உள்ளே நுழைந்த 5 முதல் 7 நாட்களுக்குள்ளாக இரத்தத்தில் கலந்துவிடுகிறது. அதன்பின்னர் உடலின் மற்ற பாகங்களுக்கும் பரவிவிடுகிறது. ஆரம்பத்தில் பெரும்பாலும் இந்நோய் தாக்கப்பட்டவர்களின் கவனத்திற்கு வராத வண்ணம் தான் இருக்கும். பின்னர் தடித்தல் தோன்றி, முகத்தில் இருந்து உடல் முழுதும் பரவுகிறது. சிலநேரங்களில் தடிப்புகளில் அரிப்பு ஏற்படுகிறது. காய்ச்சல், வறண்ட தொண்டை, மயக்கம், மூட்டுவலி போன்றவையும் ஏற்படுகின்றன.

கர்ப்ப காலத்தில் இத்தொற்று ஏற்படும் போது, கரு கலையவோ அல்லது பிறக்கும் குழந்தைகள் பிறவி ரூபெல்லா நோய்க்குறியோடு (congenital rubella syndrome) பிறக்கவோ வாய்ப்புள்ளது. அதனால் 90% குழந்தைகளுக்கு, கண்புரை, காது கேளாமை, மூளை மற்றும் இதயம் சம்பந்தமான பிரச்சனைகள் ஏற்படுகின்றன.

பகிரப்பட்ட செய்தி:

*'அன்பு சகோதர சகோதரிகளே, உங்களுக்கு அமைதி உண்டாகட்டும். இந்தியா முழுக்க உள்ள அனைத்து பள்ளிகளும் உங்கள் குழந்தைகளுக்கு ஒரு ஊசி போட முடிவெடுத்துள்ளன. அந்த ஊசியைப் போடவேண்டாம் என்று பள்ளிகளிடம் நீங்கள் கட்டாயமாக வலியுறுத்த வேண்டும். மீறி அந்த ஊசியை உங்கள் குழந்தைகளுக்குப் போட அனுமதித்தீர்களானால், அவர்கள் வளர்ந்து 40 வயதாகும்போது, அவர்களுக்கு மலட்டுத்தன்மை உண்டாகிவிடும். அவர்களால் அதன்பிறகு குழந்தை பெற்றுக்கொள்ளவே முடியாது. இது ஆர்எஸ்எஸ் இயக்கத்தின் திட்டமிட்ட சதி. முஸ்லிம் குழந்தைகளுக்கு மட்டுமே இந்த ஊசியைப்போட வேண்டும் என்று கேரளாவில் ஒரு ஆசிரியர் பகிரங்கமாகக் கூறியிருக்கிறார். அதனால் உங்கள் குழந்தைகளின்*

பாதுகாப்பிற்காக, இந்த ஊசியை அவர்களுக்குப் போடாமல் தவிர்க்கவேண்டும் என பரிவுடன் கேட்டுக்கொள்கிறோம்' என்று வாட்சப்பில் தொடர்ந்து பகிரப்பட்டுக்கொண்டே இருந்தது.

### உண்மை என்ன?

**தட்டம்மை-ரூபெல்லா (எம்.ஆர்) தடுப்பூசி:** எம்.ஆர் தடுப்பூசியில் மிகக்குறைந்த அளவிலான வைரஸ் கலந்திருக்கும். அது உடம்பினுள் செலுத்தப்பட்டதும், முதன்முறையாக அத்தகைய வைரசை எதிர்கொள்கிற நம்முடைய உடலின் எதிர்ப்புச் சக்தியானது, அதனை எதிர்த்துப் போராடும் சக்தியையும் யுக்தியையும் பெற்றுக்கொண்டு விடும்.[18] உயிருள்ள வைரஸ், ஊசியின் மூலமாக நம் உடலில் செலுத்தப்பட்டாலும், மனித உடலுக்கு கேடுவிளைவிக்காத அளவிற்கு மிகமிகக் குறைந்த வீரியம் கொண்ட அளவிற்கு தான் அந்த வைரஸ் சேர்க்கப்பட்டிருக்கும்.

வீரியம் குறைந்த வைரசுடன் சேர்த்து, தடுப்பூசியின்[19] தயாரிப்புக்கும் உற்பத்திக்கும் உறுதுணையாக இருக்கிற பால்மமாக்கிகள், பதனப்பொருட்கள், துணையூக்கிகள் என வேறுசில பொருட்களும் கூடவே சேர்க்கப்படுகின்றன. உலக சுகாதார மையத்தின் கட்டுப்பாட்டு அமைப்புகளால் பாதுகாப்பானதாக அறிவிக்கப்பட்டவை மட்டுமே சேர்க்கப்படுகின்றன.

**எம்.ஆர் தடுப்பூசியின் பலன்கள்:** அமெரிக்காவில் அதிகமாக இத்தடுப்பூசி கொடுக்கப்பட்ட பள்ளிகளில் மேற்கொண்ட ஆய்வுகளின்படி, ஒருமுறை இத்தடுப்பூசி செலுத்தப்பட்ட குழந்தைகளுக்கு 94 சதவிகிதமும், இருமுறை இத்தடுப்பூசி செலுத்தப்பட்ட குழந்தைகளுக்கு 99 சதவிகிதத்திற்கு அதிகமாகவும் தட்டம்மை நோய்க்கான எதிர்ப்புசக்தி உருவாகியிருப்பதைக் கண்டறிந்திருக்கின்றனர்.

**வதந்திகள்:** மருந்துகளைப் போலவே, தடுப்பூசிகளுக்கும் சில பக்கவிளைவுகள் இருக்கத்தான் செய்யும். ஆனால், தட்டம்மையை விடவும் ரூபெல்லாவை விடவும் தடுப்பூசிகள் போட்டுக்கொள்வது மிகமிக பாதுகாப்பானதுதான்.

**மலட்டுத்தன்மை:** எம்ஆர் தடுப்பூசி போட்டுக்கொள்கிற பெரும்பாலானவர்களுக்கு எவ்வித நீண்டகாலப் பிரச்சனைகளோ மோசமான பக்கவிளைவுகளோ உண்டாவதில்லை. அதேபோல, எம்ஆர் தடுப்பூசிக்கும் ஒட்டுமொத்தமாக ஒரு சமூகத்து மக்களுக்கே மலட்டுத்தன்மை உண்டாக்குவதற்கும் தொடர்பு இருப்பதாகக் கூறுவதும் ஆதாரமற்ற வதந்தியே.

**ஆட்டிசம்:** எம்ஆர் தடுப்பூசியினால் ஆட்டிசம் வரும் என்பதற்கும் எவ்வித ஆதாரமும் இல்லை. பல்வேறு ஆய்வுமுடிவுகளும் அதனை வதந்தியென்றே நிரூபித்திருக்கின்றன.[20] 1998 ஆம் ஆண்டு வேக்பீல்ட் என்பவர் எம்ஆர் தடுப்பூசி கொடுக்கப்பட்டதால் 12 குழந்தைகள் ஆட்டிசம் பாதிக்கப்பட்டதாக ‘தி லான்சட்’ என்னும் பத்திரிக்கையில் ஒரு ஆய்வுக்கட்டுரை எழுதினார். ஆனால் அந்த ஆய்வுக்கட்டுரை முழுவதும் பொய்யான தரவுகளைக் கொண்டே எழுதப்பட்டது என்பதை விளக்கும்விதமாக 2011இல் வெளியான பிரிட்டிஷ் மெடிக்கல் ஜர்னல் (பிஎம்ஜே) பத்திரிக்கையில் மிகவிரிவான கட்டுரை ஒன்று வெளியாகியிருக்கிறது.[21] 12 குழந்தைகளின் மருத்துவத் தகவல்களாக வேக்பீல்ட் எழுதியவை அனைத்தும் அவருடைய விருப்பத்திற்கு ஏற்றபடியாக திருத்தி எழுதப்பட்டவை தான் என்பதுவும் ஆதாரப்பூர்வமாகவே நிரூபிக்கப்பட்டு விட்டன.

**தடுப்பூசிகளுக்கு எதிரான வதந்திகளினால் ஏற்படும் ஆபத்துகள்:** தடுப்பூசிகளுக்கு எதிரான வதந்திகள் இந்தியாவில் மட்டுமல்ல, வட அமெரிக்கா மற்றும் ஐரோப்பாவிலும்[22] கூட பரவிவருகின்றன. அதனால், 2018 ஆம் ஆண்டில் மட்டுமே வட அமெரிக்காவிலும் ஐரோப்பாவிலும் 60000க்கும் மேற்பட்டோர் தட்டம்மை நோயால் பாதிக்கப்பட்டுள்ளனர். அவர்களில் 72 பேர் இறந்தும் போயிருக்கின்றனர். இந்த நூற்றாண்டிலேயே தட்டம்மையால் ஓராண்டில் அதிகமானோர் இறந்திருப்பது 2018 ஆம் ஆண்டில் தான்.

2003-2004 ஆம் ஆண்டுவாக்கில் நைஜீரியாவிலும் போலியோ தடுப்பூசிக்கு[23] எதிரான பிரச்சாரங்கள் தீவிரமடைந்து 15 மாதங்கள் வரையிலும் நீடித்தது. நைஜீரியாவை ஆண்டுவந்த இராணுவ அரசாங்கத்தின் மீது நம்பிக்கையில்லாததால், தடுப்பூசிக்கு எதிரான பிரச்சாரத்தை நம்பி, தங்கள் குழந்தைகளுக்கு தடுப்பூசி போடாமல் தவிர்த்தனர் பல குழந்தைகளின் பெற்றோர். போலியோ தடுப்பூசி போடுவதன் மூலம், நிரந்தரமான மலட்டுத்தன்மையினை

குழந்தைகள் பெற்றுவிடுவார்கள் என்ற வதந்தியும் உடன் சேர்ந்துகொண்டது.

**எம்ஆர் தடுப்பூசி எப்போது ஆபத்து:** 9 மாதத்திலிருந்து 15 வயதுவரையிலான குழந்தைகளுக்கு எம்ஆர் தடுப்பூசி போடலாம் என்று 2018 ஆம் ஆண்டு இந்தியாவில் அறிவித்திருந்தபோதும், 12 முதல் 15 மாதங்கள் வரையிலான வயதுடைய குழந்தைகளே எம்ஆர் தடுப்பூசி போடுவதற்கான சரியான வயதுக் குழந்தைகளாகும்.

இருப்பினும், எம்ஆர் தடுப்பூசிக்கோ, அதில் பயன்படுத்தப்பட்டிருக்கும் சில கூறுகளுக்கோ ஏதாவது ஒவ்வாமை இருந்தால் எம்ஆர் தடுப்பூசி போடக்கூடாது.[24] அதேபோல கர்ப்பிணிப் பெண்களுக்கும், புற்றுநோயால் பாதிக்கப்பட்டவர்களுக்கும், நோய் எதிர்ப்பு சக்தியை வலுவிழக்கச் செய்யும் எயிட்ஸ் உள்ளிட்ட நோய்களால் அவதிப்படுபவர்களுக்கும், நோய் எதிர்ப்பியக்கச் சிகிச்சை பெற்றவர்களுக்கும், கீமோதெரப்பி என்றறியப்படுகிற வேதிச்சிகிச்சை செய்தவர்களுக்கும், நோய் எதிர்ப்புச்சக்தி குறைபாடு இருக்கிறவர்களின் நெருங்கிய உறவினர்களுக்கும், மிகச்சமீபத்தில் இரத்தம் செலுத்தப்பட்டவர்களுக்கும் எம்ஆர் தடுப்பூசியை போடவே கூடாது.

**எம்ஆர் தடுப்பூசியின் பக்கவிளைவுகள்:** எம்ஆர் தடுப்பூசி போட்டவுடன் தற்காலிக பக்கவிளைவுகளாக மிதமான வலியும், காய்ச்சலும், முட்டிகளில் இறுக்கமும் இருக்கலாம்.

எம்ஆர் தடுப்பூசி போடப்பட்டவர்களின் மருத்துவ ஆவணங்களையும் புள்ளிவிவரங்களையும் அறிவியல் ஆய்வுகளையும் வைத்துப் பார்க்கும்போது, இரத்தத் தட்டுகள் குறைவதற்கும் பெப்ரைல் சீசர் என்கிற காய்ச்சல் வருவதற்கும் மிக அரிதான வாய்ப்பிருக்கிறது. 20000 குழந்தைகளில் ஒரு குழந்தைக்கு இரத்தத் தட்டுகள் குறைவதும்,[25] பத்து இலட்சம் குழந்தைகளில் ஒரு குழந்தைக்கு பெப்ரைல் சீசர் வருவதும் நடக்கும். அவை இரண்டும் நீண்டகால நோய்களாக இல்லாமல், தானாகவே குணமாகிவிடும் நோய்களாகும்.

**எம்ஆர் தடுப்பூசியினால் ஏற்படும் நன்மைகள்:** உங்கள் குழந்தைக்கு எம்ஆர் தடுப்பூசி போடுவதன் மூலம், உங்கள் குழந்தையை மட்டுமல்லாமல், உங்கள் குழந்தையைச் சுற்றியுள்ள சமூகத்தையே காப்பாற்றுகிறீர்கள். நோய் தாக்கப்பட்டால், ஒருவரிடமிருந்து மற்றவர்களுக்கு தொற்றுநோயாக எளிதில் பரவிவிடும். ஒரு குழந்தைக்கு நோய் வந்தாலே பலருக்கும் பரவிவிடும். அதனால் அந்த ஒரு குழந்தைக்கு தடுப்பூசி கொடுத்து அந்தக் குழந்தையை மட்டுமில்லாமல் பல குழந்தைகளையும் காப்பாற்ற முடிகிறது.

ஏராளமானோர் கூடிவாழும் குடும்பங்களிலோ பகல் நேர காப்பகங்களிலோ வளரும் குழந்தைகளுக்கு கிருமிகள் தாக்கி நோய்கள் உண்டாவதற்கான அதிகமான சாத்தியக்கூறுகள் உள்ளன. ஒரு குழந்தையைச் சுற்றியுள்ள நிறைய குழந்தைகளில் ஒருவருக்கு வந்தாலும் கூட, அந்த நோய் மற்ற குழந்தைகள் அனைவருக்கும் பரவுவதற்கான வாய்ப்புகள் அதிகம். இத்தகைய சூழலில், அக்கூட்டத்தில் பெரும்பாலான குழந்தைகளுக்கு தடுப்பூசி போடப்பட்டிருந்தால், தடுப்பூசி போடாத ஒரு குழந்தைக்கு நோய் வந்தாலும், தடுப்பூசி போடாமலும் நோய் வராமலும் இருக்கிற மற்ற குழந்தைகளுக்கும் அந்த நோய் பரவாதவாறு தடுக்கப்படுவதற்கான வாய்ப்புகள் அதிகம். இதனைத் தான் ஹெர்ட் இம்யூனிட்டி என்கிறோம்.

அதேவேளையில், தடுப்பூசி போடாமல் வளர்ந்திருக்கிற பெரியவர்கள் பலரும் தொடர்ச்சியாக தடுப்பூசி போடப்படாத சிறு குழந்தைகளைத் தொடுவதும் தூக்குவதுமாக இருந்தால் குழந்தைகளுக்கு ஏதாவதொரு நோய் தாக்கிவிடுவதற்கான வாய்ப்பு அதிகமாக இருக்கிறது.

**முடிவுரை:** ஒரு குறிப்பிட்ட சமூகத்திற்கே ஒட்டுமொத்தமாக கருத்தடை செய்வதற்காக துவங்கப்பட்ட தடுப்பூசி முகாம்தான் இதுவென்று பரப்பப்பட்ட வதந்தியில் எவ்வித உண்மையோ அதற்கான ஆதாரமோகூட இல்லை என்பது நிரூபணமாகியிருக்கிறது. மேலும், அதே தடுப்பூசிதான் அனைத்து மதத்தைச் சேர்ந்த குழந்தைகளுக்கும் ஒரேமாதிரியாகவும் ஒன்றாகவும் பொதுவான இடங்களிலும் வழங்கப்பட்டிருக்கிறது.

நாடு முழுவதும் ஏராளமான குழந்தைகளுக்கு தடுப்பூசி போடப்பட்டுக் கொண்டிருந்த அதேவேளையில்தான் ஆட்டிசம் குறித்தான விழிப்புணர்வும் அதிகரித்திருக்கிறது. இரண்டுக்கும்

எந்தத் தொடர்பும் இல்லையென்றாலும், வதந்தி பரப்புவோருக்கு இரண்டையும் முடிச்சிப் போடுவது எளிதாக இருந்திருக்கிறது. அரசாங்கத்தின் மீதும், சுகாதாரத்துறை மற்றும் சுகாதார ஊழியர்கள் மீதுமான அவநம்பிக்கையுமே இத்தகைய வதந்திகளை எளிதில் மக்களை நம்பவைத்து விடுகிறது. தடுப்பூசி போடப்பட்ட காலத்தில் இறந்த குழந்தைகளின் மரணத்திற்கும் தடுப்பூசிக்கும் எவ்விதத் தொடர்பும் இருக்கவில்லை என்பதை 2018[15] ஆம் ஆண்டு மத்திய ஆய்வுக்குழுவின் அறிக்கையும் கூட உறுதி செய்திருக்கிறது.

தடுப்பூசிக்கு எதிரான வதந்திகள், காட்டுத்தீயாகப் பரவி, பொய்யை உண்மையென பெருவாரியான மக்களை நம்பவைக்கும் ஆற்றல் கொண்டவை. ஒருவர் இருவராக வதந்திகள் சென்று சேரும் காலத்தைத் தாண்டி, இத்தகைய சமூக ஊடக வதந்திகள் எல்லாம் தொற்று நோய் போல பெருங்கூட்டத்தை ஒரே நேரத்தில் சென்று சேரும் வல்லமை கொண்டவையாக இருக்கின்றன. அதனாலேயே தடுப்பூசி தொடர்பான வதந்திகளை 'தொற்றுவதந்தி'[14] என்று புதிய வார்த்தை கொண்டே அழைக்கிற அளவுக்கு ஆபத்தானதாக இருக்கிறது. போலியோ, தட்டம்மை, ஜெர்மன் மணல்வாரி போன்ற நோய்களிடமிருந்து நம்மைப் பாதுகாத்துக் கொள்வதற்கான ஒரேவழி, தடுப்பூசிகளை முறையாகப் போட்டுக்கொள்வது தான். அதேபோல அறிவியல் உண்மைகளுக்குள் ஒளித்து பரப்பப்படும் பொய்களைப் பிரித்தறிய வேண்டிய அவசியமும் நமக்கு இருக்கிறது.

# 78

# நீரிழிவு நோய் எதிர்ப்பு மருந்துகளாக முன்வைக்கப்பட்ட பிஜிஆர்-34 மற்றும் ஐஎம்ஈ-9

ஆயுர்வேதம், யோகா, சித்தா உள்ளிட்ட மாற்று மருத்துவ முறைகளை மக்களிடையே கொண்டுசெல்வதற்காக துவங்கப்பட்ட ஆயுஷ் என்கிற மத்திய அமைச்சகத்தின் உதவியுடனும், சிஎஸ்ஐஆர் (இந்திய அறிவியல் மற்றும் தொழிலக ஆய்வுமன்றம்) மற்றும் சிசிஆர்ஏஎஸ்[26] (ஆயுர்வேத மருத்துவத்திற்கான மத்திய ஆய்வுமன்றம்) போன்ற அமைப்புகளின் துணையுடனும், பிஜிஆர்-34[27] (BGR-34) மற்றும் ஆயுஷ்-82 (ஐஎம்ஈ-9[28] / IME-9 என்ற பெயரில் விற்கப்படும்) என்று இருவேறு மருந்துகள், நீரிழிவு நோய் எதிர்ப்புக்கான ஆயுர்வேத மருந்துகளாக அறிமுகப்படுத்தப்பட்டன.

பிஜிஆர்-34 என்கிற மருந்தினை ஐமில் பார்மசிட்டிகல்ஸ் என்னும் தனியார் நிறுவனம்தான் தயாரிக்கிறது. அதற்கு 2016 ஆம் ஆண்டின் சிறந்த வர்த்தகக் குறியீடிற்கான ஆயுஷ் விருதினை[29] மாநிலங்களுக்கான மத்திய விவசாயத்துறை அமைச்சர் புருசோத்தம் ருபாலா வழங்கினார். இம்மருந்தினை மிகச்சிறந்த மருந்தாகவும், குறைந்த விலையில் கிடைக்கிற மலிவான மருந்தாகவும் பிரதமர் மோடியின் அறிமுக உரையோடு இணைத்து நியூஸ் 24,[30] ஜீ 24,[31] டிடி[32] உள்ளிட்ட தொலைக்காட்சிகளில் பிரத்யேக செய்திகளும் நிகழ்ச்சிகளும் ஒளிபரப்பப்பட்டன. இப்படியான தொடர் முயற்சிகளின் மூலமாக, பல அற்புதங்களை நிகழ்த்தும் மருந்தாக பிஜிஆர்-34 மக்களிடம் முன்னிறுத்தப்பட்டது.

ஆயுஷ்-82 (AYUSH-82) என்கிற இரண்டாவது மருந்தை, மத்திய ஆயுஷ் அமைச்சகத்தில் தன்னியக்க அதிகாரம் பெற்று இயங்கும் ஆயுர்வேத

மருத்துவத்திற்கான மத்திய ஆய்வுமன்றம் என்னும் நிறுவனம், நீரிழிவு நோய் எதிர்ப்புக்கான மருந்தாகத் தயாரித்து வெளியிட்டது. அம்மருந்து ஐஎம்ஈ-9 என்னும் பெயரில் விற்பனைக்கு வந்தது.

**பகிரப்பட்ட செய்தி:**

எவ்வித பக்கவிளைவுகளும் இல்லாத மருந்து என்றும், 800 நோயாளிகளை வைத்து பரிசோதிக்கப்பட்ட மிகச்சிறந்த நீரிழிவு எதிர்ப்பு மருந்தென்றும் ஐஎம்ஈ-9 பிரபலப்படுத்தப்பட்டது.

இரண்டாம் வகை நீரிழிவு நோயினால் பாதிக்கப்பட்ட நோயாளிகளுடைய இரத்தத்தின் சர்க்கரை அளவை குறைப்பதற்கு டிபிபி-4 (DPP-4) தடுப்பான் பிரிவைச் சேர்ந்த மருந்துகள் தான் பயன்படுத்தப்படுகின்றன. இந்திய அறிவியல் மற்றும் தொழிலக ஆய்வு மன்றத்தால் உருவாக்கப்பட்ட பிஜிஆர்-34 என்கிற மருந்தும் டிபிபி-4 தடுப்பான் வகையைச் சார்ந்தது தான் என்று பிரச்சாரம் செய்யப்பட்டது.

'இயற்கையிலேயே டிபிபி-4 தடுப்பானாகவும், எந்த பக்கவிளைவும் இல்லாத மருந்தாகவும் பிஜிஆர்-34 உருவாக்கப்பட்டிருக்கிறது. நீரிழிவு நோய்களுக்கான மருந்துகளிலேயே வெறும் 5 ரூபாய்க்கே கிடைக்கும் விலைகுறைந்த மாத்திரை இதுதான்'

என்கிறார் ஐமில் பார்மசிட்டிக்கல்சின் நிர்வாக இயக்குனரான கேகே ஷர்மா.[29]

'பிஜிஆர்-34 மாத்திரையை முதலில் விலங்குகளுக்குக் கொடுத்து பரிசோதித்தோம். அப்படியாக செய்யப்பட்ட அறிவியல்பூர்வமான ஆய்வுகளின் அடிப்படையில், அம்மாத்திரை மிகவும் பாதுகாப்பானதாகவும் நல்ல பலன் தரக்கூடியதாகவும் இருப்பதை நாங்கள் உறுதிசெய்தோம். அதன்பிறகு எங்கள் ஆய்வகத்தில் நடத்திய மருத்துவ பரிசோதனைகளுடைய முடிவுகளின்படி 67% சிறப்பாக செயல்படுவதைக் கண்டோம்.'[33]

என்று சிஎஸ்ஐஆர் அமைப்பினுடைய ஆய்வகத்தின் விஞ்ஞானியும் மருத்துவருமான ஏகேஎஸ் இராவத் தெரிவித்தார்.

**உண்மை என்ன?**

**உண்மையிலேயே அறிவியல்பூர்வமாக நிரூபிக்கப்பட்டதுதானா?:** விலங்குகளை வைத்தோ அல்லது மனிதர்களுக்குக் கொடுத்தோ இவ்விரு மருந்துகளையும் பரிசோதித்ததற்கான எவ்வித ஆதாரங்களும் இதுநாள் வரையிலும் வெளியிடப்படவில்லை. ஆய்வுக்கட்டுரைகளைப் பாதுகாக்கும் கூகிள் ஸ்காலர் மற்றும் பப்மெட் (PubMed) போன்ற தளங்களிலும் இம்மருந்துகளின் ஆய்வுகள் குறித்து ஒரேயொரு கட்டுரைகூட எழுதப்பட்டிருக்கவில்லை.

தேசிய தாவரவியல் ஆய்வுக்கழகம்[34] மற்றும் ஆய்வேத மருத்துவத்திற்கான மத்திய ஆய்வுமன்றம்[35] என இரு அமைப்புகளுடைய இணையதளங்களையும் தோண்டித் துருவிப் பார்த்தாலும், நீரிழிவு நோய்களுக்கான மாயாஜால மந்திர மருந்துகளாக முன்னிருத்தப்படும் பிஜிஆர்-34 மற்றும் ஆயுஷ்-82 என இரண்டுக்கும் ஒரேயொரு காப்புரிமை கூட வாங்கியதாகக் குறிப்பிடப்படவில்லை.

2016 ஆம் ஆண்டு நவம்பர் மாதத்தில் அகர்வால் தர்மத் சமூக மருத்துவமனையில் பிபி.குப்தா என்கிற மருத்துவர், பிஜிஆர்-34 மாத்திரையினை மருத்துவ பரிசோதனை[36] செய்ததாகவும், ‘முடிவுகள் நம்பிக்கை அளிப்பதாக’வும் ஒரு சிறுகுறிப்பை மட்டுமே எழுதி இந்திய மருத்துவ பரிசோதனைப் பதிவேட்டில் பதிவு செய்திருக்கிறார். ஆனால் அதற்கு ஆதாரமாக வேறெந்த தகவல்களுமோ, பரிசோதனைத் தரவுகளுமோ இணைக்கப்படவே இல்லை.

அதேபோல, ஆய்வுத் தகவல்கள்[37] எதையும் இணைக்காமல், விஞ்ஞானிகளுக்கான சமூக ஊடகத்தளமான ரிசர்ச்கேட் என்னும் இணையதளத்தில் பி.நேகி என்னும் மருத்துவரால் ஐஎம்ஈ-9 மருந்து குறித்த ஒரு விமர்சனக் கட்டுரை எழுதப்பட்டிருக்கிறது. ஆனால், அதிலும்கூட எந்த ஆய்வு முடிகளையும் ஆதாரமாக இணைக்கவில்லை.

**உண்மையிலேயே மற்ற மாத்திரைகளைவிட மலிவானதுதானா?:** நீரிழிவு நோய்களுக்கான மாத்திரைகளிலேயே பிஜிஆர்-34 தான் மிகவும் மலிவான மாத்திரை என்று விளம்பரப்படுத்துகின்றனர். ஒரு வேளைக்கு இரண்டு மாத்திரைகள் என ஒரு நாளைக்கு இருமுறை

சாப்பிட வேண்டுமாம். ஒரு மாத்திரையின் விலை 5 ரூபாய். ஒரு நாளைக்கு நான்கு மாத்திரை வாங்க வேண்டுமென்றால், 20 ரூபாய் செலவிடவேண்டும். ஆக ஒரு மாதத்திற்கு கணக்கிட்டால் 600 ரூபாய் வருகிறது.

ஆனால், 50 ஆண்டுகளாக பரவலாகப் பயன்படுத்தப்பட்டு வரும் மெட்ஃபார்மின் (Metformin) என்னும் மாத்திரையின் விலையோ 75 பைசாதான் (500 மில்லிகிராம்).[38] நோயாளியின் உடல்நிலைக்கு ஏற்றவாறு, ஒரு நாளைக்கு 500 மில்லிகிராம் முதல் 2500 மில்லிகிராம் வரையில் சாப்பிடலாம் என்று பரிந்துரைக்கப்படுகிறது. அப்படியென்றால், மாதத்திற்கு 22.50 ரூபாயிலிருந்து 112.50 ரூபாய்க்குள் தான் செலவாகும். எப்படிப் பார்த்தாலும், பிஜிஆர்-34 ஐ விடவும் மெட்ஃபார்பின் மாத்திரையே மலிவானதாக இருக்கிறது.

**உண்மையிலேயே எந்த பக்கவிளைவுகளும் இல்லாததுதானா?:** ஐஎம்ஈ-9 மாத்திரை மீது வாடிக்கையாளர்களிடமிருந்து ஏராளமான புகார்கள் வந்தவண்ணம்தான் உள்ளன.[39] மூலிகைகளால் தயாரிக்கப்படும் மருந்துகளை உட்கொண்டால் எந்த பக்கவிளைவுகளும் ஏற்படாது என்கிற பொதுக்கருத்தைத் தாண்டி, இந்த ஐஎம்ஈ-9 மருந்தினைப் பயன்படுத்தினால் பலவிதமான பக்கவிளைவுகள் ஏற்படுவதாக அப்புகார்களில் தெரிவிக்கப்பட்டிருக்கின்றன. மலச்சிக்கல், மலத்துடன் இரத்தம் வருவது, இரத்தத்தில் சர்க்கரையின் அளவு அதிவேகமாக உயர்வது போன்ற நீரிழிவு நோயாளிகளின் உயிருக்கே ஆபத்தான பக்கவிளைவுகள் எல்லாம் ஏற்படுகின்றன.

சாப்பிடுவதற்கு முன்பு 324 மில்லிகிராம்/டெசிலிட்டர் என்றிருந்த ஒரு நோயாளிக்கு,[40] ஐஎம்ஈ-9 உட்கொண்ட 15 நாட்களில் 460 மில்லிகிராம்/டெசிலிட்டர் என்று இரத்தத்தில் சர்க்கரையின் அளவு கிடுகிடுவென உயர்ந்திருக்கிறது. (இயல்பாக இருக்க வேண்டிய சர்க்கரையின் அளவு 70-110 மில்லிகிராம்/டெசிலிட்டர்).

**வல்லுநர்களின் கருத்துகள்:**

1. ஆயுஷின் மருந்து தயாரிக்கும் முறைகளின் நம்பகத்தன்மையையே பூனேவில் இருக்கும் சாவித்ரிபாய் பூலே பல்கலைக்கழகத்தில் பணிபுரியும் ஆயுர்வேத மருத்துவரான பூஷன் பட்வர்தன் கேள்விக்குள்ளாக்குகிறார்.[41] நீரிழிவு நோய் எதிர்ப்பு மருந்துகளாக

முன்னிறுத்தப்படும் இரு மருந்துகளின் வானளாவிய பலன்கள் குறித்து பரப்பப்படுகிற செய்திகளை அவர் நிராகரிக்கிறார். அதனை 2016 இல் வெளியான 'ஜர்னல் ஆஃப் ஆயுர்வேதா அண்ட் இண்டக்ரேட்டிவ் மெடிசின்' என்னும் பத்திரிக்கையில் விரிவான விமர்சன ஆய்வுக்கட்டுரையாக எழுதியிருக்கிறார்.

2. அகச்சுரப்பியலில் முதுகலைப் பட்டம் பெற்று (தங்கமெடலும் வாங்கி) சைடஸ் மருத்துவமனையில் அகச்சுரப்பியல் துறையில் மருத்துவராகப் பணிபுரியும் ஓம் லகானியும் இவ்விரு மருந்துகளையும் விமர்சிக்கிறார். அறிவியல்பூர்வமான ஆதாரங்கள் எதுவுமே இல்லாமல், வானொலியிலும் தொலைக்காட்சிகளிலும் பத்திரிக்கைகளிலும் ஆகா ஓகோவென ஒரு மருந்தைப் புகழ்ந்து விளம்பரப்படுத்தினால், அது 'மருந்துகள் மற்றும் மந்திர தந்திர நிவாரணங்கள் சட்டம், 1954' இன்படி தண்டனைக்குரிய குற்றமாகும் என்கிறார்.

3. மூலிகைகளுடன் உலோகங்களையும் கனிமங்களையும் அதிகளவிலான ஈயமும், பாதரசமும்[42] ஆர்சனிக்கும் கலந்து மருந்து தயாரிக்கும் இரச ஷாஸ்திரா என்கிற முறையைப் பின்பற்றுவதால், விற்பனைக்குவரும் மருந்துகளில் உலோகங்களும் இருக்க வாய்ப்பிருக்கிறது. இந்தியா மற்றும் அமெரிக்காவில் இருக்கும் 25 பிரபலமான இணையதளங்களில் விற்கப்படும் மருந்துகளில் சிலவற்றைத் தேர்ந்தெடுத்து வாங்கி, பரிசோதனை செய்து பார்த்ததில் ஐந்தில் ஒரு பங்கான மருந்துகளில் கடுமையான உலோகங்கள் இருப்பது கண்டுபிடிக்கப்பட்டது. ஆக, இத்தகைய மருந்துகளை மேலும் கடுமையாக சோதனை செய்ய வேண்டிய கட்டாயம் இருக்கிறது என்பதை இந்த ஆய்வின் முடிவுகள் நமக்கு உணர்த்துகின்றன.

   மேலும், 2008 ஆம் ஆண்டு போஸ்டன் பல்கலைக்கழகத்தைச் சேர்ந்த சேப்பர் என்பவரும் அவருடன் பணிபுரியும் சிலரும் இணைந்து நடத்திய ஆய்வில், இந்தியாவில் தயாரிக்கப்படும் ஆயுர்வேத மருந்துகளில் மெர்க்குரியும், பெரியளவுக்கு ஆர்சனிக்கும் கலந்திருப்பதைக் கண்டறிந்தனர்.

**முடிவுரை:** அறிவியல்பூர்வமான ஆய்வு முடிவுகள், வல்லுநர்களின் கருத்துகள், வாடிக்கையாளர்களின் புகார்கள் ஆகியவற்றை வைத்துப் பார்க்கையில் இரண்டாம் வகையான நீரிழிவு நோயினைக் கட்டுப்படுத்துவதாக பிரச்சாரம் செய்யப்படும் பிஜிஆர்-34 மற்றும்

ஐஎம்ஈ-9 மருந்துகளுக்கு மருத்துவ அடிப்படையிலான ஆதாரங்கள் தற்போதுவரை ஏதுமில்லை என்பது தெளிவாகிறது.

பிஜிஆர்-34 மருந்தையும் ஐஎம்ஈ-9 மருந்தையும் உட்கொண்டதாலோ அல்லது அம்மருந்துகள் முறையாக பரிசோதனைக்கு உட்படுத்தப் படாததாலோ தான் பக்கவிளைவுகள் ஏற்பட்டன என்று அறுதியிட்டு கூறுமுடியாதுதான்.

இருப்பினும், அம்மருந்துகள் சிலவற்றின் மாதிரிகளை தோராயமாக எடுத்துக்கொண்டு பரிசோதித்தபோது காணப்பட்ட அளவிற்கதிகமான உலோகக்கூறுகள், அவற்றின் பாதுகாப்புத் தன்மையையே கேள்விக்குறியாக்குகின்றன என்பது கவனிக்கத்தக்கது.

இரண்டு குழுவாக நோயாளிகளைப் பிரித்து ஒரு குழுவுக்கு மருந்தினைக் கொடுத்தும், மற்றொரு குழுவிற்கு கொடுக்காமலும் ஒரே நேரத்தில் பரிசோதித்து ஆய்வு செய்வதற்கு ‘டபுள் ப்ளைண்ட் ப்ளேசபோ’ *(Double Blinded Placebo)* என்று பெயர். இப்பரிசோதனை நடக்கையில், அவ்விரு குழுவில் இருக்கும் நோயாளிகளுக்கும் அவர்களுக்கு மருந்து வழங்கும் மருத்துவர்களுக்கும் இப்படியான ஆய்வு நடப்பதே சொல்லப்படமாட்டாது. பரிசோதிக்கப்படும் மருந்துகளின் பாதுகாப்பு, தரம், தரக்கூடிய பலன்கள் போன்றவற்றைக் குறித்த அதிகளவிலான தகவல்களை இத்தகைய ஆய்வுகளின் மூலம் திரட்டலாம்.

ஆக, அறிவியல்பூர்வமான ஆய்வுகள் செய்யப்படாமல், தேவையான தரவுகளைத் திரட்டாமல், பிஜிஆர்-34 மற்றும் ஐஎம்ஈ-9 போன்ற மருந்துகள் நீரிழிவு நோயை குணமாக்கும் என்று பொய்யான வாக்குறுதி கொடுப்பதும், அதனை ஆயுஷ் என்கிற மத்திய அமைச்சகமும் அரசு ஆய்வு நிறுவனங்களும் இந்தியாவின் பிரதமரும் பாராட்டிப் பிரச்சாரம் செய்வதும் அடிப்படை அறத்திற்கும் சட்டத்திற்குமே எதிரானது.

## 79
## டெங்குவை ஒழிக்குமா பப்பாளியும் கேரிபில் மாத்திரையும்

கொசுக்களின் மூலமாக மனிதர்களுக்குப் பரவும் ஃப்ளாவிவிரிடே (Flaviviridae) என்னும் வைரசினால் உண்டாகும் காய்ச்சலைத்தான் டெங்கு என்கிறோம். டெங்கு காய்ச்சலால் பாதிக்கப்பட்டவரை ஒரு கொசு கடித்துவிட்டு, பின்னர் டெங்கு காய்ச்சல் இல்லாத இன்னொருவரை அதே கொசு கடித்துவிட்டால், அவருக்கும் டெங்கு காய்ச்சல் பரவிவிடும்.

ஒவ்வொரு ஆண்டும் டெங்கு காய்ச்சலால் அதிகமானோர் பாதிக்கப்பட்டுக் கொண்டிருக்கும் காலகட்டத்தில் எல்லாம், பப்பாளியையும் அதன் விதைகளையும் இலைகளையும் சாப்பிட்டாலே டெங்கு காய்ச்சல் பறந்தே போய்விடும் என்று இந்தியா உள்ளிட்ட ஆசிய, ஆப்பிரிக்க மற்றும் தென்னமெரிக்க நாடுகளில் பரவலாக ஒரு செய்தி பரவ ஆரம்பித்துவிடுகிறது.

**பகிரப்பட்ட செய்தி:**

*'டெங்குவை ஒழிக்கும் அதிசய மருந்து ஒன்று இருக்கிறது. அந்த மருந்தை நீங்கள் வீட்டிலேயே தயாரிக்கலாம் என்பதுதான் அதனைவிட ஆச்சர்யமான தகவல். டெங்குவினால் ஏற்படும் மரணங்களுக்கு மிகமுக்கியமான காரணமே இரத்தத் தட்டணுக்கள் (ப்ளட் ப்ளேட்லெட்) குறைவதுதான். அதனைத் தடுக்கும் வல்லமை, பப்பாளிகளுக்கு அதிகமாக இருக்கின்றன.*

டெங்கு வைரஸ் மட்டுமல்ல, பல்வேறுவிதமான வைரஸ்களுடன் சண்டையிட்டு, உடலில் இரத்தத் தட்டணுக்களையும் வெள்ளை இரத்த அணுக்களையும் உற்பத்திச் செய்யும் திறன் கொண்ட நொதிகள் (என்சைம்ஸ்) பப்பாளி இலைகளில் இருப்பதாக ஆயுர்வேத ஆய்வாளர்கள் கண்டுபிடித்துள்ளனர்'

என்று பப்பாளி இலைகளின் சாறைக் குடித்தாலே டெங்கு குணமாகிவிடும் என்கிற இச்செய்தியுடன் பப்பாளி இலையின் புகைப்படத்தையும் இணைத்து 2012 ஆம் ஆண்டில் பேஸ்புக்கில் ஒரு பதிவு வெளியானது.[43] அது அப்போதே 9,95,000 பேரால் பகிரப்பட்டும் இருந்தது.

அதேபோல, பப்பாளி இலையிலிருந்து தயாரிக்கப்படுவதாகச் சொல்லி கேரிபில் (Caripill) என்கிற மருந்து குறித்த செய்திகளும் சமூக ஊடகங்களில் வெகுவாக பகிரப்பட்டுவருகின்றன.

'டெங்கு வைரசை விரட்டியடிப்பதற்காகவே பப்பாளி இலைகளிலிருந்து கேரிபில் என்கிற மாத்திரை தயாரிக்கப்படுகிறது. அதனை உட்கொள்கிற நோயாளிகளின் உடலில் இரத்தத் தட்டணுக்கள் அதிகரித்து, டெங்கு நோயிலிருந்தே விடுபட்டுவிடுவர்' என்கிறது அச்செய்தி.

கேரிபில் மருந்தினை பெங்களூரில் இருக்கும் மைக்ரோ லேப்ஸ் என்கிற மருந்து நிறுவனம் தான் தயாரிக்கிறது.[44] அம்மருந்திற்கு 2015 ஆம் ஆண்டு மே மாதத்தில் மத்திய ஆயுஷ் அமைச்சகம் அங்கீகாரம் வழங்கியதாகவும் மைக்ரோ லேப்ஸ் நிறுவனம் பிரச்சாரம் செய்கிறது.

'டெங்குக் காய்ச்சலுக்கு முறையான மருந்துகள் இல்லையென்றாலும், சீந்தல் (குடுச்சி), துளசி, சுக்கு மற்றும் பப்பாளி போன்றவற்றை உண்டுவந்தால், டெங்குவினால் ஏற்படும் உடற்கோளாறுகள் களையப்பட்டு, நோயும் அதிவேகமாக கட்டுக்குள் கொண்டுவரப்படும்.'[45]

என்று இந்திய அரசின் அதிகாரப்பூர்வ சுகாதாரத் தகவல் மையமாக இயங்கிக் கொண்டிருக்கும் தேசிய சுகாதார இணையதளத்தில் கூறப்பட்டிருக்கிறது.

பப்பாளி இலைகளால் செய்யப்பட்ட மாத்திரையை மட்டுமல்லாமல், பப்பாளி பழத்தின் சாறு மற்றும் கொதிக்க வைத்த அல்லது பொடியாக்கிய பப்பாளி இலைகளை அப்படியே சாப்பிட்டாலே, இரத்தத்தில் தட்டணுக்கள் அதிகரித்து, டெங்கு முழுமையாக குணமாகிவிடும் என்று தி இந்து,[46] தி டைம்ஸ் ஆப் இந்தியா[47] உள்ளிட்ட பல்வேறு பத்திரிக்கைகளும் கூட கட்டுரைகள் எழுதி வெளியிட்டிருக்கின்றன.

**உண்மை என்ன?**

பப்பாளி இலை, பழம் உள்ளிட்டவற்றை சாப்பிட்டால், தட்டணுக்கள் அதிகரித்து, டெங்கு குணமாகும் என்பது குறித்து, 'தி ஜர்னல் ஆஃப் அசோசியேசன் ஆஃப் பிசிசியன்ஸ் ஆஃப் இந்தியா' என்னும் பத்திரிக்கையில் 2016 ஆம் ஆண்டு ஜூலை மாதத்தில் இரண்டு கட்டுரைகள் வெளியாகியிருக்கின்றன.

**உண்மையிலேயே இரத்தத் தட்டணுக்கள் அதிகரிக்குமா?:** டெங்கு காய்ச்சலுக்கு இதுவரையிலும் முறையான சிகிச்சை முறைகள் ஏதும் கண்டறியப்படவில்லை[48] என்றும், பாகிஸ்தான், மலேசியா, இலங்கை மற்றும் சில ஆசிய நாடுகளில் பப்பாளி இலைகளைக் கொண்டு தயாரிக்கப்பட்ட மாத்திரைகளை உட்கொண்டால் இரத்தத் தட்டணுக்கள் அதிகரிக்கின்றன என்றும் கத்வால் என்பவர் எழுதிய முதல் கட்டுரையில் குறிப்பிடப்பட்டுள்ளது.

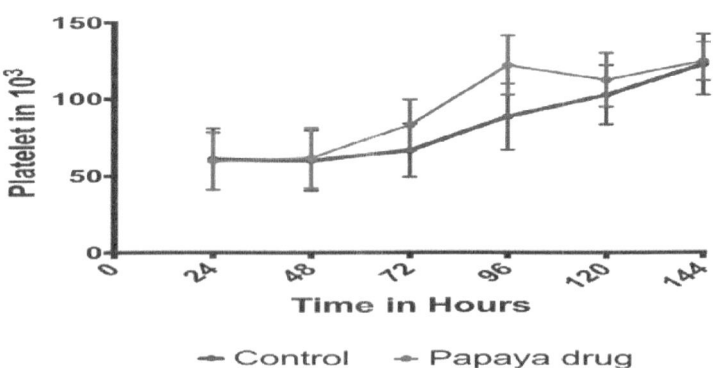

ஆனால், அக்கட்டுரையில் குறிப்பிடப்பட்ட தரவுகளைக் கொண்டு, படமாக வரைந்து பார்த்ததில், தவறான முன்முடிவுகளுக்கு அக்கட்டுரையாசிரியர் வந்திருப்பதைக் கண்டறிந்தோம்.

மேலே வரையப்பட்டிருக்கிற கோட்டு விளக்கப்படத்தில், பப்பாளி மாத்திரை சாப்பிட்ட நோயாளிகளுக்கும் எந்த மருந்தையும் உட்கொள்ளாத நோயாளிகளுக்கும் ஒருசில நாட்களைத் தவிர பெரிய வேறுபாடு இல்லை.

இதுபோன்ற புள்ளிவிவரங்களில் தோராயமாக எந்தளவுக்கு தவறுகள் நிகழ வாய்ப்பிருக்கிறது என்பதையும் சேர்த்தே குறிப்பிடுவார்கள். அப்படியாக குறிப்பிடப்பட்டிருக்கிற சராசரி திட்டப்பிழையினைக் கழித்துப் பார்த்தால், மேலிருக்கும் கோட்டுவிளக்கப்படத்தில் 96 மணி நேரத்தில் இருக்கும் வேறுபாடு கூட ஒன்றுமில்லை. அதுவும் 400 நோயாளிகள் வரையிலும் சோதனைக்கு எடுக்கப்பட்ட இந்த ஆய்வின் முடிவுகள், பப்பாளிக்கு சாதகமாக சிறியளவும் இருக்கவில்லை என்பது தான் அறிவியல்பூர்வமான உண்மை.

அத்துடன், இந்த முதல் ஆய்வில் பங்கேற்றிருந்த நோயாளிகளிடமும் நோயாளிகளுக்கு மருந்து வழங்கிய மருத்துவர்களிடமும் இத்தகைய ஆய்வு நடத்தப்படுகிறது என்பதை மறைக்காமல் ஆய்வினை நடத்தியிருக்கின்றனர்.

இரண்டாம் கட்டுரையில் குறிப்பிடப்பட்டிருக்கும் ஆய்வினை கஸ்துரே என்பவர் நடத்தியிருக்கிறார்.[49] முடிவுகளில் பாதிப்பை ஏற்படுத்திவிடாத வகையில், நோயாளிகளுக்கும் மருத்துவர்களுக்கும் சொல்லாமலே இந்த ஆய்வினை மேற்கொண்டிருக்கின்றனர்.

முதலாம் ஆய்வினை ஒத்ததாகவேதான் இருக்கிறது இரண்டாம் ஆய்வின் முடிவுகளும். முதலாம் ஆய்வைப் போலவே சராசரி திட்டப்பிழைகளைக் கணக்கிட்டால் பப்பாளியை சாப்பிட்டவர்களுக்கும் சாப்பிடாதவர்களுக்கும் இரத்தத் தட்டணுக்களில் எவ்வித முன்னேற்றமும் இல்லை.

இரண்டு பரிசோதனைகளிலும் பப்பாளி சேர்க்கப்பட்ட மருந்தினை சாப்பிட்ட மிகக்குறைந்த நோயாளிகளுக்கு மட்டுமே இரத்தத் தட்டணுக்களில் சிறிய முன்னேற்றம் தெரிகிறது. அதுவும் சராசரியாகக் கணக்கிட்டுப் பார்த்தால் அடிபட்டுப் போகிறது.

**உண்மையில் பக்கவிளைவுகளே இல்லாத மருந்துதானா?:** கேரிபில்லைப் பயன்படுத்தினால் எவ்வித பக்கவிளைவுகளும் ஏற்படாது என்று மத்திய ஆயுஷ் அமைச்சகமும் முதல் ஆய்வறிக்கையும் கூறுகின்றன.

முதலாம் ஆய்வு முடிவுகளைக் கூர்ந்துகவனித்தால் கேரிபில் மாத்திரையின் பக்கவிளைவுகளைப் புரிந்துகொள்ள முடியும். 250 மில்லி கிராமிலிருந்து 500 மில்லி கிராம் வரைதான் உடல் எடைக்கு ஏற்ப கொடுக்க வேண்டும் என்றும், அதற்கு மேல் கொடுத்தால் சொறி, சிரங்கு, வயிற்றுவலி, குமட்டல், வாந்தி போன்ற கடுமையான பக்கவிளைவுகள் ஏற்படும் என்றும் குறிப்பிடப்பட்டிருக்கிறது. இவை அத்தனையும் டெங்கு நோய் தாக்கப்பட்டால் வரும் பிரச்சனைகளாகும். எவற்றிலிருந்து மீள்வதற்காக மருந்தை உட்கொள்கிறார்களோ, அதே பிரச்சனைகளை கேரிபில் மாத்திரை பன்மடங்காக்குகிறது.

**இரத்தத் தட்டணுக்கள் அதிகரித்துவிட்டாலே டெங்கு குணமாகிவிடுமா?:**

> *‘திசுக்களினுள் ஊடுருவி, எலும்புமஜ்ஜை வரையிலும் (இரத்தத் தட்டணுக்கள் உற்பத்தியாகும் இடம்) பரவி, நோய் எதிர்ப்பு சக்தியையும் இரத்தத் தட்டணுக்களின் எண்ணிக்கையையும் குறைக்கும் வல்லமை படைத்ததுதான் டெங்கு வைரஸ். அப்படியாக இரத்தத் தட்டணுக்கள் மிகமிகக் குறைவாக மாறும்போது மட்டுமே, கட்டாயமாக அவற்றை அதிகரிக்க முயற்சிக்க வேண்டும். ஆனால், இரத்தத் தட்டணுக்களை அதிகரித்தாலே, டெங்குக் காய்ச்சலே குணமாகிவிடும் என்பது மூடநம்பிக்கையே’*

என்கிறார் தொற்றுநோய் வல்லுநரான ஹித்தேன் கரேலியா.

டெங்குவால் பாதிக்கப்பட்ட ஒவ்வொருவரின் இரத்தத் தட்டணுக்களையும் தீவிரமாகக் கண்காணிக்க வேண்டும்தான் என்றாலும், அவர்கள் அனைவருக்கும் சிகிச்சை மூலமாக இரத்தத் தட்டணுக்களை அதிகரித்துக் கொண்டே இருக்கவேண்டும் என்பதில்லை. அப்படியே இரத்தத் தட்டணுக்களை அதிகரிப்பது மட்டுமே நோய்க்கான சிகிச்சையாகிவிடாது என்பதைத் தான் அவர் கூறுகிறார்.

> *‘இரத்தத் தட்டணுக்களின் எண்ணிக்கையில் மாற்றம் ஏற்பட்டால், உடலில் நோய் எதிர்ப்புசக்தியில் மாற்றம் ஏற்படும். குழந்தைகள்*

*மற்றும் வயதானவர்களுக்கு ஏற்கனவே நோய் எதிர்ப்புசக்தி மிகக்குறைவாகத்தான் இருக்கும். அவர்கள் டெங்குவால் பாதிக்கப்பட்டால், இரத்தத் தட்டணுக்களில் பெரிய மாற்றம் இருக்காது. ஏனெனில், ஏற்கனவே அவர்களுடைய உடலில் அவற்றின் எண்ணிக்கை குறைவாகத்தான் இருக்கும். அவர்களுக்கெல்லாம் கேரிபில் மாத்திரையைக் கொடுத்தால், இரத்தத் தட்டணுக்களில் மாற்றமும் இருக்காது. அப்படியே இருந்தாலும், அது டெங்கு வைரஸ் பாதிப்பிலிருந்து மீட்கவும் மீட்காது'*

என்பது ஹித்தேன் கரேலியாவின் வாதம்.

இதன்மூலம், ஒருவரின் நோய் எதிர்ப்பு சக்தியைப் பொருத்தே அவரது இரத்தத் தட்டணுக்களின் எண்ணிக்கையைக் குறைப்பதையும், குறைக்கிற விகிதத்தையும் டெங்கு வைரஸ் தீர்மானிக்கிறது. ஏற்கனவே நோய் எதிர்ப்புசக்தி குறைவாக உள்ளவர்களை டெங்கு தாக்கினால், அவர்களுடைய இரத்தத்தில் கூட பெரியளவுக்கு மாற்றத்தை ஏற்படுத்தாமலும், இரத்தப் பரிசோதனையில்கூட தெரியாமலும் டெங்கு காய்ச்சல் வருவதற்கு வாய்ப்பிருக்கிறது. இன்னும் சொல்லப்போனால், இரத்தத் தட்டணுக்களின் எண்ணிக்கையை மட்டுமே வைத்து ஒருவருக்கு டெங்கு இருக்கிறதா இல்லையா என்பதைக்கூட முழுமையாகத் தீர்மானித்துவிட முடியாது.

அத்துடன், அவருடைய மருத்துவமனைக்கு வருகிற டெங்கு நோயாளிகளில், 20-30% பேர் வரையிலும் ஏற்கனவே கேரிபில் மாத்திரியை சாப்பிட்டுக் கொண்டிருப்பவர்களாக இருக்கிறார்களாம். கேப்ரியல் மாத்திரையை சாப்பிட்டும் குணமாகாத டெங்கு காய்ச்சலுடனும், அதன் அறிகுறிகளுடனுமே வருவதாகவும் அவர் தெரிவிக்கிறார்.

**முடிவுரை:** மனிதர்கள் ஒவ்வொருவருக்கும் ஒரேமாதிரியான நோய் எதிர்ப்புசக்தி இருப்பதில்லை. அதனால் அவர்களுக்கு டெங்கு வைரஸ் தாக்கும்போது, இரத்தத் தட்டணுக்கள் குறையும் எண்ணிக்கையும் மாறுபடும். ஆகவே மருந்து உட்கொள்ளும்போது, ஏற்கனவே இருந்ததைவிடவும் இரத்தத் தட்டணுக்கள் எவ்வளவு சதவிகிதம் அதிகரிக்கிறது என்பதைத் தான் கணக்கிடவேண்டும். அப்போதுதான் ஆய்வு நடத்தப்படும் பெருங்கூட்டத்தில் பலன்கள் ஏதும் ஏற்படுகிறதா என்பதைக் கண்டறிய முடியும்.

அதேபோல, டபுள் ப்ளைண்டட் என்கிற ஒப்பீட்டளவில் மிகச்சிறப்பான மருந்து பரிசோனை முறையைப் பயன்படுத்தி பல்வேறு கோணங்களில் ஆய்வு நடத்தினால் தான் டெங்குவிற்கு எதிராக கேரிபில் மாத்திரை ஏதாவது பலன் தருகிறதா என்று கண்டறியமுடியும்.

பப்பாளியினால் செய்யப்பட்ட மருந்தினை உட்கொண்டாலும் அல்லது மருந்தே சாப்பிடாமல் இருந்தாலும் ஒவ்வொரு நாளும் உடலின் நிலை என்னவாக இருக்கிறதோ, அதில் பெரிய மாற்றம் இருப்பதாகவும் தெரியவில்லை.

டெங்கு காய்ச்சல் வரத்துவங்கியதும் முதல் 8-10 நாட்களில் வெளிப்படுகிற அறிகுறிகளெல்லாம், கேரிபில் மாத்திரை உட்கொள்ளத் துவங்கினால் என்னாகிறது என்பது குறித்து இரு ஆய்வுகளும் ஏதும் பேசவில்லை. அதேபோல, கேரிபில் மாத்திரையை சாப்பிட்ட பின்னர், டெங்கு வைரசின் அளவில் ஏதாவது மாற்றமோ முன்னேற்றமோ தென்படுகிறதா என்பது குறித்து அவ்விரு ஆய்வறிக்கைகளிலும் எதுவும் கூறப்படவில்லை.

ஆகையால், டெங்கு பாதிக்கப்பட்டவர்களுக்கு வேறெந்த சிகிச்சையும் கொடுக்காமல், வெறுமனே கேரிபில் மாத்திரையை மட்டுமே வழங்கினால், அவர்களுடைய உடல்நிலை இயல்புநிலைக்கு திரும்புவதற்கு வாய்ப்பே இல்லை. ஒருவேளை இரத்தத் தட்டணுக்களில் முன்னேற்றம் தெரிவதாக ஒப்புக்கொண்டாலும், அது டெங்குவின் அறிகுறிகளிலிருந்தோ பாதிப்பிலிருந்தோ மீட்டெடுக்கவில்லை என்பதே உண்மை.

# 80

## மலேரியாவை குணப்படுத்துவதாகக் கூறப்படும் ஆயுஷ்-64

இந்தியாவின் மிகமுக்கியமான பொதுசுகாதாரப் பிரச்சனைகளில் தொடர்ந்து முன்னணியில் இருக்கிறது மலேரியா. 2016 ஆம் ஆண்டில் உலகெங்கிலும் மலேரியாவால் மரணித்தவர்களில் 80 சதவிகிதத்தினர் வெறும் 15 நாடுகளைச் சார்ந்தவர்கள் ஆவர். அந்த பதினைந்து நாடுகளில் இந்தியாவும் ஒன்றாகும்.[50]

எவ்விதப் பக்கவிளைவுகளையும் ஏற்படுத்தாமல் மலேரியாவை பரிபூரணமாக குணமாக்கும் என்று உறுதியளித்து, ஆயுஷ்-64 என்கிற ஆயுர்வேத மருந்தை உருவாக்கி அறிமுகப்படுத்தியிருக்கின்றனர். ஆயுஷ்-64 மருந்தினை சந்தைப்படுத்துவதற்காக டாபர் நிறுவனத்துடன் 2014 ஆம் ஆண்டில் தேசிய ஆய்வு வளர்ச்சிக் கழகம் ஒரு ஒப்பந்தத்தையும் கையெழுத்திட்டிருக்கிறது.

**பகிரப்பட்ட செய்தி:**

அதிவேகமாகப் பரவிக்கொண்டிருக்கும் மலேரியா நோயையும் நோய்க்கிருமிகளையும் கட்டுப்படுத்தி அழிப்பதற்காக ஆயுஷ்-64 என்கிற மருந்தினை[51] சிசிஆர்எஸ் அமைப்பு உருவாக்கியிருப்பதாக பேஸ்புக்கில் மத்திய ஆயுஷ் அமைச்சகம் பதிவிட்டிருந்தது. மிகவிரிவான மருத்துவப் பரிசோதனைகளையும், நச்சுத்தன்மை கணக்கீட்டுப் பரிசோதனைகளையும் நடத்தியே அம்மருந்து தயாரிக்கப்பட்டிருக்கிறது என்று அறிவித்தனர். மேலும், பல்வேறு

மூலிகைகளைக் கொண்டு, நச்சுத்தன்மையற்ற ஒரு மருந்தாக ஆயுஷ்-64 உற்பத்தி செய்யப்படுகிறது என்றும் அப்பதிவில் குறிப்பிடப்பட்டிருக்கிறது.

1980 களில் இராஜஸ்தானிலும் 1995இல் அசாமிலும் மலேரியா அதிவேகமாகப் பரவிக்கொண்டிருந்த காலகட்டத்தில் மலேரியா தொற்றுநோய் கட்டுப்பாட்டுத் திட்டக்குழுவுடன் இணைந்து ஆயுஷ்-64 மருந்தைக் கொடுத்து மலேரியாவைக் கட்டுப்படுத்தியதாக சிசிஆரெஸ் தெரிவித்திருக்கிறது.[52] அதன்மூலம் இராஜஸ்தானில் 3600 பேரையும் அசாமில் 10000 பேரையும் குணப்படுத்தியதாகவும் கூறியிருக்கிறது.

### உண்மை என்ன?

**பலன்தரும் மருந்தா ஆயுஷ்-64?:** 1981 இல் சர்மாவும் அவரது குழுவும் நடத்திய ஆய்வின்படி,[53] தாங்கள் ஆய்வுக்குப் பயன்படுத்திய 55 மலேரியா நோயாளிகளில் 80% பேருக்கு ஆயுஷ்-64 மருந்தினால் நல்ல பலன்கள் கிடைத்திருப்பதாக எழுதியிருக்கின்றனர்.

ஆனால், அந்த ஆய்வு முடிவுகளில் கொடுக்கப்பட்ட தரவுகளில் போதாமை இருப்பதைக் காணமுடிகிறது.

1. *அதிகாரப்பூர்வ நடைமுறைகளையும் கட்டுப்பாடுகளையும் பின்பற்றாதது:* ஆயுஷ்-64 மருந்தினை ஆய்வுசெய்த போது, அதற்கு முன்னர் மலேரியாவை குணப்படுத்துவதற்காகப் பயன்படுத்தப்பட்டுவந்த எந்த மருந்தோடும் ஒப்பிடவே இல்லை. அத்துடன், நோயாளிகளை எப்படித் தேர்ந்தெடுத்தார்கள் என்பதையோ, அவர்களுக்கு இம்மருந்தினை கொடுத்து பரிசோதிக்கப்போகிறார்கள் என்பதைத் தெரிவித்தார்களா இல்லையா என்பதையோ ஆய்வறிக்கையில் குறிப்பிடவும் இல்லை.

2. *மிகக்குறுகிய காலமே பரிசோதனையை நடத்தியது:* ஆயுஷ்-64 மருந்தினை மூன்று நாட்கள், ஆறு நாட்கள், ஒன்பது நாட்கள் என மிகக்குறுகிய காலத்திற்கு மட்டுமே ஆய்வு செய்திருக்கின்றனர். மூன்று அல்லது ஆறு நாட்களுக்குப் பிறகு உடலில் மாற்றங்களைக் கண்ட நோயாளிகளை, அதன்பிறகு தொடர்ந்து பரிசோதிக்காமல் விட்டிருக்கின்றனர்.

குறைவதுபோல் தெரிந்தாலும் மீண்டும் சில நாட்களிலேயே அதிகரிப்பது மலேரியா நோயில் இயல்பாக நடப்பது தான் என்பதால், ஆயுஷ்-64 மருந்தினைக் கொடுத்ததும் தென்பட்ட ஆரம்பகட்ட முன்னேற்றமெல்லாம் கூட தொடர்ச்சியான ஆய்வுக்கு உட்படுத்தியிருந்தால் தான், அவை உண்மையான முன்னேற்றங்களா என்பதைக் கண்டறிந்திருக்க முடியும். ஆனால், முதல் சில நாட்களின் மாற்றங்களை மட்டுமே வைத்துக்கொண்டு, நோயே முற்றிலுமாக குணமாகிவிட்டதாக எல்லாம் இந்த ஆய்வுமுடிவுகளில் கணக்கிட்டுள்ளனர்.

3. **மலேரியா ஒட்டுண்ணிகளைக் கணக்கிடாமல் விட்டது:** மலேரியா ஒட்டுண்ணிகளை இந்த ஆய்வில் கணக்கிடவுமில்லை, குறிப்பிடவுமில்லை. ஆய்வுக்குட்படுத்தப்பட்ட ஒவ்வொரு நோயாளிக்கும் வெவ்வேறு அளவிலான மலேரியா ஒட்டுண்ணிகள் உடலில் இருந்திருக்கலாம். மருந்தை உட்கொள்ளும் நோயாளிகளின் நிலையில் நிகழும் மாற்றங்களுக்கு அவர்களது உடலில் ஏற்கனவே இருக்கும் மலேரியா ஒட்டுண்ணிகளின் அளவும் காரணமாக இருக்கலாம்.

4. **முதல்நிலை மாற்றங்களுக்கே நீண்ட இடைவெளி:** ஒன்றுக்கு மேற்பட்ட மலேரியா ஒட்டுண்ணிகளால் (ப்ளாஸ்மோடியம் விவக்ஸ் மற்றும் ப்ளாஸ்மோடியம் பால்சிபாரம்) பாதிக்கப்பட்டவர்களுக்கு ஆயுஷ்-64 மாத்திரையினால் மாற்றங்கள் தென்படவே ஒன்பது நாட்கள் வரையிலும் மிகநீண்ட இடைவெளி ஆகிறது.

மாத்திரை மருந்துகளை ஆய்வுசெய்து பரிசோதிப்பதற்கென்று வகுக்கப்பட்டிருக்கிற எந்தவொரு வழிமுறையையும் பின்பற்றாத ஒரு ஆய்வினைத்தான் செய்திருக்கின்றனர். மலேரியா ஒட்டுண்ணிகளின் இருப்பும் எண்ணிக்கையும் மாறிக்கொண்டே இருக்குமென்பதால், இந்த ஆய்வும் ஆய்வு முடிவுகளும் ஏற்றுக்கொள்ள முடியாததாக இருக்கிறது. அதனால் இதன் முடிவுகள் உறுதி செய்யப்படாத தரவுகளாகவும் மாறுகின்றன.

**இரண்டாம் ஆய்வு:** 2000 ஆம் ஆண்டில், கரண்ட் சயின்ஸ் என்னும் பத்திரிக்கையில், தேசிய மலேரியா ஆராய்ச்சி மன்றத்தின் தலைவராக இருந்த நீனா வாலேச்சா என்பவரால் ஒரு ஆய்வு நடத்தப்பட்டு, அதன் முடிவுகளும் வெளியிடப்பட்டிருக்கின்றன.[54]

சிசிஆர்ஏஎஸ் நடத்தியதாக சொல்லப்படும் ஆய்வினை விடவும், மிகவும் நேர்த்தியாகவும் ஆய்வுக்கான வழிமுறைகளை முறையாகப் பின்பற்றியும் இந்த ஆய்வு நடத்தப்பட்டிருக்கிறது. ஆயுஷ்-64 என்கிற மருந்தினை, மலேரியாவை குணப்படுத்தும் முதன்மை மருந்தாக ஏன் ஏற்கமுடியாது என்பதைத் தெளிவாக நிரூபித்திருக்கிறார் வாலேச்சா.

இரண்டாம் கட்ட ஆய்வில், 28 நாட்களுக்குத் தொடர்ச்சியாக நோயாளிகள் கண்காணிக்கப்பட்டனர். மலேரியாவை 100% அளவிற்கு முழுமையாக குணமாக்கும் தன்மைகொண்ட மருந்துகள் எல்லாம் ஏற்கனவே இருக்கின்றன. ஆனால், இந்த இரண்டாம் கட்ட ஆய்வில் 50 சதவிகிதத்திற்கும் குறைவான அளவிற்கே மலேரியாவை குணப்படுத்தும் தன்மை ஆயுஷ்-64 இல் இருப்பது கண்டறியப்பட்டிருக்கிறது. முதற்கட்ட ஆய்விலேயே இவ்வளவு குறைவான பலன்களைத் தருவதாலும் பக்கவிளைவுகள் அதிகமாக இருப்பதாலும், ப்ளாஸ்மோடியம், பால்சிபாரம் போன்ற கடுமையான மலேரியா ஒட்டுண்ணிகளுடன் ஆயுஷ்-64 எவ்வாறு வேலை செய்கிறது என்பதையும் ஆய்வு செய்யவேண்டும் என்றும் ஆய்வாளர்கள் பரிந்துரைத்திருக்கின்றனர்.

மருந்தியக்க சோதனைகளின் முடிவுகளைப் பாதுகாப்பதற்காக 2007இல் துவங்கப்பட்ட தேசிய மருந்தியக்க சோதனைகளின் ஆவணக் காப்பகத்திலும் ஆயுஷ்-64 குறித்த வேறெந்த பரிசோதனைகளும் நடத்தப்பட்டதாகவோ அல்லது துவங்கப்பட்டதாகவோ கூட தகவல்கள் இல்லை.

**முடிவுரை:** சிசிஆர்ஏஎஸ் அமைப்பினால் உருவாக்கப்பட்ட ஆயுஷ்-64 மருந்தினை டாபர் இந்தியா லிமிட்டட் நிறுவனம், மக்களிடையே பரவலாகக் கொண்டு சென்று சந்தைப்படுத்தப் போகிறது. ஆனால், அம்மருந்திற்கு மலேரியாவை குணப்படுத்தும் திறன் இருக்கிறதா என்பதை உறுதிப்படுத்தும் அறிவியல்பூர்வமான ஆய்வுகளோ ஆதாரங்களோ இல்லை.

இதுவரை நடத்தப்பட்ட ஓரிரு ஆய்வுகளும் கூட, ஆய்வுகளுக்கான குறைந்தபட்ச வழிமுறைகளைக்கூட பின்பற்றாமலும், தேவைக்குக் குறைவான நாட்களே நோயாளிகள் கண்காணிக்கப்பட்டதாலும், மிகக்குறைவான நோயாளிகளையே ஆய்வுக்கு உட்படுத்தியதாலும், ஒட்டுண்ணிகளின் அளவுகளைக் கூட கணக்கிடாததாலும், அந்த ஆய்வுகளின் முடிவுகளில் நம்பகத்தன்மை இல்லாமல் போயிருக்கிறது.

மேலும், அந்த ஆய்வுகள் குறித்த கட்டுரைகள் கூட, சிசிஆர்ஏஎஸ் அமைப்பிற்கு சொந்தமான (மருத்துவ உலகில் அதிகப்பிரபலமில்லாத) பத்திரிக்கைகளிலேயே தான் வெளியாகியிருக்கின்றன. அக்கட்டுரைகளின் நம்பகத்தன்மையை அது மேலும் கேள்விக்குள்ளாக்குகிறது. அதற்கு மாறாக, சுயாதீனமாக நடத்தப்பட்டு, அறிவியல் உலகில் பிரசித்திபெற்ற பத்திரிக்கையில் வெளியான ஆய்வின் முடிவுகளோ ஆயுஷ்-64 மருந்தின் பலன்களாக விளம்பரப்படுத்தப் பட்டவற்றை பொய்யென நிரூபிக்கிறது. அதுவும், மலேரியா வருவதற்கு காரணமான இருமுக்கிய ஒட்டுண்ணிகளில் ஒன்றான ப்ளாஸ்மோடியம் விவாக்ஸை மட்டும்தான் ஆய்வுக்கு எடுத்துக்கொண்டிருக்கிறது.

இப்படியாக ஆய்வுசெய்து முழுமையாக நிரூபிக்கப்படாத, மிகக்குறைந்த பலன்களைத் தரும் ஒரு மருந்தினை உட்கொள்வதால், பெரும்பாலான மக்களுக்கு வரும் மலேரியா நோயைக் குணப்படுத்தாமல் போவது மட்டுமல்லாமல், பொது சுகாதார அமைப்பிற்கே இது ஒரு பெரிய சுமையாகத்தான் அமையும். இம்மருந்தினை உட்கொள்பவர்களுக்கு மலேரியா முழுமையாக குணமாகாமல் திரும்பத்திரும்ப வருவதற்கும், அடுத்தவர்களுக்கு பரவுவதற்கும், எதிர்ப்புசக்தியை குறைப்பதற்கும் வாய்ப்புகள் மிக அதிகம். மேலும், டாபர் போன்றதொரு பிரபலமான நிறுவனம் இத்தகைய அரைகுறை மருந்தினை பெருவாரியான மக்களிடம் கொண்டுசேர்ப்பதன் மூலம், இந்தியாவில் மலேரியாவை முற்றிலுமாக ஒழிக்கும் திட்டத்திற்கே ஆபத்தாகத்தான் முடியும்.

## 81

## அறிவியலுக்கு எதிரான ஹோமியோபதி சிகிச்சைமுறைகள்

1755 ஆம் ஆண்டு ஏப்ரல் மாதம் 10 ஆம் தேதியன்று கிழக்கு ஜெர்மனியின் மெய்சன் என்னும் ஊரில் பிறந்த சாமுவேல் ஹானிமன்தான் ஹோமியோபதி மருத்துவத்தின் தந்தையென அழைக்கப்படுகிறார். அவரது எண்ணங்களும் கருத்துகளும் ஆவணப்படுத்தப்பட்டு உலகம் முழுக்க உள்ள ஹோமியோபதி மருத்துவர்களால் பின்பற்றப்பட்டு வருகின்றன. அவர் ஏறத்தாழ 110 நூல்கள் எழுதியிருந்தாலும், 'ஆர்கனன் ஆஃப் மெடிசின்' என்னும் நூலே அவரது மிகப்பிரபலமான நூலாக இருந்துவருகிறது.

மத்தியரசின் ஆயுஷ் அமைச்சகத்தில் (ஆயுவேதம், யோகா, யுனானி, சித்தா, ஹோமியோபதி) ஹோமியோபதியும் ஒரு முக்கிய அங்கம் வகிக்கும் பகுதியாகும். பாரம்பரிய சிகிச்சை முறைகளை ஊக்குவிப்பதற்காக உருவாக்கப்பட்ட ஒரு அமைச்சகம்தான் ஆயுஷ்.

2014 ஆம் ஆண்டுதான் ஆயுஷ் அமைச்சகமே உருவாக்கப்பட்டது. அன்றிலிருந்து மத்திய ஹோமியோபதி ஆய்வு மையத்தையும் தன் கட்டுப்பாட்டில் ஆயுஷ் அமைச்சகம் வைத்திருக்கிறது. இருப்பினும் நாற்பது ஆண்டுகளுக்கும் மேலாகவே அந்த மையம் செயல்பட்டுக் கொண்டிருக்கிறது.

**பகிரப்பட்ட செய்தி:**

இந்தியாவில் தோன்றாத சிகிச்சை முறையாக இருந்தபோதும், சிசிஆர்ஹெச் மற்றும் ஆயுஷ் ஆகியவற்றோடு கைகோர்த்துக் கொண்டு, தீவிரமான நோய்களான மனவுளைச்சல்,[10] ஆட்டிசம்,[55] புற்றுநோய்[56] மற்றும் நீரிழிவு[57] போன்றவற்றைத் தீர்க்கும் வல்லமை ஹோமியோபதிக்கு உண்டென்று தொடர்ச்சியாக வலியுறுத்தி வருகின்றனர்.

'மிகப்பிரபலமான மருந்துகளாலும் தீர்க்கமுடியாத பெரிய நோய்களைக் கூட தீர்க்கும் வல்லமை பெற்றது ஹோமியோபதி'

'எந்த பக்கவிளைவுகளும் இல்லாதது ஹோமியோபதி'

'இந்தியாவில் தனியார் மருத்துவத்திற்கு ஆகும் செலவைவிட மிகமிகக் குறைந்த செலவே ஆகும் மருத்துவம் தான் ஹோமியோபதி'

எனப் பலவிதமாக ஹோமியோபதி குறித்து செய்திகள் பரப்பப்பட்டு வருகின்றன.

நிப்பா வைரஸ் மிகப்பரவலாக தொற்றாகப் பரவிக்கொண்டிருந்த போதும்,[58] 'கெல்செமியம் 200' (Gelscmium 200) என்கிற ஹோமியோபதி மருந்தை உட்கொண்டால் நிப்பா வைரசிலிருந்து தப்பிக்கலாம் என்கிற மிக ஆபத்தான வதந்தியை ஹோமியோபதி ஆதரவாளர்கள் பரப்பிக் கொண்டிருந்தனர். 1990களில் கண்டுபிடிக்கப்பட்ட நிப்பா வைரசையே கட்டுப்படுத்தும் திறன் அம்மருந்துக்கு இருப்பதாக பொய்செய்தி பரப்பப்பட்டது.

**எதுவென்றே தெரியாத துணை மூலக்கூறுகளினால் ஹோமியோபதி செயல்படுகிறது:** எதுவென்றே தெரியாத துணை மூலக்கூறுகளால் தான் ஹோமியோபதி மருத்துவமே இயங்குகிறது என்று ஹோமியோபதி மருத்துவர்களாலும் ஆர்வலர்களாலும் பல்வேறு பத்திரிக்கைகளில் பெருமைபொங்க எழுதப்பட்டிருக்கின்றது.

'மனித உடல்களில் இயற்கையாகவே இருக்கிற நோய் தீர்க்கும் எதிர்ப்புசக்தியை தூண்டிவிட்டு, நோய்களை எதிர்த்துப் போராடும் திறனை உடலுக்கு கொண்டுவரும் தடுப்பூசி முறைகளைப் போன்றது தான் ஹோமியோபதி மருத்துவமும். ஹோமியோபதி மருந்தோ அல்லது தடுப்பூசியோ, இரண்டுமே

அறிவியல் வதந்திகள் | 301

*நம் உடலில் எதிர்ப்புசக்தியை ஒருங்கிணைத்து, எதிர்காலத்தில் வருவதற்கு தயாராக இருக்கும் கிருமிகளுக்கான எதிர்ப்பு சக்தியை உருவாக்கி வைத்துவிடும். ஹோமியோபதி மருந்துகள் எந்த மூலக்கூறுகளிலும் மாற்றத்தை ஏற்படுத்தி இயங்காமல், மின்காந்த சக்தியினைப் போல இயங்கும் திறன்கொண்டது. அதனாலேயே மிகச்சிறிய தூண்டுதல் கூட, உடலளவில் ஏதாவது மாற்றத்தைக் கொண்டுவரும் சக்திகொண்டதாக இருக்கிறது. இன்னும் எளிமையாக சொல்வதென்றால், அவகாதரோ எண் (Avocadro Number) என்று சொல்லப்படும் எண்ணின் அளவுக்கான பொருளில் கரைத்தாலும் கூட ஹோமியோபதி மருந்திற்கு சக்தியுண்டு'*

என்று ஜெல்விக் மற்றும் மொரென்ஸ்கொக் ஆகியோர் 1997 ஆம் ஆண்டு தி ப்ரின்சிபல்ஸ் ஆப் ஹோமியோபதி என்னும் நூலில் எழுதியிருக்கின்றனர்.[59]

**தண்ணீரும் நினைவுத்திறனும்:** ஹோமியோபதி உருவான பல ஆண்டுகளுக்குப் பின்னர், மிகப்பெரிய அளவிலான தண்ணீரில் மிகமிகக் குறைவான அளவான ஹோமியோபதி மருந்துகள் கலக்கிறபோதும் அதன்திறன் மாறாமல் இருப்பதற்கு தண்ணீரின் நினைவுத்திறனே காரணம் என்று பிரெஞ்சு நோயெதிர்ப்பியல் நிபுணரான ஜேக்ஸ் பென்வெனிஸ்டா தெரிவித்தார்.[60] நோய்கள் குறித்த விவரங்களை சேகரித்து நினைவில் வைத்திருக்கும் திறன் தண்ணீருக்கு இருப்பதாகவும், அந்நோய் உடலைவிட்டு நீங்கினாலும் தண்ணீரின் நினைவுத்திறன் எப்போதும் இருக்கும் என்றும் அவர் கூறினார்.

ஆனால், அவருடைய கருத்தினை எந்த ஆய்வுக்கூடத்திலும் நிரூபிக்க முடியவில்லை. நேச்சர் என்கிற பத்திரிக்கையின் மிகப் பிரபலமான ஒரு பதிப்பில், 'நம்பமுடியாததை எப்போது நம்பவேண்டும் (வென் டு பிலீவ் தி அன்பிலீவபிள்)'[61] என்னும் தலைப்பில் அதன் ஆசிரியரான ஜான் மேடொக்ஸ் ஒரு கட்டுரை எழுதினார். அக்கட்டுரையை, 'இத்தகைய அவதானிப்புகளுக்கெல்லாம் அறுதியிட்டுக் கூறும்படியான விளக்கங்கள் இப்போது இல்லை' என்று கூறி முடித்திருப்பார். அவருடைய அக்கட்டுரை இன்றளவும் ஹோமியோபதி ஆதரவாளர்கள் மத்தியில் மிகப் பிரபலமாகவே இருந்துவருகிறது. விளக்க முடியாமல் போகிற எதற்கும் அக்கட்டுரையையே சுட்டிக்காட்டுவதற்கு அவர்களுக்கு வசதியாக இருக்கிறது.

இந்த மாத்திரைகள் எல்லாம் எவ்வாறு வேலை செய்கின்றன என்பதை எந்த ஹோமியோபதி மருத்துவரும் 'நிரூபிக்கவே இல்லை'. இந்த மாத்திரை மருந்துகளை உட்கொள்வதால் உடல்நலம் சீராகிவிடும் என்கிற நம்பிக்கையினால் மட்டும்தான் இம்மருந்துகள் சில பலன்களைத் தருவதாக ஏராளமான மருத்துவ ஆராய்ச்சிகளில் எழுதப்பட்டிருக்கின்றன.

ஹோமியோபதி மருந்துகள் பல நோய்களை குணப்படுத்துவதாகக் கூறப்படுவதன் உண்மைத் தன்மையைக் கண்டறிய வேண்டுமானால், அதன் அடிப்படைக் கோட்பாடுகளை நாம் புரிந்துகொள்ள வேண்டும். இன்றைக்கு மருத்துவ உலகில் குவிந்து கிடக்கிற நவீன வளர்ச்சிகள் மற்றும் மனித உடல் குறித்து நமக்குத் தெரிந்திருக்கிற அதிகப்படியான தகவல்களின் கண்ணாடி வழியாக, ஹோமியோபதி உருவான காலத்தில் முன்வைக்கப்பட்ட கோட்பாடுகளையும் அவற்றுக்கு ஹானிமன் கொடுத்த விளக்கங்களையும், இன்றைய ஹோமியோபதி மருத்துவர்கள் கொடுக்கும் வாக்குறுதிகளையும் ஒருசேர ஆய்வுசெய்து பார்த்தால் உண்மை நமக்கு விளங்கும்.

ஹோமியோபதியின் வரலாறும் கொள்கைகளும்: மருந்துகளின் பாதுகாப்பு மற்றும் பலன்கள் குறித்து கண்டுபிடிப்பதற்கும், மனித உடலின் உடற்கூறியல் குறித்து இன்றைக்கு குவிந்துகிடக்கிற அறிவு வளர்வதற்கும், நோய்களின் நுண்ணுயிரியல் மற்றும் கிருமிகள் குறித்த கோட்பாடுகள் உருவாக்குவதற்கும் முன்னரான 18 ஆம் நூற்றாண்டு காலகட்டத்திலேயே ஹோமியோபதியைக் கண்டுபிடித்தார் ஹானிமன். 1860க்கும் 1864க்கும் இடைப்பட்ட காலகட்டத்தில்தான் லூயிஸ் பாஸ்ச்சர் என்பவரால் கிருமிக்கும் நோய்க்கும் இடையிலான தொடர்பே கண்டுபிடிக்கப்பட்டது. 1831 இல் தான் மயக்கமருந்து கொடுக்கப் பயன்படுத்தப்படும் க்ளோரோபார்மும் கண்டுபிடிக்கப்பட்டது. அதன் பிறகுதான் முறையான அறுவை சிகிச்சைகள் கூட நடைமுறைக்கு வந்தன. ஒரு நூற்றாண்டுக்கு முன்னர்தான் ஃப்ளூ, மலேரியா, காசநோய் போன்றவற்றால் ஏராளமான போர்வீரர்கள் இரண்டாம் உலகப் போரில் உயிரிழந்திருக்கின்றனர்.

ஆரோக்கியமான உடல் நிலையில் மலேரியா காய்ச்சலுக்கு எடுத்துக்கொள்ளும் குயினைன் மருந்தை ஒரு பரிசோதனைக்காக ஹானிமன் உட்கொண்டார். அப்போது அவர் உடலில் ஏற்படும் மலேரியாவுக்கான அறிகுறிகளை உணர்ந்தார். உடல் குளிர்ச்சி அடைவது, காய்ச்சல் மற்றும் வியர்வை ஆகிய அறிகுறிகள் ஏற்பட்டவுடன் அவர் ஒரு முடிவுக்கு வந்தார்.

அதாவது, மலேரியா இல்லாத உடலில் எந்த மருந்தைச் செலுத்தினால் மலேரியாவுக்கான அறிகுறிகள் வருமோ, அதே மருந்தை மலேரியா இருக்கிற உடலில் செலுத்தினால், மலேரியாவையே குணமாக்கிவிடும் என்பதை இந்தப் பரிசோதனை அவருக்கு உணர்த்தியது. அதனடிப்படையில் ஒத்தது ஒத்ததைக் குணமாக்குகிறது என்ற கொள்கையை உருவாக்கினார். இதுவேதான் ஹோமியோவின் அடிப்படைக் கொள்கை.[௩]

1. சிமிலியா சிமிலிபஸ் கரன்தூர் கோட்பாடு அல்லது சிமிலிட்யூட்: ஒரு மருந்தை உட்கொள்வதால் என்னவிதமான மாற்றங்கள் அறிகுறிகளாக உடலில் தோன்றுகிறதோ, அதேமாதிரியான அறிகுறிகளைக் கொண்ட நோய்களை குணப்படுத்த அம்மருந்தையே பயன்படுத்தலாம்.

2. சிங்கிள் ரெமெடி: உடலில் ஏற்படும் ஒரு பிரச்சனைக்கு ஒன்றுக்கும் மேற்பட்ட மருந்து வகைகளைக் கொடுக்கக்கூடாது. அப்படிக் கொடுத்தால், எந்த மருந்தினால் நோய் குணமாகிறது என்பதைக் கண்டறிய முடியாது என்பது அவரது வாதம்.

3. மினிமம் டோஸ்: நோயாளிக்கு மிகக்குறைந்த அளவிற்கான மருந்தைத் தான் உட்கொள்வதற்கு பரிந்துரைக்க வேண்டும். அதிகளவிலான மருந்தை அடிக்கடி கொடுத்தால், நோயைத் தீர்ப்பதற்கு பதிலாக, நோய்க்கான அறிகுறிகளை மேலும் மேலும் தீவிரப்படுத்தி அதிக பிரச்சனைகளை நோயாளிகளுக்குத் தந்துவிடும்.

4. டைரக்சன் ஆஃப் க்யூர்: ஒரு நோய்க்கான அறிகுறிகள் சிறியதிலிருந்து பெரியதாக மாறுகிறதென்றால், சிகிச்சை எதிர்திசையில் செல்கிறதென்றும், நோய் குணமாகவில்லை என்றும் பொருள். உதாரணத்திற்கு, தோலில் இருக்கும் நோய்க்கான அறிகுறிகள் அப்படியே நகர்ந்து, உடலின் உள்ளே இருக்கிற உறுப்புகளுக்கு பாதிப்பு ஏற்படுகிறதென்றால், நோய் குணமாவதற்கு பதிலாக அதிகரிக்கிறது எனப் புரிந்துகொள்ளலாம்.

5. இன்பினிட்டிசிமல் டோசஸ்: இந்த விதியின்படி, ஹோமியோபதி மருந்து எந்த அளவு நீர்க்கச் செய்யப்படுகிறதோ அந்த அளவு அதன் வீரியம் அதிகரிக்கும். தண்ணீர் அல்லது ஆல்கஹாலில் கலந்து கிடைக்கப்பெறும் மருந்துக் கரைசலின் செறிவை தொடர்ந்து குறைப்பதன் மூலம் அதிக பலன்

> தருகிற மருந்து கிடைக்கும். ( மருந்தும் தண்ணீரும் 1:100 என்ற விகிதத்தில் தொடங்கி 6 முதல் 30 முறை வரை இந்த வழிமுறை பின்பற்றப்படும்). இந்த செயல்பாட்டின் போது, அத்திரவம் அதிக அழுத்தத்துடன் குலுக்கப்படும். அவ்வாறு செய்வது மருந்தின் வீரியத்தை அதிகரிக்கும் என ஹோமியோபதி விதிகள் கூறுகின்றன. இத்தகைய தயாரிப்பு முறையை ஆறு முறை பின்பற்றிய பிறகு ஒரு இலட்சம் கோடி பகுதிகள் தண்ணீரில் ஒரே ஒரு பகுதி மருந்து மூலக்கூறு மட்டுமே கலந்திருக்கும் (1:100000000000).

அப்படியென்றால், இம்முறையின் மூலமாக தயாரிக்கப்படும் ஆயிரம் கோடி லிட்டர் (1000,00,00,000) மருந்தில், வெறுமனே ஒரு மில்லி அளவிற்கு மட்டும்தான் உண்மையான ஹோமியோபதி மருந்தே கலந்திருக்கிறது. இந்த திரவத்தை சிறிய க்ளுகோஸ் உருண்டைகளில் கலந்து ஒரு நாளைக்கு பலமுறை உட்கொள்ளச் சொல்லி நோயாளிகளுக்கு வழங்குகின்றனர்.

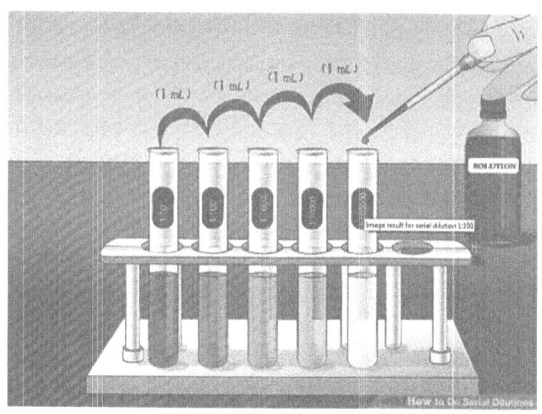

**சிகிச்சையளிப்படுவது நோய்களுக்கல்ல, அவற்றின் அறிகுறிகளுக்கு மட்டுமே:** மேலும், நோய்கள் வருவதற்கான மூன்று வகையான காரணிகளை ஹோமியோபதி வரையறுத்திருக்கிறது. அக்காரணிகளை குணப்படுத்தினாலே, நோயை குணப்படுத்திவிடலாம் என்பது ஹோமியோபதி மருத்துவத்தின் அடிப்படை.

1. சிகோசிஸ் (Sycosis): மோசமான வானிலை காரணமாகவோ கடலினாலோ மோசமாகும் நிலைமைகள்.

2. சிபிலிஸ் (Syphilis): அதீத குடிப்பழக்கம், மனஅழுத்தம் உள்ளிட்ட மனநிலை தொடர்பான நோய்கள், இரத்தம் மற்றும் எலும்பு தொடர்பான குறைபாடுகள், இதய நோய்கள் ஆகியவை இதில் அடங்கும்.

3. சோரா (Psora): நீண்ட நெடுங்காலம் தொடரும் நாள்பட்ட நோய்கள், அனைத்து வகையான தோல் நோய்கள், சிபிலிட்டிக்ஸ் அல்லாத இன்னபிற மனநோய்கள், ஒவ்வாமைகள், விரிசுருள் சிரை நோய் (வெரிகோஸ் வெயின்ஸ்), மூலம், உடலுறுப்புகள் செயல்படாமல் செய்கிற நோய்கள்.

### உண்மை என்ன?

**நோயின் அறிகுறிகளை குணமாக்கி, நோயையே குணமாக்குவதாக சொல்வது உண்மைதானா?**: நோயை குணப்படுத்துவதாகக் கூறிக்கொண்டு, உண்மையான மூலகாரணத்தை கண்டறியாமல், அதன் அறிகுறிகளை மட்டுமே ஒவ்வொன்றாக மருந்து கொடுத்து குணப்படுத்த முயல்கின்றனர் ஹோமியோபதி மருத்துவர்கள். உதாரணத்திற்கு புற்றுநோய், நீரிழிவு நோய், எலும்புமுறிவு பிரச்சனைகள், காயம் அல்லது விபத்து போன்றவற்றுக்கு வலி ஒரு மிக முக்கியமான அறிகுறியாகும். நீரிழிவு நோயினால் உண்டாகும் வலிக்கு மட்டுமே மருந்து கொடுத்து வலியைக் குறைத்தாலே, நீரிழிவு நோயைக் குணப்படுத்துவதாக ஆகாது அல்லவா? கிமு ஆறாம் நூற்றாண்டிலேயே நீரிழிவு நோயின் அறிகுறிகளை[63] இந்திய ஹீலரான சுஷ்ருதா கண்டறிந்து எழுதியிருக்கிறார் என்றாலும் கூட, அந்த நோய் எவ்வாறு வருகிறது என்றோ, அந்நோய்க்கும் கணையம் மற்றும் இன்சுலின்[64] போன்றவற்றிற்கும் உள்ள தொடர்பு குறித்தோ 19 மற்றும் 20 ஆம் நூற்றாண்டுகள் வரையிலும் அறியப்படாமல் தான் இருந்தது. ஹானிமன் கண்டுபிடித்த 18 ஆம் நூற்றாண்டு மருத்துவத்தின்படி ஒருசில வகையான வலிகளை தற்காலிகமாக குறைக்க வாய்ப்பிருக்கலாம் தான். ஆனால் அதுவே நீரிழிவு நோயின் மூலகாரணத்தை கண்டறிந்து குணப்படுத்துவதாகாது.

**குறைந்தளவு மருந்துகொடுத்தே நோயைக் குணப்படுத்துவதாக சொல்வது உண்மைதானா?**: மனித உடலியல் மற்றும் மருந்தியல் குறித்தெல்லாம் அதிகமான புரிதல் உண்டாகத் துவங்கியபின்னர், உயிரணுவின் மூலக்கூறுகளான புரதங்கள், அயனிகள் மற்றும் உணர்வேற்பிகள் போன்றவற்றுக்கு மருந்துகள் செயல்படும் முறையில் பங்குண்டு என்பது ஆதாரப்பூர்வமாக தெரிய

ஆரம்பித்திருக்கிறது. மரபணுக்களையும் புரதங்களையும் மிகப்பெரிதாகக் காட்டும் பிரமாண்டமான நுண்ணோக்கிகளெல்லாம் கண்டுபிடிக்கப்பட்டுவிட்ட இன்றைய காலகட்டத்தில், ஹோமியோபதி மருத்துவத்தின் கோட்பாடுகள் உண்மையென நிரூபிப்பதற்கான ‘மூலக்கூறுகள் அல்லாத’ எந்தப் பொருட்களும் தென்படவில்லை.

மிகக்குறைந்த பக்கவிளைவுகளை மட்டுமே ஏற்படுத்தி, அதிக பலன்களைத் தருவதற்கேற்ற அளவிற்கு தான் நவீன மருந்துகள் தயாரிக்கப்படுகின்றன. ஆக, ஹோமியோபதியில் சொல்லப்படுவதைப் போல மிகமிகக் குறைந்த வீரியத்தைக் கொண்ட மருந்தினைக் கொடுப்பதால் உடலில் எவ்வித மாற்றத்தையும் ஏற்படுத்த வாய்ப்பே இல்லை. அத்துடன் அத்தகைய குறைந்த வீரியத்தைக் கொண்ட மருந்தினை ஊக்கப்படுத்துவதற்கான எந்த மின்காந்தப் பொருளும் உடலில் இயங்கிக் கொண்டிருக்கவில்லை என்பது இன்றைய நவீன தொழிற்நுட்பங்களால் தெளிவாக நிரூபிக்கப்பட்டும் உள்ளது.

**பக்கவிளைவில்லாத வீரியமுள்ள மருந்தென சொல்லப்படுவது உண்மைதானா?:** முன்பெல்லாம் இயற்கையான பொருட்களை அப்படியே எடுத்து அதிலிருந்து மருந்தாக தயாரிக்கப்பட்டு வந்தது. பின்னர் அதன் தன்மைகளை எடுத்துக்கொண்டு மருந்தாய்வகங்களில் அதன் மூலக்கூறுகளை எடுத்து மருந்து தயாரிக்க ஆரம்பித்து விட்டனர். உடலின் ஒரேயொரு பகுதியையோ அல்லது ஒரேயொரு பிரச்சனையையோ குறிவைத்தும், இதர உடல்பாகங்கள் சிறிதளவுகூட பாதிக்காத வகையிலும் செயல்படுகிற எந்தவொரு மருந்தும் இதுவரையிலும் தயாரிக்கப்பட்டிருக்கவில்லை. ஆக, வீரியமாக செயல்பட்டு நோயை குணப்படுத்த முயற்சிக்கும் எந்த மருந்தும் பக்கவிளைவுகள் இல்லாமல் இருக்கவே முடியாது. இதனை கருத்தில் கொண்டுதான் ஆய்வகங்களில் கடுமையான சோதனைகள் எல்லாம் மேற்கொள்ளப்பட்டு, குறைந்த பக்கவிளைவுகளுடன் அதிகப் பலன்களைத் தரும் மருந்துகளை தயாரிக்க முயல்கின்றனர்.

**ஆதாரங்களை அடிப்படையாகக் கொண்ட நவீன மருந்துகளுக்கு இணையான வழிமுறைகளைக் கொண்டிருப்பதாக சொல்லப்படுவது உண்மைதானா?:** இத்தகைய மாற்று மருத்துவ முறைகள் சரியாக வேலை செய்யுமா என்பதற்கான எவ்வித ஆதாரங்களும் இல்லாததால், மனிதர்களின் உடலில் இன்றைய நவீன மருத்துவ தொழிற்நுட்பத்தினால்கூட

அறிவியல் வதந்திகள் | 307

கண்டறியமுடியாத மிகப்பெரிய 'மாற்று நோய் எதிர்ப்புத்திறன்' இருப்பதாக மாற்று மருத்துவ முறைகள் சொல்வதையெல்லாம் நிரூபிக்கவும் எந்த ஆதாரமுமில்லை.

**வெற்றுமருந்து அல்லது போலிமருந்துகளில் எதனை எதிர்பார்க்கலாம்:** ஹோமியோபதி உள்ளிட்ட பல்வேறு மாற்று மருத்துவமுறைகளை ஆய்வுசெய்து 700க்கும் மேற்பட்ட ஆய்வுக் கட்டுரைகளையும் ஏராளமான நூல்களையும்[65] எழுதியிருக்கிறார் பேராசிரியர் எட்சர்ட் எர்னஸ்ட். அவர், '200 ஆண்டுகால தவறை வைத்துக்கொண்டு தான் ஹோமியோபதி மருத்துவர்கள் தங்கள் வாழ்க்கையையும் காலத்தையும் ஓட்டிக்கொண்டிருக்கின்றனர்' என்கிறார். 'இதைச் சாப்பிட்டால் சரியாகிவிடும்' என்கிற அதீத நம்பிக்கையை மட்டுமே வைத்துக்கொண்டு இயங்கும் சிகிச்சை முறைகளைப் போன்றதுதான் ஹோமியோபதியும்.

ஏராளமான நோயாளிகளை ஆய்வு செய்தும், பல்வேறு வல்லுநர்களின் கருத்தைக் கேட்டறிந்தும், தொடர்ச்சியான சோதனைகளின் முடிவுகளை வைத்துக்கொண்டும் 2002 ஆம் ஆண்டு எர்னஸ்ட் ஒரு முடிவுக்கு வந்தார்.[66] அதன்படி, 'இன்றைய தேதி வரையிலான ஆய்வுகளின் முடிவுகளை வைத்துப் பார்க்கும்போது ஹோமியோபதியினால் ஏதும் பலன்கள் இருப்பதற்கான எந்த ஆதாரங்களும் கிடைக்கவில்லை என்பதால் மருத்துவ சிகிச்சைக்காக ஹோமியோபதி மருந்தை பரிந்துரைப்பது சரியாக இருக்காது' என்று அவர் தீர்க்கமாகக் கூறுகிறார்.

ஹோமியோபதி ஆர்வலர்கள் மற்றும் ஏராளமான இதர ஆய்வாளர்களாலும், முறைப்படுத்தப்பட்டு நடத்தப்பட்ட பட்டியலிடவே முடியாத எண்ணிக்கையிலான ஆய்வுகளும் இதேமுடிவைத்தான் தந்திருக்கின்றன. ஹோமியோபதிக்கு ஆதரவானவர்களால் எழுதப்பட்ட ஆய்வுக்கட்டுரைகளும் கூட நம்பிக்கையின் அடிப்படையில்தான் சில முடிவுகள் சாதகமாக அமைவதாக எழுதப்பட்டிருக்கின்றன.

**ஹோமியோபதி குறித்த சர்வதேச சட்டங்கள்:** சுமார் 1800 அறிவியல் கட்டுரைகளை ஆய்வுசெய்த பின்னர், 'அளவுக்கதிகமாக தண்ணீராக்கப்பட்ட ஒரு பொருளை மருந்தென்று ஹோமியோபதி நம்புகிறது' என்றும், ஆதாரப்பூர்வமாக நிரூபிக்கப்பட்ட மற்ற மருத்துவ முறைகளுக்கு ஹோமியோபதி இணையாகாது என்றும் ஆஸ்திரேலியாவின் தேசிய சுகாதார மற்றும் மருத்துவ ஆராய்ச்சிக்

கழகம்[67] அறிவித்திருக்கிறது. சுருக்கமாகச் சொல்லவேண்டுமானால், ஹோமியோபதியினால் நோய்களை குணமாக்க முடியும் என்பதற்கு அறிவியல்பூர்வமான ஆதாரங்களே இல்லை என்ற முடிவுக்கு ஆஸ்திரேலிய அரசாங்கம் வந்திருக்கிறது.

தங்களது பொது சுகாதார முறைக்குள் ஹோமியோபதி வராது என்று சமீபத்தில் பிரிட்டன் பாராளுமன்றத்தில் ஒரு மசோதாவையே நிறைவேற்றியிருக்கின்றனர்.[68] அதேபோல பல்வேறு ஐரோப்பிய ஒன்றிய நாடுகளிலும் ஹோமியோபதி மருத்துவத்திற்கு கடுமையான கட்டுப்பாடுகளை விதித்தும், நோயாளிகளின் விருப்பத்திற்கு மட்டுமே விட்டுவிடும் ஒரு மருத்துவ முறையாக சுருக்கியும் வைத்திருக்கின்றன.

ஹோமியோபதி மருந்துகளை உட்கொண்டால், எதிர்பார்த்த பலன்கள் கிடைக்குமெனக் கோரமுடியாது என்று அமெரிக்க அரசின் மத்திய வர்த்தக மையம்[69] 2016 ஆம் ஆண்டு அறிவித்தது. ஒரு நோயை குணமாக்கும் என்பதற்கு எந்த அறிவியில்பூர்வமான ஆதாரமும் இல்லையென்றால், அந்த மருந்துப் பெட்டியிலேயே 'நவீன அறிவியலைப் புறந்தள்ளி, ஆதிகால மருத்துவமுறையில் இது தயார் செய்யப்பட்டது' என்று எழுதியிருக்க வேண்டும் எனவும் தெரிவிக்கப்பட்டிருக்கிறது.

**முடிவுரை:** மிகமிகக் குறைந்த அளவிலான வீரியத்தைக் கொண்ட மருந்துகளைத் தயாரிப்பது உட்பட ஹோமியோபதியின் அடிப்படை விதிகளைக் கொண்டுபார்த்தால், அவை எந்த நோயையும் குணப்படுத்தும் அளவிற்கு போதிய சக்திகொண்டதல்ல என்பது தெளிவாகத் தெரியும். அதாவது ஹோமியோபதி மருந்துகள் அனைத்தும் தண்ணீரில் கரைக்கப்பட்ட சர்க்கரை மட்டுமேதான்.

நவீன அறிவியல் தத்துவங்களின்படி பார்த்தால், ஹோமியோபதி மருந்துகளில் கலக்கப்பட்டிருக்கும் பொருட்களின் சக்தியினால், எந்த நோயையும் குணப்படுத்தவே முடியாது. ஆக, இத்தகைய மருத்துவ முறைகளை அதிகமான மக்களிடம் கொண்டு சேர்த்தால், அது சமூகத்தில் நோய்களை ஒழிக்கும் திட்டங்களுக்கும் நோக்கங்களுக்கும் தடையாகவே அமைந்துவிடும்.

82

# மனச்சோர்வு: உயிரியல் மூலமாகவும் வருவதற்கான ஆதாரங்கள்

மனச்சோர்வு என்பதும் ஒருவகையான மனநலக் குறைபாடுதான் என்று உலக சுகாதார மையமும் ஏற்றுக்கொண்டிருக்கிறது. உடலுறுப்புகளில் காணப்படுகிற குறைபாடுகளுக்கு இணையான ஒரு குறைபாடுதான் மனச்சோர்வும். அன்றாட வேலைகளை செய்வதுகூட அவர்களுக்கு கடினமானதாக இருக்கும். இன்னும் சொல்லப்போனால், படுக்கையைவிட்டு எழுந்திருப்பதேகூட கடினம்தான். பெண்களையும் இளைஞர்களையும் தாக்கும் பெரும்பாலான நோய்களுக்கு மனச்சோர்வு தான் மிகமுக்கியமான காரணமாக இருக்கிறது. அதிலும், ஆண்களைவிட இருமடங்கிற்கு பெண்கள் தான் இதனால் அதிகமாக பாதிக்கப்படுகின்றனர். மேலும், தற்கொலை வரை கொண்டுபோகக்கூடிய அளவிற்கு கொடூரமானது. ஆண்களும் மற்ற வயதைச் சேர்ந்தவர்களும் கூட பாதிக்கப்படாமல் இருக்கிறார்கள் என்றும் கூறிவிட முடியாது.

எரிச்சல், தாழ்வு மனப்பான்மை, நம்பிக்கையின்மை, மதிப்பற்றவர்களாக தங்களைத் தாங்களே நினைத்துக் கொள்ளுதல், குற்றவுணர்ச்சி, கவனக்குறைவு, சிந்தனைச் சிதறல், பசியிலும் உடல் எடையிலும் தூக்கத்திலும் மாற்றம் ஏற்படுதல், இறப்பு குறித்தும் தற்கொலை குறித்தும் தொடர்ச்சியான எண்ணங்கள் வருதல் எனப் பல அறிகுறிகள் மனச்சோர்வுக்கு உண்டு.

*'இதுவொரு உண்மையான உடல்நலக் குறைவு இல்லை'*

'தன்மீது பரிதாபம் வரவேண்டும் என்பதற்காகவே பயன்படுத்தப்படுகின்ற வழி இது'

'நேர்மறையான சிந்தனைகளின் மூலமாகவே இதனைக் கட்டுப்படுத்தி விடலாம்'

'மனச்சோர்வால் பாதிக்கப்படுகிறவர்கள் எப்போதும் சோம்பேறியாக இருக்கவே விரும்புகிறார்கள்'

'கவலையின் மறுபெயர் தான் மனச்சோர்வு'

என்பன போன்ற பல்வேறு தவறான கருத்துகள் மனச்சோர்வு குறித்து உருவாகியிருக்கின்றன.

இவற்றின் அடிப்படையில், மனச்சோர்வுக்கான காரணங்களாகவும் அதற்கான தீர்வுகளாக எண்ணிலடங்கா அறிவுரைகளும் பரப்பப்பட்டுக் கொண்டே இருக்கின்றன. ஆன்மீக சாமியார்களும், பாதிரியார்களும், உள்ளூர் துறவிகளும், மாற்று மருத்துவ முறைகளில் மருத்துவம் பார்ப்பவர்களும்தான் இவற்றில் பெரும்பாலான வதந்திகளைப் பரப்புகிறவர்களாக இருக்கின்றனர். ஆனால் அறிவியல் பூர்வமான ஆதாரங்கள் ஏதுமில்லாத அறிவுரைகளை மத்திய சுகாதார அமைச்சகமே வெளியிடுவதுதான், இவை எல்லாவற்றையும்விட அதிக ஆபத்தினைக் கொண்டது.

**பகிரப்பட்ட செய்தி:**

'மனச்சோர்வு என்பது ஒருவரின் சிந்தனையையும், நடத்தையையும், வாழ்க்கை குறித்த எண்ண ஓட்டத்தையும் பாதிக்கிற ஒரு தற்காலிக மனநிலை மட்டுமே. தன்னை உற்சாகமாக வைத்துக்கொள்வதற்கேற்ற செயல்களில் ஈடுபட்டால் மனச்சோர்விலிருந்து விடுபடலாம் #ஸ்வச்பாரத் #மனநலசுகாதாரம் #நாம்பேசுவோம்'

மத்திய சுகாதாரம் மற்றும் குடும்பநல அமைச்சகம்தான் இத்தகைய செய்தியை மனச்சோர்வு குறித்து பொதுமக்களுக்கான விழிப்புணர்வு தரும் நோக்கில் ட்விட்டரில் பகிர்ந்திருந்தது. அச்செய்தியுடனேயே, மனச்சோர்விலிருந்து விடுபட என்னவெல்லாம் செய்யவேண்டும் என்கிற பட்டியல் ஒன்றும் இணைக்கப்பட்டிருந்தது. அதில், எந்தெந்த நேரத்திற்கு என்ன செய்யவேண்டும் என்கிற திட்டமிடலை

உருவாக்கி அதனைப் பின்பற்றுவது, பயணம் செய்வது, படைப்பாற்றலை வளர்த்துக்கொள்வது, ஊட்டச்சத்துள்ள உணவை உண்பது, நேர்மறையாக சிந்திப்பது, யோகா செய்வது, சுத்தமாக இருப்பது, குறைந்தபட்சமாக எட்டுமணி நேரமாவது தூங்குவது, பழங்கள் உண்பது, நடைபயிற்சி மேற்கொள்வது போன்றவற்றை செய்தாலே மனச்சோர்விலிருந்து விடுபடலாம் என்று மத்திய சுகாதார அமைச்சகத்தின் அப்பதிவில் எழுதப்பட்டிருந்தது.

மனச்சோர்வு என்பது ஒருவரின் சிந்தனையையும், நடத்தையையும், வாழ்க்கை குறித்த எண்ண ஓட்டத்தையும் பாதிக்கிற ஒரு தற்காலிக மனநிலை மட்டுமே என்று அந்த ட்விட்டர் பதிவில் குறிப்பிட்டிருப்பது தான் மேலும் ஆபத்து நிறைந்ததாக இருக்கிறது.

அந்த ட்விட்டர் பதிவு வெளியிடப்பட்ட ஒரு சில நாட்களுக்குள்ளாகவே, பதட்டம், மனச்சோர்வு மற்றும் உறக்கம் வராமை போன்ற மனநல பாதிப்பினால் ஏற்படுகிற குறைபாடுகள் குறித்த மிகவிரிவான அறிக்கையொன்றினை தன்னுடைய இணையதளத்தில் இந்திய அரசின் ஒரு அங்கமான தேசிய சுகாதார இணையதளம் வெளியிட்டது.

'ஓர் உடலின் உள்ளேயும் வெளியேயும் நடக்கிற மாற்றங்களுக்கு தக்கவாறு தன்னை மாற்றிக்கொள்ளும் பயிற்சிகளை மேற்கொண்டாலே, மனநல பாதிப்புகளிலிருந்து விடுபடுலாம்... நெருப்போ நானோ தொழிற்நுட்பமோ, எந்தவொரு மாபெரும் கண்டுபிடிப்பும் இவ்வுலகில் கடுமையான சவால்களை எதிர்கொள்ளாமல் உருவானதில்லை. அதனால் நம்முடைய மனசும் மூளையும் ஆரோக்கியமாக இருக்கவேண்டுமானால், சவால்களை எதிர்கொள்ளத் தயாராக இருக்கவேண்டும்.'

என்று என்ஹெச்பியின்[70] (நேசனல் ஹெல்த் போர்ட்டல்) அக்கட்டுரையில் குறிப்பிடப்பட்டிருக்கிறது. ஆனால் எத்தகைய பயிற்சியை மேற்கொள்ள வேண்டும் என்பது குறித்து எந்தக் குறிப்பும் அக்கட்டுரையில் இல்லை.

'உடல் உறுப்புகளின் நலத்தை பேணிக்காப்பதற்கு, உடலை சுத்தமாகவும் சுகாதாரமாகவும் வைத்துக்கொள்வது எவ்வளவு முக்கியமோ, அதேபோலத்தான் மனநலத்தைப் பாதுகாப்பதற்கு நல்ல எண்ணங்களை வளர்த்துக்கொள்வது அவசியமாகும். அதற்கு, ஆரோக்கியமான உரையாடல்களில் பங்கெடுப்பது,

*சமூகத்தில் மக்களோடு மக்களாகப் பழகுவது, புதிய மனிதர்களை சந்திப்பது, தியானம் செய்வது எனப் பலவழிகள் இருக்கின்றன.'*

என்று சிந்தனைகளுக்கு தீனிபோடுவது என்னும் தலைப்பில் விவரிக்கிறது என்ஹெச்பி கட்டுரை.

'ஏழ்மையான சமூகப் பொருளாதார நிலை, குடும்பப் பிரச்சனைகள், பணிபுரிகிற இடங்களில் ஏற்படும் பிரச்சனைகள்' போன்ற சமூகப் பொருளாதாரப் பிரச்சனைகளையும் மனச்சோர்வுக்கு குற்றஞ்சாட்டுகிறது என்ஹெச்பி. அத்துடன், சுத்தமான நேர்மறையான சுற்றுச்சூழலும் மனச்சோர்வு போன்ற பிரச்சனைகளைத் தீர்த்துவிடும் என்றும் எழுதியிருக்கிறது. இறுதியாக, ஹோமியோபதி சிகிச்சையினாலும் இது போன்ற பிரச்சனைகளைத் தீர்த்துவைக்க முடியும் என்றும் குறிப்பிடப்பட்டிருக்கிறது.

**உண்மை என்ன?**

மனச்சோர்வு வகைகளிலேயே மிகத்தீவிரமான பாதிப்புகளை ஏற்படுத்துகிறவற்றை நேர்மறை சிந்தனையாலோ உணவுக் கட்டுப்பாட்டினாலே எல்லாம் குணப்படுத்திவிட முடியாது. மனச்சோர்வுக்கு சமூகப்பொருளாதார நிலையும் ஒரு காரணமாக இருக்கிறபோதும், அதுவே முற்றுமுழுதான காரணமல்ல. பல்வேறு அறிவியல்பூர்வமான ஆய்வுகளின் அடிப்படையில், மனச்சோர்வு ஏற்படுவதற்கு மிகமுக்கியமான இருகாரணங்கள் உண்டெனக் கண்டுபிடிக்கப்பட்டுள்ளது.

1. மரபணு ரீதியான பாதிப்புகள், பருவ வயது ஹார்மோன்களின் பாதிப்புகள், பருவமடைதலின் காலம் போன்ற பல உயிரியல் தொடர்பான காரணங்கள்.
2. எதிர்மறையாகவும் பாதகமாகவும் ஒரு மனிதரைச் சுற்றி நிகழும் (சுற்றுப்புற) வாழ்க்கை நிகழ்வுகள்.

**மரபணுக் காரணங்கள் குறித்த ஆய்வு:** பெரும்பாலான மனச்சோர்வு குறைபாடுகளுக்கு பல்வேறு மரபணுக்கள் காரணமாக இருக்கின்றன என்பதை ஏராளமான ஆய்வுகளின் மூலம் கண்டறிந்திருக்கின்றனர்.

தத்தெடுத்து வளர்க்கப்படுகிற குழந்தைகளையும் இரட்டையராகப் பிறந்து வளர்க்கப்படுகிற குழந்தைகளையும் கண்காணித்து நோய்ப்பரவலியல் ஆய்வொன்று நடத்தப்பட்டு, 2000 ஆம் ஆண்டில் அமெரிக்கன் ஜர்னல் ஆஃப் சைக்காட்ரி என்னும் ஆய்வுப் பத்திரிக்கையில் அதன் முடிவுகள் வெளியிடப்பட்டிருந்தன.[71] அதன்படி, ஒரு குழந்தை வளர்கிற சூழலும் மனச்சோர்வுக்கு காரணமாக இருந்தபோதிலும், இரத்த சம்பந்தமுள்ள பெற்றோரிடமிருந்தும் மனச்சோர்வு பாதிப்புகள் குழந்தைகளுக்கு கடத்தப்படுகின்றன என்கிற உண்மையும் கண்டறியப்பட்டிருக்கிறது. பரம்பரை பரம்பரையாக மரபணுக்கள் வழியாக மனச்சோர்வும் கடத்தப்படுகிறது என்று ஆய்வின் முடிவுகள் தெரிவிக்கின்றன.

மனச்சோர்வு நோய்வகைகளில் பெரும்பாலானவற்றிற்கு மரபணு மிகமுக்கியமான பங்கு வகிக்கிறது என்றும் இளவயதில் பாதிப்பை ஏற்படுத்தினால் அதற்கு பெற்றோர்களிடமிருந்து வந்துசேர்கிற மரபணுக்கள் காரணமாக அமைந்துவிடுகின்றன என்றும் சயின்ஸ் என்கிற மதிப்புமிக்க பத்திரிக்கையில் 2018 ஆம் ஆண்டு ஒரு ஆய்வுக்கட்டுரை வெளியாகியிருக்கிறது.[72] ஆக, மனச்சோர்வு மட்டுமின்றி பல்வேறு விதமான மனநலக் குறைபாடுகளுக்கும் மரபணுக்களின் பங்குண்டு என்பதை அந்த ஆய்வு கூறுகிறது.

2000 ஆம் ஆண்டு ஃபாவா மற்றும் கென்ட்லரும்,[74] 2013 ஆம் ஆண்டு மேபெர்க் மற்றும் சிலரும்[73] நோய்ப்பரவலியல் தொடர்பாக எழுதிய ஆய்வுக்கட்டுரைகளில், 40 முதல் 50 சதவிகிதமான மனச்சோர்வு தொடர்புடைய பிரச்சனைகளுக்கு மரபணுக்களே காரணம் என்று எழுதியிருக்கின்றனர். இரண்டாம் வகையான நீரிழிவு நோய், உயர் இரத்த அழுத்தம், மற்றும் சிலவகையான புற்றுநோய்களைப் போலவே முக்கியமான மனச்சோர்வு வகைகளும் மரபணு வழியாகவே பெற்றோரிடமிருந்து குழந்தைகளுக்கு வந்து சேர்கின்றன என்கிற முடிவுக்கு அக்கட்டுரைகள் வந்திருக்கின்றன.

இன்னபிற மனநலக் குறைபாடுகளுக்கு காரணமான மரபணுக்கள் எவை என்பதைக் கண்டறிந்ததைப் போல, மனச்சோர்வுக்குக் காரணமான குறிப்பிட்ட மரபணுக்கள் எவை என்று கண்டுபிடிக்க முடியவில்லை. அதற்கு பல்வேறு அறிவியல்பூர்வமான காரணங்கள்

இருக்கின்றன என்பதை விளக்கி, 1999 ஆம் ஆண்டில் புர்மைஸ்தர் தன்னுடைய ஆய்வுக்கட்டுரையில் விரிவாக எழுதியிருக்கிறார்.[75] மனச்சோர்வு என்பது மிகவும் குழப்பமான ஒரு குறைபாடு என்றும், அதனை உண்டாக்குவதற்கு பல்வேறு மரபணுக்கள் இணைந்து வேலை செய்கின்றன என்றும் அந்த ஆய்வுக்கட்டுரையில் எழுதப்பட்டிருக்கிறது.

**சுற்றுப்புறச் சூழல் காரணங்கள் குறித்த ஆய்வு:** மனச்சோர்வு உண்டாவதற்கு மோசமான வாழ்க்கை நிகழ்வுகளோ அல்லது மனஅழுத்தமோ காரணமே இல்லை என்று சொல்லிவிட முடியாதுதான். ஆனால் அவை மட்டுமே முழுக்காரணமாகி விடாது. உடல் ரீதியாகவோ பாலியல் ரீதியாகவோ கொடுமைப்படுத்தப்படும் மனிதர்களில் பெரும்பாலானவர்களுக்குக் கூட மனச்சோர்வு குறைபாடு வருவதில்லை. அவர்களுக்கு வேறுவிதமான அறிகுறிகளைக் கொண்ட பிடிஎஸ்டி என்னும் 'அதிர்ச்சிக்குப் பிறகான மன அழுத்த பாதிப்பு' (Post-traumatic stress disorder - PTSD) நோயே வரும்.

1999 ஆம் ஆண்டு அமெரிக்கன் ஜர்னல் ஆஃப் சைக்காட்ரி என்னும் பத்திரிக்கையில் ஒரு ஆய்வின் முடிவுகள் கட்டுரையாக வெளியாகியிருந்தது.[76] அதன்படி, மனச்சோர்வால் பாதிக்கப்படும் மூன்றில் ஒருவருக்கு பரம்பரை பரம்பரையாக மரபணுவின் வழியாகவே மனச்சோர்வு ஏற்படுவதாக கண்டறிந்து எழுதப்பட்டிருக்கிறது.

சுற்றுப்புறச் சூழலினால் உருவாகும் தற்காலிக சோகத்துடன் மரபணுரீதியான பிரச்சனைகளும் சேர்ந்து கொள்ளும்போதே மனச்சோர்வு மிகப்பெரிய பாதிப்பாக உருவெடுக்கிறது என்பது இதன்மூலம் தெளிவாகிறது.

**குழந்தை பிறப்புக்குப் பிறகுவரும் மனச்சோர்வை ஆய்வுக்குட்படுத்தினால் உயிரியலோடு அதற்கிருக்கும் தொடர்புக்கான ஆதாரங்களை அறியலாம்:** 13 முதல் 19.8 சதவிகிதம் வரையிலான பெண்கள், பிரசவத்திற்குப்பிறகு மனநலக் குறைபாட்டிற்கு ஆளாகின்றனர். அதிலும் மிக முக்கியமாக மனச்சோர்வினால் பாதிக்கப்படுகின்றனர்.

பிரசவத்திற்குப் பிறகுவரும் மனச்சோர்வுக்கு தாயின் உடலில் ஏற்படும் ஹார்மோன் மாற்றங்களே மிகமுக்கியமான காரணமாகும். சோகமோ கவலையோ இன்னபிற சுற்றுப்புறச்சூழலில்

நிகழும் பிரச்சனைகளோ அதற்கு எவ்விதத்திலும் காரணமல்ல. இப்படியாக வருகின்ற மனச்சோர்வுக்கு மனச்சோர்வு நீக்கிகள் என்று அறியப்படும் மருந்துகளை உட்கொண்டால் மனச்சோர்வு குறைந்துவிடும்.

**சிகிச்சைகள் உண்மைதானா?:** மனநலப் பிரச்சனைகள் தொடர்பாக உலக சுகாதார அமைப்பு கூறியிருப்பதாக மேற்கோள் காட்டி, தேசிய சுகாதார இணையதளம் பல செய்திகளை வெளியிட்டிருக்கிறது. ஆனால் அதில் குறிப்பிடப்பட்டுள்ளதைப் போல், 'மனதை சீராக்கிக்கொள்ளும் பயிற்சிகள்' என்றெல்லாம் உலக சுகாதார மையம் எங்கேயும் எப்போதும் தெரிவித்திருக்கவில்லை. இதில் வேடிக்கை என்னவென்றால், அத்தகைய பயிற்சிகள் எவையென்று தேசிய சுகாதார இணையதளமே கூட விளக்கமளிக்கவில்லை என்பதுதான்.

தற்காலிகமாக உருவாகும் சிறியளவிலான மனச்சோர்வினை சரிசெய்வதற்கு, உடற்பயிற்சியும் மன அமைதியும் உதவும் என்பதற்கு ஆதாரங்கள் இருக்கிறபோதும், மனச்சோர்வினை குறைபாடாகவும் நோயாகவும் கொண்டிருப்பவர்களுக்கு உடற்பயிற்சி மட்டுமே மருந்தாகி விடாது.[77]

உளவியல் ரீதியான சிகிச்சைகளுடன் மனச்சோர்வு நீக்கிகள் என்று அறியப்படும் செரோடோனின் ரீயப்டேக் இன்ஹிபிட்டர் (Serotonin re-uptake inhibitors) மற்றும் ட்ரைசைக்ளிக் மனச்சோர்வு நீக்கி (Tricyclic antidepressants) போன்ற மருந்துகளையும் உட்கொள்ள வேண்டும் என்றே உலக சுகாதார அமைப்பு அறிக்கை வெளியிட்டிருக்கிறது.[78] ஆனால் இந்திய அரசின் தேசிய சுகாதார இணையதளமோ, உலக சுகாதார அமைப்பின் பரிந்துரையைப் போல எந்த மருத்துவ ஆலோசனைகளையும் பெறுவது குறித்து குறிப்பிடவே இல்லை.

படைப்பாற்றலை வளர்த்துக் கொள்வது, வாழ்க்கை முறையில் மாற்றங்களைக் கொண்டுவருவது போன்ற மத்திய சுகாதார மற்றும் குடும்பநல அமைச்சகத்தின் யோசனைகளின் மூலமாக சில தற்காலிக சோகங்களிலிருந்தும் மனக்குழப்பங்களில் இருந்தும் விடுபடலாமேயொழிய, மனச்சோர்வுக்கெல்லாம் அவை எள்ளளவும் மருந்தாகவோ சிகிச்சையாகவோ வகைப்படுத்திவிட முடியாது.

அத்துடன் மருத்துவ உலகில் நிரூபிக்கப்பட்ட மருத்துவரீதியான சிகிச்சைமுறைகள் குறித்தெல்லாம் எவ்வித அறிவுரையும்

வழங்காத மத்திய அமைச்சகம், பாட்டுக் கேட்டால் சரியாகிவிடும் என்பதையெல்லாம் எந்த வகையில் சேர்த்துக் கொள்வது. பல ஊட்டச்சத்துகளைக் கொண்ட மாத்திரைகளை உட்கொள்ளவேண்டும் என்கிற ஒரேயொரு ஆலோசனை மட்டும்தான் மருத்துவ ஆலோசனை என்கிற அடிப்படையில் மத்திய அமைச்சகம் செய்திருக்கிறது. இதில் வேடிக்கை என்னவென்றால், அந்த மாத்திரைகளும் கூட எவ்வித முன்னேற்றத்தையும் கொடுக்கவில்லை என்பதை மருத்துவ ஆய்வுகளே கூறுகின்றன.[79]

அதேபோல, தேசிய சுகாதார இணையதளம் சொல்வதைப் போல ஹோமியோபதி மருந்துகள் மனச்சோர்வை குணப்படுத்திவிடும் என்பதும் அறிவியல்பூர்வமாக நிரூபிக்கப்படாத ஒன்றுதான். உடலில் எந்த முன்னேற்றத்தையும் உருவாக்காத காரணத்தால், அம்மருந்துகள் அனைத்தும் 'ஆறுதல் மருந்து' அல்லது 'வெற்று மருந்து' என்றுதான் அழைக்கப்படுகின்றன. தனிப்பட்ட ஆய்வுகளும்,[80] ஆய்வுகளின் மீது நடத்தப்பட்ட ஆய்வுகளும் கூட[81] ஹோமியோபதி மருந்துகளை உட்கொள்வதால் மனச்சோர்வை குணப்படுத்திவிட முடியாது என்றே கூறுகின்றன.

அதேவேளையில், மனச்சோர்வை குணப்படுத்தும் மருந்துகளாக குறிப்பிடப்படும் (ஹோமியோபதி அல்லாத) 21 மருந்துகளை ஆய்வுக்குட்படுத்தி அதன்முடிவுகள் 2018 ஆம் ஆண்டு 'தி லான்சட்' என்கிற பத்திரிக்கையில் வெளியிடப்பட்டது.[82] அமெரிக்கா, பிரிட்டன், பிரான்சு, சுவிட்சர்லாந்து, ஜெர்மனி, நெதர்லாந்து மற்றும் ஜப்பான் உள்ளிட்ட பல்வேறு நாடுகளின் விஞ்ஞானிகளும் ஆய்வாளர்களும் மனநல மருத்துவர்களும் இணைந்து நடத்திய மிகப்பெரிய ஆய்வு அது. ஹோமியோபதியின் ஆறுதல் மருந்துகளைப் போலல்லாமல், அந்த 21 மருந்துகளும் மனச்சோர்வை குணப்படுத்துவதில் வீரியத்துடன் செயல்படுவதாக அந்த ஆய்வு முடிவுகள் தெரிவிக்கின்றன.

**முடிவுரை:** மத்திய சுகாதாரத்துறை அமைச்சகமும் தேசிய சுகாதார இணையதளமும் மத்திய அமைச்சரவையின் போலியான ஆலோசகர்கள் வழங்கும் மனச்சோர்வு குறித்தான தவறான ஆலோசனைகளை பொதுமக்களுக்கு வழங்கி இருக்கின்றனர் என்பதே இதிலிருந்து தெரிகிறது. மனிதர்களின் மனநலப் பிரச்சனைகளுக்கு இதுவரையிலும் மேற்கொள்ளப்பட்டுள்ள மருத்துவ ஆய்வுகளையெல்லாம் புறந்தள்ளிவிட்டு, வெறுமனே

சமூகப்பொருளாதார சூழல் மட்டுமே காரணம் என்று கூறுவதன் மூலம் இந்திய மருத்துவத்தின் மைய அமைச்சகமான மத்திய சுகாதார மற்றும் குடும்பநல அமைச்சகமே மருத்துவத்தை சவக்குழியில் புதைக்கிற பணியைச் செய்கிறது.

பொதுமக்களுக்கும் மாணவர்களுக்கும் சுகாதார வல்லுநர்களுக்கும் ஆய்வாளர்களுக்கும் அங்கீகரிக்கப்பட்ட அதிகாரப்பூர்வ சுகாதார மற்றும் மருத்துவத் தகவல்களுக்கு தேசிய மருத்துவ இணையதளம் தான் ஒரே மையப்புள்ளி என்று உரிமை கோருகிறது. ஆனால் அறிவியல்பூர்வமாக நிரூபிக்கப்பட்ட மருத்துவமுறைகளை எல்லாம் புறந்தள்ளிவிட்டு, ஹோமியோபதிக்கு அது வழங்கும் நிபந்தனையற்ற ஆதரவெல்லாம் அதன் பொறுப்பற்றத் தன்மையைக் காட்டுவதோடு மட்டுமல்லாமல், ஆதாரங்களோடு நிரூபிக்கப்பட்ட மருத்துவத்துறையையே அவமானப்படுத்தி, தவறான மருத்துவத்தையே மக்களிடம் கொண்டுசெல்வதாகிறது.

# குறிப்புகள்

முன்னுரை:

1. http://entecity.com/news/how-chinas-brts-landed-up-in-modis-gujarat/
2. https://www.nytimes.com/2017/04/05/world/asia/india-cow-mob-hindu-vigilantes.html
3. https://www.hindustantimes.com/india-news/pictures-of-man-begging-for-life-become-defining- moment-for-jharkhand-killings/story-Q8Id5qIB24HGkBnrAKghNP.html
4. https://www.altnews.in/
5. https://timesofindia.indiatimes.com/news/fake-alert-video-from-guatemala-shared-claiming-hindu- girl-was-burnt-alive-in-madhya-pradesh/articleshow/67122502.cms

அறிவியல் குறிப்புகள்:

1. World Health Organization. Ten threats to global health in 2019. Who(2019). Available at: https://www.who.int/emergencies/ten-threats-to- global-health-in-2019.
2. Sharon Otterman. New York Confronts Its Worst Measles Outbreak in Decades. NewYorkTimes91,399–404(2017).
3. Leong,W.Y.Measlescaseshitrecordhighin Europein2018. Journal of Travel Medicine 25, (2018).

4. Gyenes, N. & Mina, A. X. How Misinfodemics Spread Disease. The Atlantic (2018).

5. Parikh, R. Fact-check: Dr. Dixit's 'Two meals a day' diet for weight-loss & diabetes. Altnews 91, 399–404 (2018).

6. Shaikh, S. The Measles-Rubella (MR) vaccine: Myths of anti-fertility agents & vaccine related deaths. Altnews (2018).

7. Shaikh, S. Is Homeopathy an effective form of treatment? Altnews (2018).

8. Shaikh, S. Are AYUSH supported BGR-34 and IME-9 drugs safe and effective for diabetes? Altnews (2017).

9. Shivani Mittal. The inefficacy of AYUSH-64, the anti-malarial Ayurvedic drug developed by Ministry of AYUSH - Alt News. www.altnews.in (2019).

10. Shaikh, S. Depression is not 'low mood': Misleading advice from the Ministry of Health. Altnews (2018).

11. Norrgard Karen. Human Testing, the Eugenics Movement, and IRBs. Nat. Educ. 1, 14 (2008).

12. Baron-Cohen, S. The truth about Hans Asperger's Nazi collusion. Nature 557, 305–306 (2018).

13. Amy Harmon. Why White Supremacists Are Chugging Milk (and Why Geneticists Are Alarmed). New York Times (2018).

14. Warraich, B. H. Dr. Google Is a Liar. New York Times 2017–2018 (2018).

15. All India | Indo-Asian News Service. 4 Children Reportedly Dead After Measles Rubella Vaccination In Gujarat. NDTV (2018).

16. WHO. WHO | Measles. WHO (2011). Available at: https://www.who.int/biologicals/areas/vaccines/mmr/measles/en/. (Accessed: 4th March 2019)

17. WHO. WHO | Rubella (German Measles). WHO (2014). Available at: https://www.who.int/biologicals/vaccines/rubella/en/. (Accessed: 4th March 2019)

18. Pollard, A. Vaccine ingredients | Vaccine Knowledge. Vaccin eknowledge project (2019). Available at: http://vk.ovg.ox.ac.uk/vaccine-ingredients. (Accessed: 4th March 2019)

19. Sutcliffe, P. A. & Rea, E. Outbreak of measles in a highly vaccinated secondary school population. CMAJ 155, 1407–13 (1996).

20. Wilson,K.,Mills,E.,Ross,C.,McGowan,J.&Jadad,A.Association of Autistic Spectrum Disorder and the Measles, Mumps, and Rubella Vaccine.Arch.Pediatr. Adolesc.Med.157,628(2003).

21. Godlee, F., Smith, J. & Marcovitch, H. Wakefield's article linking MMRvaccineandautismwasfraudulent.BMJ342,c7452–c7452(2011).

22. Sarah Boseley. Measles cases at highest for 20 years in Europe, as anti- vaccine movement grows | World news | The Guardian. Guardian(2018).

23. Jegede, A. S. What Led to the Nigerian Boycott of the Polio Vaccination Campaign? PLoS Med. 4, e73(2007).

24. CDC.Vaccine Information Statement| MMR|Measles-Mumps-Rubella | VIS | CDC. Centers for Disease Control and Prevention (2018). Available at: https://www.cdc.gov/vaccines/hcp/vis/vis-statements/mmr.html. (Accessed: 4th March 2019)

25. American Academy of Family Physicians., J. P., Pawlowski, R. H. T. & Thomas, S. American family physician. American Family Physician95,(American AcademyofFamilyPhysicians,1970).

26. CSIR India. CSIR-NBRI Introduction BGR-34 Anti Diabetic Medicine - YouTube.(2017).

27. AIMIL pharmaceuticals. Buy BGR-34 Tablet, BGR-34 Ayurvedic Diabetes Medicine Online India – AIMIL. https://www.bgr-34.lifeAvailable at: https://www.bgr-34.life/products/natural-treatments-of- diabetes-bgr34. (Accessed: 4th March2019)

28. PIB.Anti-DiabeticDrug'Ayush-82'tobecommercialised.Governmentof IndiaMinistryofScience&Technology(2016).

29. AIMIL Pharmaceuticals. AIMIL Pharmaceuticals Wins AYUSH Brand of the Year– Aimil Pharmaceuticals.http://www.aimilpharmaceuticals.com (2016). Available at:http://www.aimilpharmaceuticals.com/aimil-pharmaceuticals-wins-ayush-brand-of-the-year/. (Accessed: 4th March2019)

30. News24. Scientifically validated Rs 5 anti-diabetes herbal drug launched by CSIR - YouTube.(2015).

31. ZEE 24 TAAS. Pune | Ayurvedic Medicine | BGR 34 | For Diabetics Patient - YouTube.(2016).

32. DDNews. PM Narendra Modi Ji awarded BGR-34 for CSIR Technological Awards 2016 - YouTube.(2016).

33. CRS.BGR-34:HerbalAnti-DiabetesDrugLaunchedbyCSIR.(2015).

34. CSIR. National Botanical Research Institute. Available at: http://www.nbri.res.in/. (Accessed: 4th March2019)

35. CCRAS.Central Council for Research in Ayurvedic Sciences, MinistryofAYUSH, Government of India |. Available at: http://www.ccras.nic.in/. (Accessed: 4th March2019)

36. BPGupta .A clinical study of BGR34, inpatients with type 2 diabetes mellitus. Scientific Title of Study Controlled clinical study of an Ayurvedic anti diabetic formulation (BGR-34) for its efficacy and safety in patients with type 2 Diabetes mellitus.(2017).

37. Negi, B. From ancient medical knowledge to the modern drug development in India.(2016).

38. Medline India- metformin. Available at:http://www.medlineindia.com/endocrine/metformin.htm. (Accessed: 4th March2019)

39. IME 9 Complaints. https://www.complaintboard.in (2018). Available at: https://www.complaintboard.in/complaints-reviews/ime-9-1529967.html. (Accessed: 4th March2019)

40. Chagala Tripathy. [Review] IME9 Ayurvedic Medicine Is a Fraud Medicine by Kudos-OxyMos. Oxymos (2017). Available at:http://oxymos.blogspot.com/2016/08/review-ime9-ayurvedic-medicine- is-fraud.html. (Accessed: 4th March2019)

41. Patwardhan, B. Ayurvedic drugs in case: Claims, evidence, regulations andethics.J.AyurvedaIntegr.Med.7,135–137(2016).

42. Saper, R. B. et al. Lead, Mercury, and Arsenic in US- andIndian-Manufactured Ayurvedic Medicines Sold via the Internet. JAMA 300, 915 (2008).

43. HealthDigest. Health Digest - Posts. Facebook (2012). Available at:https://www.facebook.com/healthdigest/photos/a.187939824672351/210 type=3&theater. (Accessed: 4th March2019)

44. M.Sai Gopal. New drug to increase platelet count - The Hindu. The Hindu(2015).

45. NHP.AyurvedicperspectiveofDengueFever|NationalHealthPortalof India. Available at: https://www.nhp.gov.in/ayurvedic-perspective-of- dengue-fever_mtl. (Accessed: 4th March2019)

46. M.SaiGopal.CanAyurvedahelpdenguepatients?-TheHindu.The Hindu (2015).

47. Ankur Tewari. Dengue scare: Ayurved gets popular as antidote in Gujarat|IndiaNews-TimesofIndia.TheTimesofIndia(2015).

48. Gadhwal,A.K.etal.EffectofCaricapapayaLeafExtractCapsuleon Platelet Count in Patients of Dengue Fever with Thrombocytopenia. *J. Assoc. Physicians India* 64, 22–26 (2016).

49. Kasture,P.N.,Nagabhushan,K.H.&Kumar,A.AMulti-centric, Double-blind, Placebo-controlled, Randomized, Prospective Study to Evaluate the Efficacy and Safety of Carica papaya Leaf Extract, as Empirical Therapy for Thrombocytopenia associated with Dengue Fever.J.Assoc.PhysiciansIndia64,15–20(2016).

50. GovernmentofIndia&MinistryofScience&Technology. Agreement for Commercialisation of an Ayurvedic Formulation for Treatment of Malaria and an Ayurvedic Formulation for Treatment of Diabetes. *PIB* (2016).

51. The ministry of AYUSH. CCRAS AYUSH64 – Facebook post. (2018). Available at:https://www.facebook.com/moayush/photos/a.1960540694171182/26762 type=3&theater. (Accessed: 4th March 2019)

52. CCRAS.MalariaEpidemicControlProgramme.(2014).

53. K.D.Sharma, M.L.Kapoor, Miss.S.P.Vaidya, P.K.S. A Clinical Trial of 'Ayush – 64' (A coded Anti-malarial Medicine) in cases of Malaria. *J. Res. Ayurveda Siddha* 2, 309–326(1981).

54. Valecha, N. et al. Comparative efficacy of Ayush-64 vs chloroquine in vivaxmalaria. Curr.Sci.78,1120–1122(2000).

55. Shaikh, S. Do the AYUSH based treatments for autism stand up to scientific scrutiny? Altnews(2018).

56. The Government of India, M. of A. Year End Review 2018- Ministry of AYUSH. *PIB* (2018).

57. Eswara Das. Diabetes Mellitus and Homeopathic Approach | National Health Portal of India. NHP (2016). Available at:https://www.nhp.gov.in/diabetes-mellitus-and-homeopathic- approach_mtl. (Accessed: 5th March2019)

58. Sumaiya Shaikh. No, homeopathic pill Gelsemium 200 will not protect youfromNipahvirusinfection.Altnews(2018).

59. Hjelvik,M.&Mørenskog,E.Theprinciplesofhomeopathy. Tidsskr. Nor. Laegeforen. 117, 2497–501(1997).

60. Poitevin,B.JacquesBenveniste:apersonaltribute.Homeopathy94,138– 139(2005).

61. John Maddox. When to believe the unbelievable. Nature333, 787–787 (1988).

62. Hahnemann, S., Boericke, W. & Dudgeon, R. E. Organon of medicine: word index included.(1893).

63. Lakhtakia,R.Thehistoryofdiabetesmellitus.SultanQaboosUniv.Med. J. 13, 368–70(2013).

64. Quianzon,C.C.&Cheikh,I.Historyofinsulin.J.communityHosp. Intern. Med. Perspect. 2,(2012).

65. Ernst, E. (Edzard). Homeopathy : the undiluted facts : including a comprehensive A-Zlexicon.

66. Ernst,E.Asystematicreviewofsystematicreviewsofhomeopathy.Br.J. Clin. Pharmacol. 54, 577–82(2002).

67. The Australian Government, N.health and medical research council. Homeopathy-NHMRC. (2015).

68. Science and Technology Committee. House of Commons - Evidence Check 2: Homeopathy - Science and Technology Committee. The House of Commons, The UK Parliament Available at:https://publications.parliament.uk/pa/cm200910/cmselect/cmsctech/45/4(Accessed: 5th March2019)

69. FTC. FTC Issues Enforcement Policy Statement Regarding Marketing Claims for Over-the-Counter Homeopathic Drugs | Federal Trade Commission. TheUSGovernmentFederalTradeCommission(2016).

70. NHP. Mental Health | National Health Portal Of India. National health portal India (2017). Available at:https://www.nhp.gov.in/healthlyliving/mental-health. (Accessed: 5th March2019)

71. Sullivan,P.F.,Neale,M.C.&Kendler,K.S.GeneticEpidemiology ofMajorDepression:ReviewandMeta-Analysis.Am.J.Psychiatry157, 1552–1562(2000).

72. Brainstorm Consortium, T. B. et al. Analysis of shared heritability in commondisordersofthebrain.Science360,eaap8757(2018).

73. Mayberg, H. Neurobiology of Mental Illness. (Oxford University Press, 2013). doi:10.1093/med/9780199934959.001.0001

74. Fava,M.&Kendler,K.S.Majordepressivedisorder.Neuron28, 335–41 (2000).

75. Burmeister, M. Basic concepts in the study of diseases with complex genetics. Biol. Psychiatry 45, 522–32(1999).

76. Kendler, K. S., Karkowski, L. M. & Prescott, C. A. Causal Relationship Between Stressful Life Events and the Onset of Major Depression.Am.J.Psychiatry156,837–841(1999).

77. WHO|Scalablepsychologicalinterventions.WHO(2017).

78. WHO. Depression. WHO (2018). Available at:https://www.who.int/news-room/fact-sheets/detail/depression. (Accessed: 5th March2019)

79. Cho, Y. J. et al. Prenatal multivitamins containing folic acid do not decrease prevalence of depression among pregnant women. J. Obstet. Gynaecol. (Lahore). 28, 482–484(2008).

80. Spence, D. S. Day to day management of anxiety and depression. Br. Homeopath. J. 79, 39–44(1990).

81. The Australian Government NHMRC. Evidence on the effectiveness of homeopathy for treating health conditions.(2015).

82. Cipriani, A. et al. Comparative efficacy and acceptability of 21 antidepressant drugs for the acute treatment of adults with major depressive disorder: a systematic review and network meta-analysis. Lancet 391, 1357–1366(2018).